आपल्या स्नेहीजनांना पुस्तके भेट द्या

एक एक पाऊल

वैज्ञानिक चिंतन आणि धर्म

ओशोंनी दिलेल्या सात अमृत प्रवचनांचे अपूर्व संकलन

ओशो

अनुवाद
भारती पांडे

मेहता पब्लिशिंग हाऊस

EK EK PAUL - Marathi Language
Published by Mehta Publishing House

Marathi Language Translation Copyright© 1998
Osho International Foundation.

Copyright © 1969, OSHO International Foundation
All rights reserved.

Originally Published in Hindi under the title : EK EK KADAM
Licence of the Marathi Translation with Mehta Publishing House

एक एक पाऊल

अनुवाद : भारती पांडे
१५-अे/८, एरंडवणे, पुणे – ४.

प्रकाशक : सुनील अनिल मेहता, मेहता पब्लिशिंग हाऊस,
१९४१ सदाशिव पेठ, माडीवाले कॉलनी, पुणे – ३०.

अक्षरजुळणी : पीसी-नेट, नारायण पेठ, पुणे – ३०.

प्रथमावृत्ती : सप्टेंबर, १९९८ /

पुनर्मुद्रण : जानेवारी, २००० / ऑक्टोबर, २००५ /
डिसेंबर, २००८ / फेब्रुवारी, २०१३

ISBN 81-7766-629-0

अनुक्रम

कधी बरोबर पावलं टाकलीच नाहीत. या देशात आपण आत्मा-परमात्मा, स्वर्ग-नरक यांची खूप चिंता केली आणि शरीर, बाहेरचं जग सतत दरिद्री होत राहिलं, सुकत गेलं; आणि आता आज जी परिस्थिती आहे ती तर सर्वांच्या समोरच आहे, तिच्याबद्दल काही वेगळं सांगायला नकोच. पूर्वेची विशेषत: भारताची दशा अतिशय केविलवाणी आहे. बाहेरच्या जगाची अवहेलना करून आपण आतमध्ये काही मिळवलं आहे असंही वाटत नाही. सुरुवातीपासून उचलल्या गेलेल्या चुकीच्या पावलांमुळे आपण सगळीच वाट हरवून बसलो आहोत.

आणि पश्चिम? पश्चिमेत लखलखाट आहे, उजेड आहे – पण फक्त बाहेर. आत काहीच नाही. दूरदूरच्या ग्रहांवर जाण्याची तयारी झाली आहे, पण स्वत:चा पत्ता काही सापडलेला नाही. आत जायचं आहे – आत काही वेगळं जग आहे याची आठवणसुद्धा नाही. म्हणून आतमध्ये संपूर्ण काळोख आहे, अगदी घनदाट, उजाड, भुतांचा त्यांनीही सुरुवातीला जी पावलं टाकली होती तीही निश्चितपणे चुकीची होती – वर्तमानकाळ या गोष्टीचा साक्षी आहे.

'एक एक पाऊल' हे योग्य दिशेनं पाऊल उचलण्यासाठी केलेलं मार्गदर्शन आहे. ही सूत्रं आपल्या जीवनमार्गाला आतून-बाहेरून प्रकाशित करणारी सूत्रं आहेत. या प्रकाशमान मार्गाचं आपल्याला निमंत्रण आहे.

स्वामी चैतन्य कीर्ति
संपादक : ओशो टाइम्स इंटरनॅशनल

काही अनुभव नाही, जो युद्धावर कधी गेलेला नाही, ज्यानं कधी कोणाशी युद्ध केलेलं नाही, ज्यानं कधी युद्धाच्या गोष्टी केलेल्या नाहीत – अशा एखाद्या अयोग्य माणसाला सेनापती करण्याचं प्रयोजन काय?

पण तो फकीर कबूल झाला. पुष्कळसे शहाणे, सुजाण लोक जे करायला राजी होत नाहीत ते करायला अव्यवहारी लोक कबूल होतात. जिथे समजूतदार माणसं मागे हटतात तिथे अगदी अननुभवी माणसं पुढे होतात. तर फकीर कबूल झाला. सम्राटसुद्धा मनातून घाबरला होता, पण तरी ठीक होतं. हरायचंच असेल तर मरण पत्करून हरणंच योग्य. फकिराच्या बरोबर जायला सैनिकही खूप घाबरलेले होते. या माणसाला काहीच माहिती नाहीय. परंतु फकीर इतका आवेशात होता की सैनिकांना जाणं भाग पडलं. सेनापतीही काय होतंय ते पाहण्यासाठी सैनिकांच्या मागून जायला लागले.

शत्रूच्या छावणीपासून थोड्या अंतरावर एक देऊळ होतं. तिथं फकिरानं साऱ्या सैनिकांना थांबवलं. म्हणाला, 'जाण्यापूर्वी देवाला निदान एवढं सांगू या की, लढाईवर जातो आहोत आणि त्याचा कौल काय आहे तेही विचारून पाहू. हरणारच असलो तर परत जाऊ, जिंकणार असलो तर उत्तमच.'

सैनिक मोठ्या आशेनं देवळाबाहेर उभे राहिले. त्या माणसानं हात जोडून डोळे मिटून देवाची प्रार्थना केली. मग खिशातून एक रुपया काढून तो देवाला उद्देशून म्हणाला, 'मी हा रुपया हवेत उडवतो. जर छाप पडला तर आम्ही समजू की, आम्ही जिंकणार आणि मग पुढे लढाईवर जाऊ आणि काटा पडला तर समजू की, आम्ही हरणार आहोत. तर मग आम्ही मागे फिरू आणि राजालाही समजावून सांगू की, आम्हाला व्यर्थ मरणाच्या खाईत लोटू नकोस, आपला पराभव निश्चित आहे – देवानंच असा कौल दिला आहे.

सैनिक लक्षपूर्वक पाहायला लागले. त्यानं रुपया उडवला. चमकत्या उन्हात रुपया चमकला आणि खाली पडला. छाप पडला होता. त्यानं सैनिकांना सांगितलं, 'बस, आता काळजीच सोडा. तुम्ही हरू शकाल ही कल्पनाच मनातून काढून टाका. आता या भूमीवर तुमचा पराजय कोणीही करू शकणार नाही.' रुपयाचा कौल त्यांच्या बाजूचा पडला होता, देव बरोबर साथीला होता. सैनिक युद्धाला भिडले. सात दिवसांत त्यांनी शत्रूचा पराभव केला. विजयी होऊन ते परतत होते तेव्हा त्या देवळाजवळ फकिरानं त्यांना म्हटलं, 'आता देवाचे आभार तरी मानू या.'

सारे सैनिक थांबले. सर्वांनी हात जोडले, देवाची प्रार्थना केली आणि म्हटलं, 'देवा तुझे आम्ही आभारी आहोत, कारण तू जर जिंकण्याचा कौल दिला नसतास तर आम्ही हरलोच होतो. तुझ्या कृपेमुळे आणि तुझ्या कौलामुळे आम्ही जिंकलो.'

फकीर म्हणाला, 'देवाचे आभार मानण्यापूर्वी माझ्या खिशातलं नाणं नीट तपासून पहा.' त्यानं नाणं काढून दाखवलं, नाण्याच्या दोन्ही बाजूंना छापच होता,

काटा नव्हताच. खोटं नाणं होतं ते, दोन्ही बाजूला छाप असलेलं, ते काटा दाखवूच शकत नव्हतं.

तो म्हणाला, 'देवाला धन्यवाद देऊ नका. तुम्ही विजयाच्या आशेनं प्रेरित झालात म्हणून जिंकलात. तुम्ही हरूही शकला असतात, कारण तुम्ही निराश झाला होतात आणि हरण्याच्या कल्पनेनं घाबरलेले होतात. तुम्हाला आपण हरणार याची खात्री होती.'

आपण जिंकणार या कल्पनेनं भारलेले आहोत की हरणार या कल्पनेनं घाबरलेले आहोत यावरच आयुष्यातल्या सर्व कामांची सफलता अवलंबून असते. थोडंसं सामर्थ्य आणि प्रचंड आशा असलेले लोक इतकं काही करू शकतात की, जे प्रचंड सामर्थ्य आहे, पण निराशेनं भारलेले असे लोक काही करू शकत नाहीत. सामर्थ्य महत्त्वाचं नाही. सामर्थ्य हे खरं धन नाही. खरी संपत्ती म्हणजे आशा – आणि ही खात्री की, जे काम व्हायला हवं आहे ते होणार आणि ते करण्यात आम्ही कसलीही कुचराई करणार नाही.

काही थोड्या लोकांना एक कोटी म्हणजे खूप मोठी संख्या वाटते. ज्यांची साधनं मर्यादित असतात त्या मित्रांना खूप मोठी वाटू शकते. ही संख्या एवढी मोठी वाटते याचं कारण असं की, आपण ती एक कोटी ही संख्या एकदम मोजतो. एक कोटी खरोखरच खूप मोठी संख्या आहे.

मला एक गोष्ट आठवतेय. एका गावाच्या जवळ एक सुंदर पर्वत होता. त्या सुंदर पर्वतावर एक मंदिर होतं. हा पर्वत गावापासून फक्त दहा मैलांवर होता आणि ते मंदिर गावातूनही दृष्टीला पडायचं. लांबलांबच्या प्रदेशातून लोक मंदिराचं दर्शन घ्यायला आणि तो पर्वत पाहायला यायचे. त्या गावात एक तरुण होता. तोही म्हणायचा, मलाही एकदा ते मंदिर बघून यायचं आहे. पण जवळच आहे, जाता येईल केव्हाही. पण एक दिवस त्यानं निश्चयच केला की, आता थांबायचं नाही. आज रात्रीच उठून निघायचं. सकाळपासूनच उन्हाचा ताप वाढायचा म्हणून तो रात्री दोन वाजता उठला. कंदील पेटवला आणि गावाबाहेर पडला. मिट्ट काळोखी रात्र होती, तो घाबरला. त्याच्या मनात आलं, एवढासा लहानसा कंदील, दोन-तीन पावलांपुरता प्रकाश पडतोय आणि रस्ता तर दहा मैलांचा आहे. हा एवढा दहा मैलांचा अंधार ह्या एवढ्याशा कंदिलानं कसा दूर होणार? एवढा काळोख, एवढा प्रचंड काळोख, जवळ हा छोटासा कंदील, त्यानं काय होणार? एवढ्या प्रकाशात दहा मैल नाही चालू शकणार सूर्य उगवण्याची वाट पहावी हे चांगलं. तो तिथंच गावाबाहेर बसून राहिला.

योग्यच होतं. त्याचं गणितही बिनचूक होतं आणि तसं पाह्यला गेलं तर बहुतेक लोकांचं गणित असंच असतं. प्रकाश पोचतोय तीन फुटांपर्यंत आणि रस्ता आहे दहा मैल लांबीचा करा बरं भागाकार – दहा मैल भागिले तीन फूट – आहे काही उपयोग या

मी तुमचा आभारी आहे. देणाराच आभार मानतो की, मी दिलं ते आपण स्वीकारलंत, नाहीतर मी काय केलं असतं?

मी जयपूरमध्ये होतो, काल रात्रीच बोलत होतो. एका वृद्ध गृहस्थानं येऊन नोटांची पुष्कळ बंडलं ठेवली आणि नमस्कार केला. मी म्हटलं, 'मी नमस्कार घेतो आणि पैशाची काही आत्ता जरूर नाहीए, जरूर पडेल आणि मागायला बाहेर पडेन तेव्हा तुमच्याकडून मागून घेईन. आत्ता पैसे ठेवून घ्या, मला काही जरूर नाहीये.'

मी सहजच हे बोलून गेलो खरा, पण पाहतो तर त्या वृद्ध गृहस्थांच्या डोळ्यात पाणी उभं राहिलेलं. सत्तर वर्षांचे वृद्ध गृहस्थ होते. म्हणाले, 'हे काय बोलताय तुम्ही? तुम्हाला जरूर आहे म्हणून मी थोडेच दिलेत हे पैसे! माझ्याकडे आहेत, त्याचं मी काय करू? चांगल्या लोकांना देतो म्हणजे त्याचा चांगला उपयोग तरी होईल. मी तर या पैशाचं काही करू शकत नाही. तुम्हाला जरूर आहे म्हणून मी दिलेलेच नाहीत; म्हणून तुम्हाला जरूर आहे की नाही याचा प्रश्नच येत नाही. माझ्याकडे आहेत त्याचं मी काय करू? देणं मला जरुरीचं आहे आणि मी चांगल्या लोकांना देतो की, त्याचं काहीतरी चांगलं व्हावं.'

मग तो वृद्ध गृहस्थ म्हणाला, 'तुम्ही हे स्वीकारायला नकार देऊन मला किती दुःख देताय याची तुम्हाला कल्पना नाही. मी इतका गरीब माणूस आहे की माझ्याजवळ पैशाशिवाय दुसरं काहीच नाही. त्यामुळे कुणी पैसे घ्यायला नकार दिला की, माझी फार पंचाईत होते की आता मी काय करू? माझ्या मनात काही करावं असं येतं तर माझ्याकडे पैशांशिवाय दुसरं काहीच नाही. तर आपण याला नकार देऊ नका. आपल्याला हवं तर ते फेकून द्या, नाहीतर त्याला काडी लावा, पण मी तुम्हाला नकार देऊ देणार नाही. कारण तुम्हाला द्यायला माझ्याजवळ दुसरं काहीच नाही आणि देण्याचा विचार तर माझ्या मनात आलेला आहे. आपण कृपा करा आणि हे घ्या.'

म्हणून म्हणतो पैशाविषयी चिंता करू नका फार. ज्या दिवशी तुम्हाला वाटेल की, आपल्याला पैशाची जरूर आहे आणि ते आपल्याकडून होत नाहीये. तेव्हा मला नुसतं सांगा, पैशाची सोय होऊन जाईल. पैशाची फारशी काळजी नाही आहे. मी मागत नाही ही गोष्ट वेगळी. पण ज्या दिवशी मागेन त्या दिवशी पैसा! पैशाइतकी स्वस्त वस्तू जगात दुसरी कोणतीच नाही, कोणीही देऊन टाकील. पैसा देण्याच्या बाबतीत कोणीही माणूस इतका कमजोर नसतो की, जो पैसा देणार नाही. माणूस तर हृदय देतो, प्राण देतो, पैशात एवढं काय आहे? म्हणून त्याच्याबद्दल इतकी चिंता करू नका, हिमतीनं कामाला लागाल तर तुम्हाला कळून येईल की, पैसा आपणच आपलं काम करून घेतो. आपणच आपलं काम करून घेत आला आहे.

आता ठिकठिकाणी मला लोक – कितीतरी लोक येऊन सांगतात की, आम्हाला दहा हजार रुपये गुंतवायचे आहेत. मी त्यांना काय सांगू? कुठे गुंतवावेत?

मला तर काहीच जरूर नाही, आता मी कुठे घेऊन जाऊ? या पैशाचं मी काय करू? तर ते म्हणतात कधीतरी जरूरत पडेल ना, कधीतरी काही काम पडेल ना!

लोक आपल्या मनात आलं असेल, देऊ इच्छित नाहीत म्हणून देत नाहीत. तुम्हाला आश्चर्य वाटेल, माझा अनुभव असा आहे की, 'पैसे देतो' असं कसं म्हणावं अशा संकोचानं लोक वागत असतात. माझा स्वत:चा अनुभव आहे की, कसं सांगावं, कोणत्या तोंडानं सांगावं असा संकोच लोकांना वाटत असतो. पैशासारखी सडकी वस्तू देण्यासाठी कोणत्या तोंडानं सांगावं की आम्ही पैसे देऊ इच्छितो? ज्या दिवशी त्यांना उमजेल की जरूर पडेल तेव्हा पैसा वाहत येतो, काही अडचण येत नाही. त्याची काळजी करण्याचं काही कारण नाही, त्याची खूप काळजी करत बसलं तर त्याच्याइतकी व्यर्थ दुसरी गोष्ट नाही. पण चिंता निर्माण होते याचं कारण असं आहे की, तुम्ही लाखालाखाचे हिशोब मांडता. ज्या माणसाजवळ लाख रुपये असतात त्याची पैसा सोडण्याची ताकद तेवढीच कमी असते. ज्याच्याजवळ एक रुपया असतो त्याची सोडण्याची ताकद खूप असते.

एक फकीर होता, मुसलमान फकीर, हसन! तो एका लहानशा झोपडीत राहायचा. ती झोपडी इतकी लहान होती की, हसन आणि त्याची पत्नी एवढी दोघंच तिच्यात झोपू शकायची. रात्री झोपली होती दोघं, पावसाळी रात्र होती, अंधारी रात्र होती. अर्ध्या रात्री कोणा माणसानं येऊन दार ठोठावलं. हसननं आपल्या पत्नीला सांगितलं, 'दरवाजा उघड कोणी वाट चुकलेला वाटसरू दिसतोय.' त्याची पत्नी म्हणाली, 'आपल्या झोपडीत जागा कुठे आहे तिसऱ्याला, दिसत नाही का?'

फकीर म्हणाला, 'वेडे, जागा कमी पडायला हा काय कोणा श्रीमंताचा महाल आहे का, ही तर एका गरिबाची झोपडी आहे. श्रीमंतांचे महाल छोटे असतात, गरिबाची झोपडी चांगली मोठी असते. हा काही एखाद्या श्रीमंताचा महाल नाहीये जागा अपुरी पडायला, ही गरिबाची झोपडी आहे. आत्तापर्यंत आपण दोघं झोपलो होतो, आता तिघंजण बसून राहू पुष्कळ जागा आहे. दरवाजा उघड दाराशी आलेला माणूस निघून जाऊ दे का?'

दरवाजा उघडला. तो माणूस येऊन बसला. ही दोघं उठून बसली. तिघंही बसून गप्पागोष्टी करायला लागली. दरवाजा लोटून घेतलेला आहे. मग आणखी दोन माणसं आली आणि त्यांनी दार वाजवलं. तेव्हा जो पाहुणा आलेला होता आणि दरवाजाशीच बसला होता त्याला हसननं म्हटलं, 'मित्रा, चटकन दरवाजा उघड.' पाहुणा म्हणाला, 'काय बोलताय काय तुम्ही? इथे जागा किती कमी आहे?' तो म्हणाला, 'जागा कमी आहे? कमी असती तर तू आत कसा येऊ शकला असतास? इथे पुष्कळ जागा आहे.' पाहुणा म्हणाला, 'दिसत नाहीये का, आपण तिघं इथे कसेबसे बसलो आहोत!' हसन म्हणाला, 'आता आपण बसलोय, नंतर उभे राहू. पण ही गरिबाची झोपडी आहे, इथं जागा कधीच कमी पडणार नाही / पडत नाही.'

एक एक पाऊल

सुमारे दोनशे वर्षांपूर्वी, जपानमध्ये दोन छोट्या राज्यांमध्ये युद्ध सुरू झालं. जे लहान राज्य होतं ते भयभीत झालेलं होतं, कारण त्यांचा पराभव निश्चित होता. त्या राज्यात सैन्यबळही थोडं होतं. थोडंसं थोडं नाही, पुष्कळच थोडं होतं. म्हणजे, शत्रूपक्षाकडे दहा सैनिक तर यांच्याकडे एकच, इतकं थोडं होतं. त्या राज्याच्या सेनापतींनी युद्धावर जाणं सपशेल नाकारलं. ते म्हणाले, 'आपण हरणार हे निश्चित आहे. आपल्या सैनिकांना मृत्यूच्या तोंडी देणं एवढंच घडणार आहे, म्हणजे हे सरळसरळ मूर्खपणाचं आहे.' आता सेनापतीनींच युद्धावर जायचं नाकारल्यानंतर... त्यांचं म्हणणं होतं की, पराजय निश्चित आहे, तर आम्ही स्वत:च्या तोंडाला पराजयाचं काळं फासून घ्यायलाही तयार नाही आणि आपल्या सैनिकांना व्यर्थ मृत्युमुखी पाठवण्यासही तयार नाही. मरणापेक्षा पराजय पत्करणं योग्य ठरेल. मरूनही हरणारच आहोत, विजयाची कसलीही आशा नाही.

सम्राटालाही यावर बोलण्यासारखं काही नव्हतं. गोष्ट खरी होती, आकडे बरोबर होते. तेव्हा मग सम्राट गावात राहणाऱ्या एका फकिराकडे गेला आणि त्यानं फकिराला आपल्या सैन्याचा सेनापती बनण्याची विनंती केली. हे त्याचं वागणं त्याच्या सेनापतींना काही उलगडलं नाही. जेव्हा सेनापती युद्धावर जायला नकार देतात, तेव्हा एक फकीर – ज्याला युद्धाचा काही अनुभव नाही, जो कधी युद्धावर गेलेला नाही,

ज्यानं कधी कोणाशी युद्ध केलेलं नाही, ज्यानं कधी युद्धाच्या गोष्टी केलेल्या नाहीत – अशा एखाद्या अयोग्य माणसाला सेनापती करण्याचं प्रयोजन काय?

पण तो फकीर कबूल झाला. पुष्कळसे शहाणे, सुजाण लोक जे करायला राजी होत नाहीत ते करायला अव्यवहारी लोक कबूल होतात. जिथे समजूतदार माणसं मागे हटतात, तिथे अगदी अननुभवी माणसं पुढे होतात. तर फकीर कबूल झाला. सम्राटसुद्धा मनातून घाबरला होता, पण तरी ठीक होतं. हरायचंच असेल तर मरण पत्करून हरणंच योग्य. फकिराच्या बरोबर जायला सैनिकही खूप घाबरलेले होते – या माणसाला काहीच माहिती नाही; परंतु फकीर इतका आवेशात होता की, सैनिकांना जाणं भाग पडलं. सेनापतीही काय होतं ते पाहण्यासाठी सैनिकांच्या मागून जायला लागले.

शत्रूच्या छावणीपासून थोड्या अंतरावर एक देऊळ होतं. तिथं फकिरानं साऱ्या सैनिकांना थांबवलं. म्हणाला, 'जाण्यापूर्वी देवाला निदान एवढं सांगू या की, लढाईवर जातो आहोत आणि त्याचा कौल काय आहे तेही विचारून पाहू, हरणारच असलो तर परत जाऊ. जिंकणार असलो तर उत्तमच!'

सैनिक मोठ्या आशेनं देवळाबाहेर उभे राहिले. त्या माणसानं हात जोडून डोळे मिटून देवाची प्रार्थना केली. मग खिशातून एक रुपया काढून तो देवाला उद्देशून म्हणाला, 'मी हा रुपया हवेत उडवतो. जर छाप पडला तर आम्ही समजू की, आम्ही जिंकणार आणि मग पुढे लढाईवर जाऊ आणि काटा पडला, तर आम्ही समजू की, आम्ही हरणार आहोत; तर मग आम्ही मागे फिरू आणि राजालाही समजावून सांगू की, आम्हाला व्यर्थ मरणाच्या खाईत लोटू नकोस, आपला पराभव निश्चित आहे – देवानंच असा कौल दिला आहे.'

सैनिक लक्षपूर्वक पाहायला लागले. त्यानं रुपया उडवला. चमकत्या उन्हात रुपया चमकला आणि खाली पडला. छाप पडला होता. त्यानं सैनिकांना सांगितलं, 'बस, आता काळजीच सोडा. तुम्ही हरू शकाल ही कल्पनाच मनातून काढून टाका. आता या भूमीवर कोणीही तुमचा पराभव करू शकणार नाही. रुपयाचा कौल त्यांच्या बाजूचा पडला होता. देव बरोबर साथीला होता. सैनिक युद्धाला भिडले. सात दिवसांत त्यांनी शत्रूचा पराभव केला. विजयी होऊन ते परत येत होते, तेव्हा त्या देवळाजवळ फकिरानं त्यांना म्हटलं, 'आता देवाचे आभार तरी मानू या.'

सारे सैनिक थांबले. सर्वांनी हात जोडले. देवाची प्रार्थना केली आणि म्हटलं, 'देवा, आम्ही तुझे आभारी आहोत. कारण तू जर जिंकण्याचा कौल दिला नसतास तर आम्ही हरलोच होतो. तुझ्या कृपेमुळे आणि तुझ्या कौलामुळे आम्ही जिंकलो.'

फकीर म्हणाला, 'देवाचे आभार मानण्यापूर्वी माझ्या खिशातलं नाणं नीट तपासून पाहा.' त्यानं नाणं काढून दाखवलं. नाण्याच्या दोन्ही बाजूंना छापच होता.

काटा नव्हताच. खोटं नाणं होतं ते, दोन्ही बाजूला छाप असलेलं, ते काटा दाखवूच शकत नव्हतं.

तो म्हणाला, 'देवाला धन्यवाद देऊ नका. तुम्ही विजयाच्या आशेनं प्रेरित झालात, म्हणून जिंकलात. तुम्ही हरूही शकला असतात. कारण तुम्ही निराश झाला होता आणि हरण्याच्या कल्पनेनं घाबरलेले होतात. तुम्हाला आपण हरणार याची खातरी होती.

आपण जिंकणार या कल्पनेनं भारलेले आहोत की हरणार या कल्पनेनं घाबरलेले आहोत, यावरच आयुष्यातल्या सर्व कामांची सफलता अवलंबून असते. थोडंसं सामर्थ्य आणि प्रचंड आशा असलेले लोक इतकं काही करू शकतात की, जे प्रचंड सामर्थ्य आहे. पण निराशेनं भारलेले असे लोक काही करू शकत नाहीत. सामर्थ्य महत्त्वाचं नाही. सामर्थ्य हे खरं धन नाही. खरी संपत्ती म्हणजे आशा – आणि ही खातरी की, जे काम व्हायला हवं आहे ते होणार आणि ते करण्यात आम्ही कसलीही कुचराई करणार नाही.

काही थोड्या लोकांना एक कोटी म्हणजे खूप मोठी संख्या वाटते. ज्यांची साधनं मर्यादित असतात, त्या मित्रांना खूप मोठी वाटू शकते. ही संख्या एवढी मोठी वाटते याचं कारण असं की, आपण एक कोटी ही संख्या एकदम मोजतो. एक कोटी खरोखरच खूप मोठी संख्या आहे.

मला एक गोष्ट आठवते. एका गावाच्या जवळ एक सुंदर पर्वत होता. त्या सुंदर पर्वतावर एक मंदिर होतं. हा पर्वत गावापासून फक्त दहा मैलांवर होता आणि ते मंदिर गावातूनही दृष्टीला पडायचं. लांबलांबच्या प्रदेशातून लोक मंदिराचं दर्शन घ्यायला आणि तो पर्वत पाहायला यायचे. त्या गावात एक तरुण होता. तोही म्हणायचा, मलाही एकदा ते मंदिर बघून यायचं आहे. पण जवळच आहे, जाता येईल केव्हाही. पण एक दिवस त्यानं निश्चयच केला की, आता थांबायचं नाही. आज रात्रीच उठून निघायचं. सकाळपासूनच उन्हाचा ताप वाढायचा. म्हणून तो रात्री दोन वाजता उठला. कंदील पेटवला आणि गावाबाहेर पडला. मिट्ट काळोखी रात्र होती, तो घाबरला. त्याच्या मनात आलं, एवढासा लहान कंदील, दोन-तीन पावलांपुरता प्रकाश पडतो आणि रस्ता तर दहा मैलांचा आहे. हा एवढा दहा मैलांचा अंधार या एवढ्याशा कंदिलानं कसा दूर होणार? एवढा काळोख, एवढा प्रचंड काळोख, जवळ हा छोटासा कंदील, त्यानं काय होणार? एवढ्या प्रकाशात आपण दहा मैल नाही चालू शकणार. सूर्य उगवण्याची वाट पाहावी हे चांगलं. तो तिथंच गावाबाहेर बसून राहिला.

योग्यच होतं. त्याचं गणितही बिनचूक होतं आणि तसं पाहायला गेलं तर बहुतेक लोकांचं गणित असंच असतं. प्रकाश पोहोचतो तीन फुटांपर्यंत आणि रस्ता आहे दहा मैल लांबीचा; करा बरं भागाकार - दहा मैल भागिले तीन फूट - आहे काही उपयोग या कंदिलाचा ? लाखो कंदील पाहिजेत तेव्हा कुठे काहीतरी होईल.

तो भेदरून जाऊन तिथं बसला होता, उजाडण्याची वाट पाहत होता. तेवढ्यात एक म्हातारा हातात एक छोटीशी दिवली घेऊन तिथून जात होता. त्यानं म्हाताऱ्याला म्हटलं, काय वेडा आहेस का? काही गणित समजतं की नाही? दहा मैलांचा रस्ता आहे, तुझ्या दिवलीचा तर पाऊलभरसुद्धा प्रकाश पडत नाही.' म्हातारा उत्तरला, 'वेड्या, एक पावलाहून अधिक कुणी चालला आहे का आजवर? आणि उजेड हजार मैलांपर्यंत पडला असला, तरी मी एकच पाऊल पुढे जाऊ शकतो ना? आणि मी एक पाऊल पुढे जातो तेव्हा प्रकाशही एक पाऊल पुढे जातो. दहा मैल काय, मी दहा हजार मैलसुद्धा जाऊ शकतो. चल ये, तू का बसून राहिला आहेस? तुझ्याजवळ तर चांगला कंदील आहे. तू एक पाऊल पुढे टाक; प्रकाश तेवढाच आणखी पुढे जाईल.'

आयुष्यात जर कुणी सगळाच हिशेब मांडू पाहील तर तिथेच बसून राहील; तिथेच घाबरून जाईल आणि तिथेच मरून जाईल. आयुष्यात एकेका पावलाचा हिशेब करणारे लोक हजारो मैल चालून जातात आणि हजारो मैलांचा हिशेब करायला बसलेले लोक एक पाऊलही पुढे टाकू शकत नाहीत, भेदरून जाऊन तिथल्या तिथंच बसून राहतात.

तर मी आपल्याला सांगेन, याची फार चिंता करू नका. खूप लांबलचक हिशेब आहे. काही काळजी नाही. एक कोटी म्हणजे पुष्कळ आहे, असा विचारच तुम्ही करू नका आणि दुर्लभजीनी म्हटलं आहे की, एक लाख रुपये देणारी शंभर माणसं शोधता नाही येणार, पण एकेक रुपया देणारी एक कोटी माणसं आजच सापडतील. एकेक लाखाचा विचार करूच नका. एकेक रुपयाचा विचार करा. एकेका पावलाचा विचार करा. दहा मैलांचा विचार कशाला करायचा?

यामध्ये तर काही फार मोठं काळजीचं कारण नाही. एकेक रुपया देणारी एक कोटी माणसं शोधणं इतकं सोपं आहे, इतकं सोपं आहे की, तुम्हाला जमत नसेल तर मला सांगा. तुम्हाला एका रुपयाचं जमत असेल तर करा; नाही तर मला सांगा. मी तेही करून टाकीन. त्यात काळजीचं काही कारण नाही. त्यात घाबरण्यासारखं काही नाही. एकेक लाख रुपयांचा मी काही वायदा करू शकत नाही. पण एक एक रुपया देणाऱ्यांचा वायदा करू शकतो, त्यात काय अवघड आहे? म्हणून हे एवढं कसं होईल अशा विचारात बुडून जाऊ नका. एवढं काही हे कठीण नाही. एवढं काही हे कठीण नाही.

आणि या देशात तर भिकाऱ्यांची मोठी परंपराच आहे. तुम्हाला जमलं नाही तर मी भिकारी होऊ शकतो, त्यात काही अवघड नाही. इथे महावीर भिकारी आहेत, इथे बुद्ध भिकारी आहेत, इथे गांधी भिकारी आहेत – इथे भिकारी होण्यात काहीच अडचण नाही. इथे तर राजा होणं फार त्रासदायक आहे. राजा होणं हे निंद्य कर्म आहे, पाप आहे इथं. इथे भिकारी होणं इतक्या आदराचं आहे की, त्याला तोड नाही.

गांधी एकदा डेहराडूनमध्ये होते. रात्री जेव्हा सभा संपली, तेव्हा त्यांनी सांगितलं की, काहीतरी दिल्याशिवाय इथून कोणी जायचं नाही, काही ना काही दिलंच पाहिजे आणि ते दोन्ही हात पसरून गर्दीत शिरले. म्हणाले, ''ज्याच्या समोर माझा हात जाईल त्यानं काही ना काही दिलं पाहिजे.'' मग ज्याच्या जवळ जे काही होतं, जे काही देण्यासारखं होतं, ते त्यानं दिलं. हात भरून गेला की, गांधी तसाच जमिनीवर मोकळा करायचे आणि पुन्हा रिकामा हात पुढे करायचे आणि बजावायचे, ही जी माझी संपत्ती खाली पडली आहे तिच्यावर लक्ष ठेवा; काही गडबड, इकडे तिकडे होता कामा नये. त्या गर्दीत त्यांनी अनेक वेळा हात भरून घेतला आणि जमिनीवर सांडू दिला. नंतर ते स्वत: तिथून निघून गेले. पण कार्यकर्त्यांना सांगून गेले की, सगळं नीट गोळा करून घेऊन या.

महावीर त्यागी त्या कार्यकर्त्यांमध्ये होते. त्यांनी सगळं नीट शोधून, धुंडाळून आणलं. पुष्कळ रुपये होते, खूप दागिने होते; सगळं शोधून एकत्र करेपर्यंत रात्रीचा एक वाजला. एवढ्या गर्दीत जमिनीवर टाकलेलं सगळं लोकांच्या पायाखाली इकडे तिकडे होऊन गेलं होतं. रात्री सर्व हिशेब दिला, इतके हजार रुपये आहेत, हे-हे इतकं-इतकं आहे.

त्यात एकच कर्णफुल होतं. गांधींनी विचारलं, दुसरं कर्णफुल कुठे आहे? कोणीही बाई मला आपलं एकच कर्णफुल देईल, असं तुम्हाला वाटलं तरी कसं? तुम्ही परत जा. दुसरं कर्णफुल असलंच पाहिजे, कारण मी मागायला उभा राहिलो तर या देशात अशी स्त्री असेल का कुणी, जी मला एका कानातली कुडी देईल आणि दुसरी कुडी घरी घेऊन जाईल? हे होणारच नाही. यात चूक तुमचीच आहे, जा तुम्ही. दुसरी कुडी तिथे असलीच पाहिजे.

नंतर महावीर त्यागींनी सांगितलं, आम्ही सगळे इतके घाबरून गेलो, हा म्हातारा आहे तरी कसला? एक तर सगळं तिथंच टाकून दिलं, इतकी सगळी कटकट उभी केली आणि आता आम्ही इतक्या रात्रीचं शोधून आणलं तर म्हणतो, एक कुडी कमी आहे. गेलो परत. चक्रावूनच गेलो – एक कुडीच नव्हे तर आणखी काही दागिने सापडले. ती कुडी तर मिळालीच. गांधी म्हणाले, ''मी मागायला जाईन आणि कोणी मला एकच कुडी देईल हे मी मानूच शकत नाही, दोन्ही देईल

म्हणून तर ती कुडी कमी होती. हे तुम्ही आणखी घेऊन आलात, उद्या सकाळी आणखी नीट बघा; अजून काहीतरी...''

तर ज्या देशात मागणाऱ्यांची मोठी परंपरा असेल आणि या देशाची मोठी गंमत आहे. इथे मागणारा देणाऱ्याहून लहान ठरत नाही, मागणारा देणाऱ्यापेक्षा मोठाच राहतो आणि मागणारा देणाऱ्याचे आभार मानत नाही की, मला एवढं एवढं दिल्याबद्दल मी तुमचा आभारी आहे. देणाराच आभार मानतो की, मी दिलं ते आपण स्वीकारलंत, नाहीतर मी काय केलं असतं?

मी जयपूरमध्ये होतो, काल रात्रीच बोलत होतो. एका वृद्ध गृहस्थानं येऊन नोटांची पुष्कळ बंडलं ठेवली आणि नमस्कार केला. मी म्हटलं, मी नमस्कार घेतो आणि पैशाची काही आत्ता जरुरी नाही, जरूर पडेल आणि मागायला बाहेर पडेन तेव्हा तुमच्याकडून मागून घेईन. आत्ता पैसे ठेवून घ्या, मला काही जरूर नाही.

मी सहजच हे बोलून गेलो खरा, पण पाहतो तर त्या वृद्ध गृहस्थांच्या डोळ्यांत पाणी उभं राहिलेलं. सत्तर वर्षांचे वृद्ध गृहस्थ होते. म्हणाले, 'हे काय बोलता तुम्ही? तुम्हाला जरूर आहे म्हणून मी थोडेच दिलेत हे पैसे! माझ्याकडे आहेत, त्याचं मी काय करू? चांगल्या लोकांना देतो म्हणजे त्याचा चांगला उपयोग तरी होईल. मी तर या पैशाचं काही करू शकत नाही. तुम्हाला जरूर आहे म्हणून मी दिलेलेच नाहीत; म्हणून तुम्हाला जरूर आहे की नाही याचा प्रश्नच येत नाही. माझ्याकडे आहेत त्यांचं मी काय करू? देणं मला जरुरीचं आहे आणि मी चांगल्या लोकांना देतो की, त्याचं काहीतरी चांगलं व्हावं.'

मग तो वृद्ध गृहस्थ म्हणाला, 'तुम्ही हे स्वीकारायला नकार देऊन मला किती दुःख देता आहात याची तुम्हाला कल्पना नाही. मी इतका गरीब माणूस आहे की, माझ्याजवळ पैशाशिवाय दुसरं काही नाहीच; त्यामुळे कुणी पैसे घ्यायला नकार दिला की, माझी फार पंचाईत होते - की आता मी काय करू? माझ्या मनात काही करावं असं येतं, तर माझ्याकडे पैशाशिवाय दुसरं काहीच नाही. तर आपण याला नकार देऊ नका. आपल्याला हवं तर ते फेकून द्या. नाहीतर त्याला काडी लावा, पण मी तुम्हाला नकार देऊ देणार नाही. कारण तुम्हाला द्यायला माझ्याजवळ दुसरं काही नाहीच - आणि देण्याचा विचार तर माझ्या मनात आलेला आहे. आपण कृपा करा आणि हे घ्या.'

म्हणून म्हणतो, पैशाविषयी फार चिंता करू नका. ज्या दिवशी तुम्हाला वाटेल की, आपल्याला पैशाची जरूर आहे आणि ते आपल्याकडून होत नाही. तेव्हा मला नुसतं सांगा, पैशाची सोय होऊन जाईल. पैशाची फारशी काळजी नाही. मी मागत नाही ही गोष्ट वेगळी. पण ज्या दिवशी मागेन त्या दिवशी पैसा! पैशाइतकी स्वस्त वस्तू जगात दुसरी कोणतीच नाही, कोणीही देऊन टाकील. पैसा

देण्याच्या बाबतीत कोणीही माणूस इतका कमजोर नसतो की, जो पैसा देणार नाही. माणूस तर हृदय देतो, प्राण देतो; पैशात एवढं मोठं काय आहे? म्हणून त्याच्याबद्दल इतकी चिंता करू नका आणि हिमतीनं कामाला लागाल, तर तुम्हाला कळून येईल की, पैसा आपणच आपलं काम करून घेतो. आपणच आपलं काम करून घेत आला आहे.

आता ठिकठिकाणी – कितीतरी लोक येऊन सांगतात की, आम्हाला दहा हजार रुपये गुंतवायचे आहेत. मी त्यांना काय सांगू? कुठे गुंतवावेत? मला तर काहीच जरूर नाही, आता मी कुठे घेऊन जाऊ? या पैशाचं मी काय करू? तर ते म्हणतात, 'कधी तरी जरूर पडेल ना, कधी तरी तो काही कामास येईल ना!'

लोकहो, आपल्या मनात आलं असेल, देऊ इच्छित नाहीत म्हणून देत नाहीत. तुम्हाला आश्चर्य वाटेल, माझा अनुभव असा आहे की, 'पैसा देतो' असं कसं म्हणावं अशा संकोचानं लोक वागत असतात. माझा स्वतःचा अनुभव आहे की, कसं सांगावं, कोणत्या तोंडानं सांगावं असा संकोच लोकांना वाटत असतो. पैशासारखी सडकी वस्तू देण्यासाठी कोणत्या तोंडानं सांगावं की, आम्ही पैसे देऊ इच्छितो? ज्या दिवशी त्यांना उमजेल की, जरूर पडेल तेव्हा पैसा वाहत येतो, काही अडचण येत नाही. त्याची काळजी करण्याचं काही कारण नाही, त्याची खूप काळजी करत बसलं, तर त्याच्याइतकी व्यर्थ दुसरी गोष्ट नाही. पण चिंता निर्माण होते. याचं कारण असं आहे की, तुम्ही लाखालाखाचे हिशेब मांडता. ज्या माणसाजवळ लाख रुपये असतात त्याची पैसे सोडण्याची ताकद तेवढीच कमी असते. ज्याच्याजवळ एक रुपया असतो त्याची सोडण्याची ताकद खूप असते.

एक फकीर होता, मुसलमान फकीर, हसन! तो एका लहानशा झोपडीत राहायचा. ती झोपडी इतकी लहान होती की, हसन आणि त्याची पत्नी एवढी दोघंच तिच्यात झोपू शकायची. रात्री झोपली होती दोघं. पावसाळी रात्र होती. अंधारी रात्र होती. अर्ध्या रात्री कोणा माणसानं येऊन दार ठोठावलं. हसननं आपल्या पत्नीला सांगितलं, दरवाजा उघड. कोणी तरी वाट चुकलेला वाटसरू दिसतो आहे. त्याची पत्नी म्हणाली, 'आपल्या झोपडीत जागा कुठे आहे. तिसऱ्या माणसाला, दिसत नाही का?'

फकीर म्हणाला, 'वेडे जागा कमी पडायला हा काय कोणा श्रीमंताचा महाल आहे का, ही तर एका गरिबाची झोपडी आहे. श्रीमंतांचे महाल छोटे असतात. गरिबाची झोपडी चांगली मोठी असते. हा काही एखाद्या श्रीमंताचा महाल नाही, जागा अपुरी पडायला. ही गरिबाची झोपडी आहे. आत्तापर्यंत आपण दोघं झोपलो होतो, आता तिघंजण बसून राहू. पुष्कळ जागा आहे. दरवाजा उघड. दाराशी आलेला माणूस निघून जाऊ दे का?'

दरवाजा उघडला. तो माणूस आत येऊन बसला. ही दोघं उठून बसली. तिघंही बसून गप्पागोष्टी करायला लागली. दरवाजा लोटून घेतला. मग आणखी दोन माणसं आली आणि त्यांनी दार वाजवलं. तेव्हा जो पाहुणा आलेला होता आणि दरवाजाशीच बसला होता त्याला हसननं म्हटलं, 'मित्रा, चटकन दरवाजा उघड.' पाहुणा म्हणाला, 'काय बोलता काय तुम्ही? इथे जागा किती कमी आहे?' तो म्हणाला, 'जागा कमी आहे? कमी असती तर तू आत कसा येऊ शकला असतास? इथे पुष्कळ जागा आहे.' पाहुणा म्हणाला, 'दिसत नाही का, आपण तिघं इथे कसेबसे बसलो आहोत!' हसन म्हणाला, 'आता आपण बसलो आहोत, नंतर उभे राहू. पण ही गरिबाची झोपडी आहे, इथं जागा कधीच कमी पडणार नाही/ पडत नाही.'

दरवाजा उघडावा लागला. ते दोघे आत आले. पाचही जण उभं राहून गप्पा मारू लागले. तेवढ्यात एका गाढवानं, पावसात भिजलेल्या गाढवानं येऊन दार ठोठावलं. दारावर डोकं आपटलं. हसननं दाराशी उभ्या असलेल्या माणसाला सांगितलं, 'मित्रा दरवाजा उघड, कुणीतरी अतिथी आलेला आहे.' तो म्हणाला, 'कोणी अतिथी नाही, एक गाढव आहे.'

हसन म्हणाला, 'तुला ठाऊक नाही, ही गरिबाची झोपडी आहे; इथे गाढवालाही माणसासारखंच वागवलं जातं. श्रीमंतांच्या महालात माणसालासुद्धा गाढवासारखं वागवलं जातं. ही तर गरिबाची झोपडी आहे, इथे आम्ही गाढवाशीही माणसासारखं वागतो. श्रीमंतांच्या महालाची गोष्ट वेगळी आहे, तिथे तर माणसाशीही गाढवासारखं वागलं जातं. दरवाजा उघड. आता आपण दूर-दूर उभे आहोत, ते जवळ-जवळ उभे राहू. पण ही गरिबाची झोपडी अपुरी नाही पडू शकत. फारच जरूर पडली, तर मी वेगळा होईन, पत्नी माझी बाहेर जाईल. पण जेवढं शक्य आहे तेवढं आम्ही या झोपडीला मोठं करत राहू.'

तुम्ही लाखाचा विचार कराल तर कटकट होईल. लाखाच्या मालकाजवळ हृदय नसतंच. त्याचं हृदय अगदी लहानसं होऊन जातं. म्हणून त्याची खूप काळजी करू नका. लाखवाल्याकडे मोठं मन असेल तर तिथून लाख येतील. नाहीतर रुपयेवाल्याचं मन आत्तासुद्धा मोठं आहे, त्यात काहीच अडचण नाही. ते होऊ शकेल. आपण हिमतीनं कामाला भिडलात, तर ते पुरं होण्यात काहीच अडचण येणार नाही.

आता याहून अधिक मला काही सांगायचं नाही. रात्री आपलं म्हणणं ऐकीन आणि मग आणखी काही सांगायचं असेल तर सांगीन.

जिज्ञासा, साहस आणि इच्छा

आत्ताच तुमच्याकडे येण्यासाठी घरातून निघालो. सूर्यफुलांची तोंडं सूर्याकडे वळलेली पाहिली आणि वाटलं, मनुष्याच्या आयुष्याचं दु:ख हेच तर आहे. मनुष्याची सारी पीडा, सारा ताप यामुळेच आहे की, तो सूर्याकडे आपलं तोंड करू शकत नाही. आपण सगळे जण आयुष्यभर सत्याकडे पाठ करून उभे राहिलेलो असतो. सूर्याकडे जो पाठ करून उभं राहतो त्याची स्वत:ची सावलीच त्याचा अंधार बनून जाते. ज्याची पाठ सूर्याकडे असेल त्याची स्वत:ची छाया त्याच्यासमोर पडेल आणि त्याचा मार्ग अंधारा होऊन जाईल आणि जो सूर्याकडे तोंड करतो, त्याची सावली त्याच्या दृष्टिआड होऊन जाते आणि त्याचे डोळे आणि त्याचा रस्ता दोन्ही प्रकाशित होऊन जातात.

जगात दोन प्रकारचे लोक असतात. एका प्रकारचे लोक सूर्याकडे पाठ फिरवून उभे असतात आणि दुसऱ्या प्रकारचे जे थोडेसे लोक आहेत ते सूर्याकडे तोंड करून असतात. जे लोक सूर्याकडे पाठ फिरवून जगतात त्यांच्या आयुष्यात दु:ख, पीडा आणि मृत्यू याखेरीज दुसरं काही नसतं; त्यांचं जीवन हे केवळ एक दु:स्वप्न असतं. नावापुरतं जगत असतात ते. त्यांचा सगळा आनंद कल्पनेतच असतो. त्यांचा सगळाच्या सगळा भर आशांवरच असतो. त्यांच्या स्वत:जवळच्या गोष्टी

जवळ जवळ शून्य असतात. आणि जे लोक सूर्याकडे किंवा परमेश्वराकडे तोंड वळवून घेतात, त्यांच्या जीवनात मुळापासून क्रांती घडून येते. दुःख एवढंच आहे, जिथं आपलं तोंड असायला हवं, तिथं आपली पाठ असते.

परंतु, जे व्हायला पाहिजे ते न होणं आणि जे व्हायला नको ते घडत राहणं याला काही कारणं आहेत. त्या कारणांचा थोडासा विचार करायचा आहे. या तीन दिवसांत सूर्याकडे आपलं तोंड कसं वळेल यासंबंधीच विचार करू. कोणत्या गोष्टी आपल्याला अडवताहेत, कोणत्या गोष्टी आपल्याला बांधून घालताहेत, कोणत्या मानसिक अवस्था आहेत, ज्या आपल्याला स्वतःलाच प्राप्त करून घेण्यामध्ये, आपल्याला स्वतःलाच उपलब्ध करून घेण्यामध्ये अडथळा आणताहेत या गोष्टींवर विचार करू आणि या अडचणींना दूर कसं करायचं त्याचाही विचार करू.

या तीन दिवसांच्या चर्चेमध्ये मला तुम्हाला प्रथम जी गोष्ट सांगायची आहे, ती अशी – सत्याच्या दिशेला तोंड वळवणं, सत्याला सामोरं जाणं त्याच माणसांना, त्याच आत्म्यांना जमतं. ते ज्यांनी सर्व वादविवाद, सत्याच्या संबंधी प्रचलित असलेले सर्व ग्रंथ व मते, सत्याच्या संबंधी असलेल्या, खूप प्रचार झालेल्या संस्था, संप्रदाय आणि चर्चा या सर्वांपासून स्वतःला मुक्त करून घेतलेलं आहे. जी व्यक्ती आस्तिकता किंवा नास्तिकतेच्या बंधनात पडते, जी व्यक्ती सत्याच्या संबंधीच्या कोणताही वाद-विवाद किंवा पंथांमध्ये गुंतून पडते, ती व्यक्ती सत्याला समजून घेण्यास किंवा सत्याकडे नजर वर करून बघायलाही असमर्थ ठरते.

ही सर्वांत महत्त्वाची गोष्ट आहे. कारण आजच्या घटकेला या धरतीवर साधारण तीनशे पंथ आहेत आणि तीनशे विचारप्रणाली सत्याच्या संबंधातलं प्रतिपादन करणाऱ्या आहेत. सुमारे तीनशे संप्रदाय असं म्हणणारे आहेत की, ते सांगताहेत तेवढंच सत्य आहे. उरलेले लोक जे सांगतात ते सत्य नाही. यांचे दावे, यांचे विरोध, यांचे वाद-विवाद यांनी जगातल्या लोकांचे अनेक तुकडे - खंड - विखंड पाडले आहेत. परत यांच्यापैकी कोणतीही विचारसरणी एखाद्याने मान्य केली की, ती स्वीकार करताक्षणी त्याच्या चित्तावर बंधन पडतं, चित्त (मन) सीमित होऊन जातं आणि असीम सत्याकडे नजर उचलून पाहणं अशक्य होऊन बसतं.

आपणही कोणता ना कोणता पंथ, कोणता ना कोणता धर्म, कोणत्या ना कोणत्या संप्रदायाची बाजू घेऊन उभे राहाल. आपणही एखाद्या मंदिराचे नाहीतर चर्चचे अनुयायी असाल. आपणही लहानपणी दुसऱ्या कोणीतरी शिकवलेल्या गोष्टी स्वीकारलेल्या असतील – समाजाने, संप्रदायाने आपल्या डोक्यात भरवून दिल्या असतील, तर मग आपण ध्यानात ठेवा, जर आपण कोणत्याही प्रकारानं कोणत्या तरी एका पक्षाशी बांधलेले असाल, तर काहीही झालं तरी आपल्याला सत्याचा अनुभव प्राप्त होणार नाही.

ज्या सत्याची कोणतीही धारणा असणं अशक्य आहे, त्या सत्याचं ज्ञान प्राप्त करून घेण्याचं सामर्थ्य ज्या व्यक्तीनं स्वत:ला एखाद्या धारणेमध्ये बांधून घेतलं आहे तिला कसं प्राप्त होईल? जो स्वत:ला किनाऱ्याशी बांधून घेतो, त्याला सर्व किनारे सोडून देऊनच ज्या सागरात जावं लागतं, तिथं जाण्याची ताकद कशी प्राप्त होईल? निष्पक्ष झाल्याशिवाय कोणीही सत्याच्या पक्षात जाऊ शकत नाही. मनुष्याच्या जिज्ञासेच्या स्वातंत्र्यामधली सर्वांत मोठी अडचण म्हणजे त्याचे हे परंपरांनी स्वीकारलेले, बहुचर्चित, प्रचलित असे वाद-विवाद, शास्त्र आणि शब्द त्याला थांबवतात. विचार आणि विचारधारा बंधन बनून जातात – इथं तर मनाला मुक्त सोडलं पाहिजे. मनावर कोणतंही बंधन, कोणतंही कलम केलेलं असता कामा नये.

जर डोळ्यांमध्ये कसली चित्रं भरलेली असतील, तर मी तुम्हाला पाहू शकणार नाही आणि आरशानं जर त्यात पडलेलं प्रतिबिंब धरून ठेवलं, तर तो दुसरं कोणतंही प्रतिबिंब पडू देण्यास असमर्थ ठरेल. जो समाज काही न समजून घेता, सत्य न समजून घेता मान्य करून टाकतो, तो सत्याचं फलित देण्यास व सत्याचं प्रतिबिंब दाखवण्यास असमर्थ ठरतो. चित्र अतिशय निर्दोष, निष्पक्ष आणि स्वच्छ असणं आवश्यक आहे. याच अवस्थेत नजर वर उचलली जाऊ शकते आणि याच अवस्थेत चित्राची गती आणि चेतनेची नौका आनंद-सागराच्या दिशेनं जाऊ शकते.

पहिली गोष्ट अशी आहे. जिज्ञासा मुक्त आणि स्वतंत्र असावी. या काळात पृथ्वीवर फार थोडे लोक असे आहेत, ज्यांची जिज्ञासा स्वतंत्र आणि मुक्त आहे.

मी एक लहानशी गोष्ट ऐकली – आहे काल्पनिकच, पण विचार करण्यासारखी आहे. कदाचित काही उपयोग होईल तिचा. मी असं ऐकलं आहे, एका मुसलमान सुफी फकिरानं एका रात्री स्वप्नात पाहिलं की, तो स्वर्गात पोहोचला आहे. त्याला असंही दिसलं, स्वर्गात कसलासा खूप मोठा उत्सव चालू आहे. सगळे रस्ते सजवलेले आहेत, खूप दिवे पेटवलेले आहेत. रस्त्यांच्या बाजूंनी फुलांची सजावट केलेली आहे. सारे मार्ग, सारे महाल प्रकाशानं लखलखलेले आहेत. फकिरानं येणाऱ्या-जाणाऱ्यांना विचारलं, ‘आज काय आहे? काही समारंभ आहे का?’ त्याला कळलं की, आज भगवानाचा जन्मदिन आहे आणि त्याची मिरवणूक निघणार आहे. तो एका झाडाजवळ जाऊन उभा राहिला.

लाखो लोकांची प्रचंड मोठी अशी शोभायात्रा निघालेली आहे. प्रारंभीच एका घोड्यावर एक अत्यंत प्रतिभाशाली पुरुष बसला आहे. त्यानं लोकांना विचारलं, ‘हा इतका तेज:पुंज माणूस कोण आहे?’ कळलं की, हा येशू ख्रिस्त आहे आणि त्याच्या मागे त्याचे अनुयायी आहेत – लाखो-करोडो अनुयायी आहेत. ते पुढे गेल्यानंतर तशाच एका दुसऱ्या व्यक्तीची शोभायात्रा तिथं पोहोचली, त्यानं पुन्हा विचारलं, ‘हे कोण आहेत?’ कळलं की, हे हजरत मोहम्मद आहेत. त्यांच्याही

मागे तसेच लाखो-करोडो अनुयायी आहेत. मग बुद्ध आले, महावीर आले, झरतुष्ट्र आले, कन्फ्युशियस आले आणि सर्वांच्या मागे कोटी-कोटी लोक आहेत. जेव्हा सगळी शोभायात्रा पुढे निघून गेली, तेव्हा अगदी शेवटी एक अतिशय वृद्ध, दुबळा, हीनदीन असा माणूस म्हाताऱ्या घोड्यावरून येताना दिसला. त्याच्या मागे कोणीही नव्हतं. त्यानं विचारलं, 'हा कोण आहे?' उत्तर मिळालं, हे स्वत: परमात्मा आहेत. घाबरून जाऊन तो झोपेतून जागा झाला.

हे काही फक्त स्वप्नातलं सत्य नाही, हे आज साऱ्या पृथ्वीवर घडत असलेलं सत्य आहे. लोक ख्रिस्ताबरोबर आहेत, बुद्धाबरोबर आहेत, रामाबरोबर आहेत, कृष्णाबरोबर आहेत, परमात्म्याबरोबर मात्र कोणीही नाही. ज्याला परमात्म्याबरोबर जायचं असेल त्याला मध्ये कोणीही मध्यस्थ घेण्याची काहीही जरूर नाही आणि जो परमात्म्याच्या बरोबर असेल त्यानं हे ध्यानात ठेवावं की, तो ख्रिस्ताबरोबरही असेलच. पण जो ख्रिस्ताबरोबर असेल तो परमात्म्याबरोबर असेलच असं मात्र नाही. जो परमात्म्याबरोबर असेल तो राम, बुद्ध, कृष्ण आणि महावीर यांच्या बरोबरही असेलच. पण जो यांच्याबरोबर असेल त्यानं ध्यानात ठेवावं की, तो परमात्म्याबरोबर असेलच असं मात्र नाही.

आणि शिवाय हेही ध्यानात ठेवा की, बुद्धाच्या पक्षाचा आहे – कृष्णाच्या विरोधात आहे; जो ख्रिस्ताबरोबर आहे आणि रामाच्या विरोधात आहे; आणि जो महावीराच्या बरोबर आहे, पण कन्फ्युशियसच्या विरोधात आहे तो कधीही परमेश्वराच्या बरोबर असू शकत नाही. तो परमात्म्याच्या बरोबर आहे तो एकाच वेळी ख्रिस्त, राम, बुद्ध, महावीर यांच्याबरोबर असतो.

आपल्या मनात खूणगाठ बांधून ठेवली पाहिजे की, सत्य अनेक नसतात, सत्य एकच असू शकतं आणि हे जे एक सत्य आहे; त्याचं अनुयायी व्हायचं असेल, तर मग या सत्याच्या नावानं जे अनेक सत्यविचार प्रचलित आहेत, त्यांचा त्याग करणं अनिवार्य आहे. कोणीही मनुष्य धार्मिक होऊ इच्छित असेल, तर त्यानं प्रथम जैन, हिंदू, मुसलमान आणि ख्रिश्चन असणं सोडून दिलं पाहिजे. कोणत्याही माणसाला धार्मिक होण्याआधी त्या धर्माच्या नावानं जे पंथ प्रचलित आहेत, त्या सगळ्यांपासून थोडं लांब गेलं पाहिजे. त्यांच्यापासून जितकं दूर जाता येईल, तितकं धर्माच्या निकट जाऊन पोहोचू आणि त्यांच्या बंधनांनी जखडले जाऊ तितकं धर्मापासून दूर जाऊ हे साहजिकच आहे. पण हे आणखी एका कारणानंही साहजिक आहे – आपण दुसऱ्यांकडून ज्या सत्याचा स्वीकार करतो, ते आपलं सत्य असू शकत नाही.

सत्याच्या संबंधांतल्या काही गोष्टींपैकी सर्वांत महत्त्वाची गोष्ट अशी की, स्वानुभवाचं असलं तरच ते सत्य असतं, दुसऱ्याच्या अनुभवाचं असेल तर ते

असत्य होऊन जातं. कोणीही दुसरा माणूस तिसऱ्याला सत्य देऊ शकत नाही. सत्य म्हणजे काही संपत्ती नाही – जी हस्तांतरित होऊ शकेल किंवा ट्रान्सफर होऊ शकेल. सत्य ही एकमेव अशी संपत्ती आहे की, जी स्वत:च मिळवावी लागते, त्याला दुसरा कोणताही मार्ग नाही.

खूप प्राचीन काळी एका राज्यात एका युवकाच्या अतिशय शौर्याच्या कार्यांनी, निधडेपणानं केलेल्या कृत्यांनी राज्याचा सम्राट अतिशय प्रसन्न झाला आणि म्हणाला, ''या राज्यातलं सर्वोच्च मानाचं असं जे पद आहे, ते मी त्याला देईन आणि सर्वोच्च मानाची जी पदवी आहे, तीही त्याला अर्पण करीन.''

अशी घटना त्या राज्यात तीनशे वर्षांत प्रथमच घडत होती. त्या तरुणाला खूप आनंद व्हायला हवा होता. पण लोकांनी राजाला सांगितलं की, ''तरुण आनंदित झालेला नाही.'' राजानं त्याला बोलावलं आणि विचारलं, ''तीनशे वर्षांत हा सन्मान कुणालाही मिळालेला नाही. तो राज्यातला सर्वोच्च सन्मान मी तुला देतो आहे, पण तू प्रसन्न नाहीस असं ऐकतो आहे.''

तरुण म्हणाला, ''मला पैसा नको, मला पद नको, मला यश आणि गौरव नको. मला दुसरंच काही तरी हवं आहे. राजानं जर ते मला दिलं, तर मी कृतकृत्य होऊन जाईन.'' राजा म्हणाला, ''जे मागशील ते देईन; साऱ्या राज्याची शक्ती खर्ची घालावी लागली तरी हरकत नाही.''

तरुण म्हणाला, ''मला सत्य हवं आहे.'' राजा क्षणभर गप्प राहिला. मग म्हणाला, ''मला क्षमा कर, जे माझ्याजवळ नाही ते मी कसं देणार? मला स्वत:लाच अजून सत्य सापडलेलं नाही आणि माझ्या साऱ्या राज्याची शक्ती आणि संपत्ती ते विकत घेऊ शकणार नाही. कारण जर राज्याची शक्ती आणि संपत्ती सत्य विकत घेऊ शकत असती, तर ज्यांनी सत्याच्या प्राप्तीसाठी राज्यत्याग केला, ते मूर्ख होते. कारण जर संपत्ती सत्याला विकत घेऊ शकली, तर त्यांनी संपत्तीला लाथ मारली असती आणि सत्याचा शोध घेतला, हा वेडेपणा झाला. कारण सत्य जर खरोखर कोणाकडे मागितल्यानं मिळत असतं; तर ज्यांनी तपस्या केली, साधना केली त्यांनी चूकच केली.''

''ज्ञान मागायचं नाही. तर त्यानं असं सांगितलं की, सत्य कोणी देऊ शकेल असं काही मला दिसत नाही. शिवाय माझ्या जवळ मुळात सत्य नाहीच, तर मी ते कसं देऊ शकेन? हां! पण मी असं ऐकलं आहे की, पर्वतावर एक संन्यासी राहतो, त्याच्याजवळ सत्य आहे. त्याच्या चरणांवर मस्तक ठेवून मी तुझ्यासाठी प्रार्थना करीन.''

पर्वतावर राजा त्या तरुणाला बरोबर घेऊन गेला. त्याच्या चरणांवर डोकं ठेवून त्यानं प्रार्थना केली की, ''याला मी वरदान दिलं आहे की, तो जे मागेल ते त्याला

मी देईन. पण त्यानं सत्य मागितलं आणि ते तर माझ्याजवळ नाही. मी आपल्याकडे आलो आहे, याला सत्य देऊन टाका.'' राजा जसा गप्प झाला होता, तसाच तो संन्यासीही गप्प झाला. मग तो म्हणाला, ''सत्य हे एकमेव तत्त्व असं आहे की, जे कुणी कुणाला देऊ शकत नाही. ज्या दिवशी सत्य असं देता येईल, त्या दिवशी सत्य सत्य राहणार नाही.''

सत्य दिलं जात नाही, ते प्राप्त करून घ्यावं लागतं. पण आपण सत्याच्या ज्या कल्पनांना कवटाळून बसतो त्या प्राप्त करून घेतलेल्या नसतात, तर दिलेल्या असतात. आज तुम्ही जो धर्म स्वीकारलेला आहे, तो तुम्हाला प्राप्त झालेला नाही. तर तुम्ही स्वीकारलेला धर्म आहे. हा धर्म परंपरेनं, माता-पित्यांनी, कुटुंबानं, संस्कारांनी तुम्हाला दिलेला आहे. जे काही 'दिलेलं' असतं ते सत्य असूच शकत नाही. बहुतेक लोक या अशा दिल्या गेलेल्या सत्यालाच सत्य मानून जीवन व्यतीत करीत राहतात आणि याहून मोठी फसवणूक दुसरी कोणतीही असू शकत नाही.

लक्षात ठेवा, जे काही तुम्हाला परत दिलं गेलेलं आहे ते सत्य असू शकत नाही. सत्याची प्राप्ती करून घेण्याच्या मार्गातलं पहिलं पाऊल म्हणजे जे दिलं गेलं आहे ते नाकारणं. जर नास्तिकता दिली गेली असेल, तर नास्तिकतेचा त्याग करा, जर आस्तिकता दिली गेली असेल तर आस्तिकता नाकारा.

सोविएत रशियामध्ये वीस कोटी लोक आहेत. चाळीस वर्षे त्यांच्या देशात नास्तिकता शिकवली जाते आहे. शिक्षणाच्या प्रचाराच्या, साहित्याच्या द्वारा ते आपल्या तरुण पिढीला शिकवताहेत की, ना कुणी ईश्वर आहे, ना कुणी परमात्मा आहे आणि ना कुणी आत्मा आहे. मोक्ष आणि धर्म वगैरे सर्व अफूची नशा आहे. चाळीस वर्षांत त्यांनी वीस कोटी लोकांना हे पढवलं आहे की, धर्म ही अफूची नशा आहे आणि ईश्वर वगैरे कोणी नाही. चाळीस वर्षांच्या सततच्या प्रचारामुळे वीस कोटी लोकांच्या डोक्यात हे पक्कं बसलं आहे की, नास्तिकता हे सत्य आहे आणि आस्तिकता हा मूर्खपणा आहे.

तुम्ही म्हणाल, त्यांचा दृष्टिकोन चुकीचा आहे. मी म्हणेन, तुमचा दृष्टिकोनही चुकीचा आहे. चाळीस वर्षांच्या प्रचारामुळे जर नास्तिकता पक्की बसू शकते, तर मग तुमची जी आस्तिकता आहे, तीही चार हजार वर्षांच्या प्रचारामुळे पक्की झालेली असू शकते. त्यांची नास्तिकता जितकी पोकळ आहे; त्याहून जास्त दर्जाची तुमची आस्तिकता असू शकत नाही, तीही तितकीच पोकळ आहे; म्हणूनच तुम्ही सांगण्यापुरते आस्तिक असाल, धार्मिक असाल, मंदिरावर, पूजापाठावर निष्ठा ठेवत असाल आणि तरीही तुमच्या जीवनात धर्माचा एक किरणही दृष्टीस पडत नाही. दुसऱ्यानं दिलेला धर्म कधीही जिवंत नसतो याचं कारणही हेच आहे. तो कधीही आपल्या प्राणांमधलं चैतन्य बनू शकत नाही. तो धर्म म्हणजे केवळ आपली

बौद्धिक निष्ठा आणि आस्था एवढंच असतो.

जिज्ञासा स्वतंत्र असली पाहिजे. कशापासून स्वतंत्र? जीवनापासून, संस्कारापासून, संप्रदायापासून स्वतंत्र असली पाहिजे. जो संस्कारांनी बांधलेला आहे, समाज आणि संप्रदायांनी बंदिस्त केलेला आहे आणि जो संस्कारांनी घेरलेला आहे, त्याचे पाय नेहमीच जमिनीत गाडलेले राहतात. तो आकाशात उडू शकत नाही. त्याच्या नौकेच्या साखळ्या किनाऱ्याला बांधून ठेवलेल्या आहेत. तो आनंदसागरात प्रवास करू शकत नाही.

पण काही जण समाजाला सोडून, पळून जाऊन संन्यासी होतात. ज्यांनी समाजाचा त्याग केला आहे, घरदार सगळं सोडून दिलं आहे, अशा शेकडो संन्याशांना मी अगदी जवळून ओळखतो. या संन्याशांना मी जेव्हा भेटतो, तेव्हा त्यांना सांगतो की, जोवर समाजानं केलेले संस्कार तुमच्या मनात पक्के बसलेले आहेत तोवर तुम्ही समाजातच असता, तेव्हा समाज सोडून पळून जाण्यानं काहीही साध्य होणार नाही. आई-वडिलांनी ज्या श्रद्धा, जे विश्वास तुम्हाला दिले आहेत, ते तुमच्या मनात शिल्लक आहेत तोवर तुम्ही त्यांच्याबरोबरच असता, आई-वडील, घरदार सोडून पळून जाण्यानं काहीच होत नाही.

समाज आणि संस्कार सोडून देणं याचा अर्थ गाव सोडून जंगलात निघून जाणं हा नाही, समाजाला सोडणं याचा अर्थ आहे, समाजानं केलेले संस्कार सोडून देणं. हे फार धाडसाचं काम आहे. या जगात जिज्ञासा ही सर्वांत अधिक धाडसाची गोष्ट आहे. चौकशी करणं, प्रश्न विचारणं ही या जगातली सगळ्यात धाडसाची गोष्ट आहे. समाजानं केलेले संस्कार सोडून देणं ही सर्वांत कठीण गोष्ट आहे. आई-वडिलांना सोडून देणं इतकं कठीण नाही किंवा समाज सोडून पळून जाणंही इतकं कठीण नाही. का? कारण भीती असते एकटं पडण्याची. समाजामध्ये, गर्दीमध्ये आपण एकटे बसतो, हजारो लोक आपल्याबरोबर असतात. त्यांच्या गर्दीमुळेच तर आपल्याला खातरी वाटते की, इतके लोक या गोष्टीला मानताहेत; म्हणजे ती नक्कीच खरी असणार. हा गर्दीनं दिलेला विश्वास असतो. मूर्खासारख्या गोष्टींबद्दल ही गर्दी खातरी देऊ शकते. एकटा असेल तर एखादा माणूस जे काम करायला कधीही तयार होणार नाही, अशी कामं गर्दीकडून करवून घेता येतात.

जगात जेवढी म्हणून महापापं झाली आहेत, ती सगळी जमावाच्या हातून घडलेली आहेत; एकट्यादुकट्या व्यक्तीच्या हातून घडलेली नाहीत आणि जमावाच्या हातून ही पापं घडतात. कारण जमावाला वाटतं – जे आपल्याला सांगितलं जातं आहे ते योग्यच असणार. इतके लोक एकत्र झाले आहेत, ते काय सगळे अडाणी असतील का? एखादा धर्म म्हणेल की, हे धर्मयुद्ध आहे; आपल्याला धर्माचा प्रचार करायचा आहे, जगाला धर्म शिकवायचा आहे, म्हणून आपण या देशावर हल्ला

चढवायचा आहे. जर एकट्या माणसाला सांगण्यात आलं की, धर्माचा प्रचार करण्यासाठी हजारो लोकांची हत्या करावी लागेल, तर तो नक्कीच थबकेल, विचार करेल. पण जेव्हा लाखो लोक आपल्यासमोर आहेत असं तो पाहतो; तेव्हा सगळी काळजी, सगळा विचार सोडूनच देतो, त्याला वाटतं, इतके सगळे लोक सोबत आहेत म्हणजे हे बरोबरच आहे – जे सांगताहेत ते योग्यच असणार. म्हणूनच तर गर्दीतून वेगळं होण्याची भीती वाटते. गर्दीतून, जमावातून वेगळं होणं याचा अर्थ आहे, आपल्या संपूर्ण जीवनविषयक दृष्टिकोनाचा पुनर्विचार करणं. म्हणूनच तर सगळे जण गर्दीला चिकटून राहतात. प्रत्येक जण जमावाला चिकटून राहतो.

पण लक्षात ठेवा, जो एकटा व्हायला तयार नसतो, जो जमावाला सोडायला तयार नसतो, त्यानं सत्याच्या संबंधी विचार करणं सोडूनच द्यावं. त्यांचा सत्याशी कधी संबंध येणारच नाही. सत्याचा मार्ग फार एकाकी असतो. लोकांना वाटतं, एकटं होणं म्हणजे डोंगरात निघून जाणं. लोकांना वाटतं, एकटं होणं म्हणजे घरदार सोडून देणं.

एकटं होणं याचा अर्थ आहे गर्दीची संगत सोडून देणं. गर्दीतून मोकळा होईल तर माणूस एकटा होऊन जाईल. जिज्ञासा ही अतिशय धाडसाची गोष्ट आहे आणि सत्याच्या प्राप्तीची पहिली पायरी (अट) धाडस हीच आहे. ज्यांच्या अंगी धाडस नाही ते जमिनीवरच सरपटत राहणार, आकाशात उडू नाही शकणार! ज्यांच्या अंगी धाडस नाही ते दुसऱ्यांकडून उसन्या घेतलेल्या सत्याचं ओझंच वाहत राहणार, स्वत:चं सत्य नाही शोधून काढू शकणार! आणि ज्याच्याजवळ आपलं स्वत:चं सत्य नाही, अशाला जिवंत म्हणता येईल? त्या माणसाच्या जिवंतपणाला ना काही अर्थ आहे ना काही तथ्य आहे आणि आपण त्याला 'जिवंत' म्हणणंही योग्य नाही. आपलं स्वत:चं सत्य सापडलं की, जीवनात प्रकाश होऊन जातो. कारण सत्य एखाद्या दीपाप्रमाणे सारं जीवन उजळून टाकतं.

पहिलं सूत्र असं : आपल्या जिज्ञासेला वेगळं करा, आपल्या जिज्ञासेला संस्कारांपासून मुक्त करा. आपली जिज्ञासा आपली स्वत:ची करा, व्यक्तिगत करा आणि आपण व परमात्मा यांच्यामधला दुवा म्हणजे सत्य हे जाणून घ्या. यामध्ये आपलं कुटुंब, आपला संप्रदाय, आपला परिवार यांपैकी काहीही येऊ शकत नाही आणि या शृंखलांमधून चित्ताला मुक्त करण्याची पहिली पायरी हीच असते.

पहिलं सूत्र मी तुम्हाला सांगितलं की, आपल्या जिज्ञासेला मुक्त करा. दुसरी गोष्ट जी सांगितली तीही जिज्ञासेशीच संबंधित आहे आणि ती म्हणजे धाडस – धैर्य निर्माण करण्याची. आपण सारेच जण अतिशय दुर्बल आहोत, आपण सारेच जण अगदी दरिद्री आहोत आणि सगळे जण अगदी शक्तिहीन आहोत आणि हीच आपली दुर्बलता, हेच आपलं दारिद्र्य आणि आपल्यामधला धैर्याचा अभाव आपल्या

गतीला, आपल्या प्रगतीला, आपल्या ऊर्ध्वगमनाला बंदच करून टाकत असतो. आपण थोडं जरी धाडस केलं, थोडीशी शक्ती मिळवली, थोडी हिंमत करू शकलो तरी प्रगती होऊ शकेल.

आणि मला तुम्हाला हे सांगायचं आहे की, कितीही कमजोर, दुर्बल माणूस असला तरी, एक पाऊल टाकण्याचं सामर्थ्य त्याच्या अंगी नक्कीच असतं. हजार मैल चालण्याची शक्ती नसेल, हिमालय चढण्याची ताकद नसेल, पण एक पाऊल उचलण्याचं सामर्थ्य सगळ्यांच्याच अंगी असतं. थोडंसं धाडस करू शकलो तर एक पाऊल आपण निश्चितच टाकू शकतो.

दुसरं मला तुम्हाला हे सांगायचं आहे की, जो माणूस एक पाऊल उचलू शकतो, तो हिमालयावर चढू शकतो, जो एक पाऊल उचलू शकतो तो हजार मैल चालू शकतो. कारण या जगात एका पावलापेक्षा अधिक चालण्याचा प्रश्नच येत नाही. कोणीही एका पावलापेक्षा अधिक चालतही नाही. गांधीजी आपल्या प्रार्थनेमध्ये एक भजन गात असत. त्या भजनातली एक ओळ होती – 'एक पाऊल मला पुरेसं आहे. एकच पाऊल मला खूप आहे. माझी देवाजवळ एवढीच प्रार्थना आहे की, मला फक्त एक पाऊल टाकण्याची शक्ती दे. एकच पाऊल मला पुष्कळ आहे.'

एक पाऊल सगळ्यांनाच पुरेसं आहे – कारण कोणीही एका वेळी दोन पावलं टाकू शकत नाही. प्रश्न फक्त एका पावलापुरती शक्ती मिळवण्याचा आहे आणि जो जिवंत आहे त्याच्यामध्ये एवढं सामर्थ्य नक्कीच आहे, प्रश्न फक्त ते सामर्थ्य एकवटण्याचा आहे.

आपलं धाडस, आपली शक्ती विखुरलेली असते. ती आपण एकत्रित करू शकत नाही. सत्याबद्दलची जिज्ञासा ही आपली तृष्णा बनत नाही, म्हणून असं होतं का? सत्याबद्दलचं कुतूहल फक्त बौद्धिक वाद-विवादापुरतंच मर्यादित राहतं का? मला खूप लोक विचारतात की, ईश्वर आहे का? खूप लोक विचारतात की, आत्मा आहे का? जर मी त्यांना असं म्हटलं की, माझ्याबरोबर शंभर पावलं चालतात तर मी तुम्हाला उत्तर देईन तर ते मला उत्तर देतील की, आता मला वेळ नाही. जर मी त्यांना असं म्हटलं की, तीन दिवस माझ्याजवळ राहा. मग मी तुम्हाला या प्रश्नाचं उत्तर देईन. तर ते कदाचित म्हणतील, माझ्याकडे तीन दिवस नाहीत.

ईश्वराबद्दलची, आत्म्याबद्दलची, सत्याबद्दलची जिज्ञासा म्हणजे जर फक्त बौद्धिक चर्चा असेल, बौद्धिक खाज असेल तर तुम्ही धैर्य गोळा करू शकणार नाही. ज्यांची जिज्ञासा ही तीव्र असते, ज्यांची जिज्ञासा ही तहान असते, तेच आपलं धैर्य एकत्रित करू शकतात.

एक तरुण बुद्धाकडे जाऊन म्हणाला, ''सत्याच्या संबंधात ज्ञान मिळवण्यासाठी मी आपल्याकडे आलो आहे.'' बुद्धांनी विचारलं, ''या ज्ञानाच्या बदल्यात मूल्य

म्हणून तू काय देऊ शकशील? सत्याचं ज्ञान तुला मिळू शकेल, पण त्याची किंमत काय देशील?'' ख्रिस्ताकडेही एक तरुण गेला होता. ''परमात्मा काय आहे ते जाणून घेण्यासाठी मी आलो आहे,'' असं त्या तरुणानं ख्रिस्ताला सांगितलं. ख्रिस्तानं विचारलं, ''हे ज्ञान तुला मिळू शकेल, पण याची काय किंमत द्यायला तयार आहेस? जा, आपली सगळी संपत्ती दान कर आणि मग ये. मी तुला आश्वासन देतो की, तुला सत्याच्या मार्गावर नेऊन पोहोचवीन.'' तरुण म्हणाला, ''संपत्ती दान करून येऊ? मग मला विचार केला पाहिजे.'' तरुण परत निघून गेला. येशू ख्रिस्त त्या तरुणाच्या गावातून नंतर कितीतरी वेळा गेले, पण तो त्यांना भेटायला आला नाही.

एक भारतीय साधू बोधिधर्म चीनमध्ये गेला होता. तो नेहमी भिंतीकडे तोंड करून बसायचा, लोकांकडे तोंड करून बसायचा नाही. चीनमध्ये लोकांनी त्याला विचारलं, हा काय वेडेपणा आहे? तुम्ही भिंतीकडे तोंड करून का बसता?

बोधिधर्मानी सांगितलं, मी तुमच्याकडे तोंड करून बसतो तेव्हा तुम्ही भिंतीसारखे असता असं मला आढळून येतं. तुमच्याशी बोलण्यात काही तथ्य नाही. कारण तुम्हाला ज्या गोष्टीची तहानच नाही त्याच गोष्टीचा वर्षाव तुमच्यावर करण्याचा काय फायदा? तुम्ही भिंतीसारखे आहात म्हणून मी तोंड भिंतीकडे करतो. निदान भिंतीची कीव तरी येत नाही. जर मला कोणी असा तहानलेला माणूस भेटला तर मी त्याच्याकडे तोंड करून बसेन.

तो नऊ वर्षं चीनमध्ये होता. त्यानं भिंतीकडे केलेलं तोंड वळवलं नाही. एक दिवस हुईनेंग नावाचा एक माणूस येऊन त्याच्या पाठीमागे उभा राहून म्हणाला, ''इकडे तोंड कर. बोधिधर्म इकडे तोंड कर. ज्याची प्रतीक्षा करत होतास, तो माणूस आला आहे.'' बोधिधर्मानं विचारलं, ''याला प्रमाण काय?'' भिंतीकडे तोंड होतं तसंच ठेवून विचारलं की, याचा पुरावा काय? त्या माणसानं एक हात कापून बोधिधर्माच्या हातात ठेवला. बोधिधर्म घाबरला. तो माणूस म्हणाला, ''आणखी वेळ घालवलास तर मान कापून पुरावा देईन.'' बोधिधर्मानं तोंड वळवलं. म्हणाला, ''बरोबर आहे, तो माणूस आला आहे.''

सत्याची थोडीशी जरी तहान असेल तर दुर्दम्य धाडसाचं जे बळ ठिकठिकाणी विखरून पडलेलं असतं ते या तृष्णेच्या ठिकाणी केंद्रित होऊन जातं. लक्षात ठेवा, सत्य नेहमीच तृष्णेच्या स्थानावर केंद्रित होतं, एकत्रित होतं. तृष्णा हीच शक्ती बनते. आपली जी तहान आहे तीच आपली शक्ती आहे.

आपण शीरीचं नावं ऐकलं असेल – शीरी आणि फरहाद! शीरीनं फरहादला विचारलं, ''तुझं माझ्यावर प्रेम आहे का?'' फरहाद उत्तरला, ''काय सांगितलं की, तुला खरं वाटेल? तुझा विश्वास बसेल?'' शीरीनं सांगितलं, ''गावाबाहेरचा डोंगर

खणून काढ.'' फरहादनं फावडं उचललं आणि तो डोंगराकडे निघून गेला. असं म्हणतात की, सूर्य उगवण्याच्या आधी त्यानं डोंगर खणून काढला होता.

सूर्य उगवण्याच्या आधी त्यानं डोंगर खणून काढला, ही गोष्ट तर काल्पनिकच मानायला हवी. पण काल्पनिक असली तरीही ही गोष्ट खरी आहे. ज्यांच्या मनात तहान आहे, प्रेम आहे ते याहूनही कमी वेळात डोंगर खणून काढू शकतील. खरं तर आपल्या मनात ही तहान नाही म्हणूनच तर डोंगर अस्तित्वात आहे. तहान असेल तर डोंगर शिल्लकच राहणार नाही. आपल्या मनात तहान नाही, म्हणूनच रस्त्यात अनेक अडथळे आहेत. आपल्या मनातल्या तहानेचा अग्नी भडकलेला असेल, तर रस्ता सरळसोट असा राजमार्ग होऊन जातो. सगळे अडथळे, अडचणी दूर होऊन जातात. कारण आपल्या दुर्बलतेचं जे कारण आहे, तेच या अडचणींचंही कारण आहे. जेवढी शक्ती एकत्रित होईल तेवढी दुर्बलता कमी होईल आणि मार्गातल्या अडचणी नाहीशा होतील. ज्यांच्या मनात नुसतीच जिज्ञासा आहे, ते फारतर तत्त्वचर्चा करण्यात यशस्वी होतील, पण तत्त्वाचा साक्षात्कार त्यांना होणार नाही.

पूर्व आणि पश्चिम यांच्याकडे हाच फरक आहे. पश्चिमेकडेही दोन-अडीच हजार वर्षे साहित्याबद्दल संशोधन चालू आहे, पण ते तत्त्वज्ञानाच्या पुढे जाऊ शकले नाहीत, सत्याच्या साक्षात्काराशी पोहोचू शकलेले नाहीत. त्यांनी तत्त्वचिंतन केलं खरं पण ती फक्त जिज्ञासा होती, तृष्णा नव्हती. आपले प्राण ओवाळून टाकावेत, आत्मसमर्पण करून टाकावं अशा त्या कोणत्याच गोष्टी नव्हत्या. आपल्या आयुष्याची किंमत द्यावी असा कोणताही शोध नव्हता आणि जो माणूस सत्याहून श्रेष्ठ जागी इतर कोणतीही गोष्ट ठेवतो, त्यानं हे समजून चालावं की, अजून आपल्या मनातली तृष्णा जागृत झालेली नाही. अजून वेळ आलेली नाही.

तुम्ही स्वतःच विचार करा आणि ठरवा की, परमात्मा म्हणा, सत्य म्हणा जे काही या जगात आहे, जे की तुमच्या अंतरात आहे, ते शोधून काढण्याची तहान तुमच्या मनात निर्माण झाली आहे का? जर ही तहान लागायला सुरुवात झाली नसेल, तर त्याच्या आधी शोधाला सुरुवात करणं व्यर्थ आहे. तेव्हा पहिल्या प्रथम ही तृष्णा जागृत करण्याचा प्रयत्न करणं आणि मगच सत्याच्या शोधात निघणं हे उचित ठरेल. काही लोक ही तहान लागलेली नसतानाच शोधात निघतात. जन्मभर धावत राहतात, पण हाती काहीच लागत नाही.

मला खूप संन्यासी भेटतात, सांगतात चाळीस वर्षं झाली, 'मी शोधतो आहे, पण काही सापडलं नाही.' मी त्यांना विचारतो, 'शोधाला सुरुवात करण्यापूर्वी मनात ही तृष्णा निर्माण झाली आहे की नाही याचा शोध घेतलात का? जर ही तहान लागलीच नसेल तर शोध व्यर्थ आहे. जोवर तहान लागत नाही तोवर पाण्याची ओळख पटतच नाही. माझ्या अंतरात तहानच नसेल तर माझ्या डोळ्यांसमोर

जिज्ञासा, साहस आणि इच्छा । १९

नदी वाहत असेल, झरे खळाळत असतील तरी मी पाण्याला ओळखणार कसं?'

पाण्याची ओळख पाण्यात नाही, माझ्या तहानेत आहे. माझ्या तहानेमुळेच पाणी ओळखलं जाईल. जर मला तहानच नसेल, तर पाणी ओळखलं जाणारच नाही. सत्य हे निरंतर अस्तित्वात असतंच. माझ्या अंतरात त्याची तहान असेल तर ते त्याच क्षणी ओळखलं जाईल आणि तहानच नसेल तर कसं ओळखू शकेन?

सत्य ओळखलं जातं ते या तृष्णेनं, शास्त्रांनी नव्हे, तर तृष्णेच्या आधी... तृष्णा कशी असावी? फक्त जिज्ञासा पुरेशी आहे काय? नाही, जिज्ञासा पुरेशी नाही – जिज्ञासा अभीप्सा बनली पाहिजे – जीवघेणी तहान बनली पाहिजे आणि अशी जीवघेणी तहान कशी बनेल? काही गोष्टी बघितल्यामुळे ही अशी जीवघेणी तहान बनेल. डोळे उघडून चारी दिशांना पाहायला हवं.

दूर इटलीमध्ये एक साधू होता. तो अगदी मरणाच्या दारात पडला होता. तेव्हा त्याला लोकांनी विचारलं, "तू साधू कसा झालास?" त्यानं उत्तर दिलं, "मी डोळे उघडून पाहिलं तेव्हा साधू होण्याखेरीज दुसरा उपाय मला दिसलाच नाही."

विचारलं, "डोळे उघडून पाहिलं तेव्हा? आम्हीसुद्धा डोळे उघडूनच पाहत आहोत." त्यानं उत्तर दिलं, "डोळे उघडून पाहणारे फारच थोडे लोक मला भेटलेले आहेत. बहुतांश लोक तर डोळे मिटूनच पाहत असतात."

मीसुद्धा तुम्हाला हेच सांगतो आहे की, बहुतेक लोक डोळे बंद करूनच पाहत आहेत. जर डोळे उघडून पाहिलं, तर या साऱ्याच्या मागे जे काही तरी अमर्याद, असंख्य असं लपलं आहे त्याला जाणून घेण्याची इतकी तीव्र तहान जागृत होईल की, सारे प्राण त्या तहानेच्या कल्लोळात सामावून जातील.

डोळे उघडून पाहणं याचा अर्थ जे दिसतं आहे, सर्वसाधारणपणे जे दृष्टीला पडतं आहे, तेवढंच नव्हे. तर जे दृष्टीला पडतं आहे, त्याच्यापाठी जी रहस्यं लपलेली आहेत ती पाहिली पाहिजेत.

बुद्धाचा जन्म झाला तेव्हा ज्योतिषांनी बुद्धाच्या पित्याला सांगितलं की, हा मुलगा मोठेपणी चक्रवर्ती राजा तरी होईल किंवा संन्यासी तरी होईल. सगळ्या घरात रडारड सुरू झाली, सगळे लोक घाबरून गेले. एकच तर मुलगा झाला होता, आणि तोही केवढ्या प्रतीक्षेनंतर झाला होता – तोच संन्यासी होणार! मग बुद्धाच्या वडिलांनी विचारलं, 'याला संन्यासी होण्यापासून रोखण्याचा काही मार्ग आहे का? काय केलं की हा संन्यासी होणार नाही? आम्ही आमचं सारं बळ त्यासाठी खर्ची घालू.' ज्योतिषांनी आणि विचारवंतानी सांगितलं, 'एकच मार्ग आहे याचे डोळे उघडू देऊ नका.'

त्यांनी ही अजबच गोष्ट सांगितली – याचे डोळे उघडू देऊ नका. कारण एकदा डोळे उघडले की, कोणीही माणूस संन्यास घेतल्याशिवाय राहू शकणार नाही. डोळे

उघडू न देणं कसं जमणार? त्यांनी उपाय सुचविले, त्याप्रमाणे बंदोबस्त करण्यात आला. तीन गोष्टींचा बंदोबस्त केला गेला – बुद्धाला जगात कोणतंही दुःख दिसता कामा नये; बुद्धाला जगात कोणत्याही प्रकारचं वृद्धत्व, मरण, मृत्यू दिसता कामा नये; बुद्धाला जगात विचार करण्याची वेळ येता कामा नये.

हे तीन बंदोबस्त करण्यात आले. या तीन गोष्टींचा बंदोबस्त तुम्हीसुद्धा केला असणार. प्रत्येक जण आपल्यापुरता एवढा बंदोबस्त करत असतो. दुःख दृष्टीला पडू नये, मृत्यू दृष्टीला पडू नये आणि विचार करण्याची वेळ येऊ नये. विचारवंतांनी सांगितलं, असं करा त्याला इतक्या सुखोपभोगात अडकवून टाका, इतकं गुंतवून टाका की, विचार करण्याची वेळच येणार नाही. जितकं उपभोगात मग्न असावं तितकी विचार करण्याची संधी कमी वेळा येते. सकाळपासून संध्याकाळपर्यंत गुंतून राहणाऱ्याला विचार करायला वेळच मिळत नाही. उपभोगांमध्ये थोडं अंतर असेल तरच विचार निर्माण होईल. मग बुद्धाच्या पित्यानं अशी व्यवस्था केली की संगीत, मद्य, स्त्रिया, वैभव या साऱ्यांमध्ये सकाळपासून रात्रीपर्यंतचा दिवस गेला पाहिजे, विचार करायला वेळच मिळता कामा नये. बुद्धाला अशा घरात ठेवलं गेलं की, एखादं कोमेजलेलं फूलही त्याच्या दृष्टीला पडू नये. रात्री अशी कोमेजलेली फुलं काढून टाकली जायची. त्याला एखादं कोमेजलेलं रोप दिसता कामा नये. तो जिथं राहायचा तिथं एखादी वृद्ध व्यक्ती, एखादी आजारी व्यक्ती जाणार नाही, अशी व्यवस्था करण्यात आली. कोणत्याही प्रकारच्या रोगाचा, आजाराचा त्याला संशयही येणार नाही. जीवनात सगळी फुलंच आहेत, सुखंच आहेत, काटे नाहीतच अशी व्यवस्था होती.

बुद्ध तरुण झाले तोवर त्यांचे डोळे बंद होते.

आपल्यापैकी कित्येक जणांचे डोळे म्हातारपण आलं तरी बंदच राहतात.

एके दिवशी ते युवक महोत्सवात भाग घेण्यासाठी बाहेर पडले. असं म्हणतात की, रस्त्यात त्यांनी आयुष्यात पहिल्यांदा एक वृद्ध पाहिला. बुद्धांनी आपल्या सारथ्याला विचारलं, 'या माणसाला काय झालं आहे?'

ज्यानं आजपर्यंत म्हातारा माणूस पाहिलेलाच नसेल, त्यानं या माणसाला काय झालं आहे असं विचारणं साहजिकच होतं. बुद्धाच्या पित्यानं जर मला विचारलं असतं की, काय करू तर मी सांगितलं असतं की, लहानपणापासून सर्व प्रकारचं दुःख, पीडा याला बघू दे. त्याला या सर्वांची सवय होऊन जाईल. ज्यांनी बुद्धाच्या पित्याला सल्ला दिला होता, तो चुकीचा सल्ला होता. तरुण होईपर्यंत म्हातारा माणूस पहिलाच नव्हता; त्यामुळे एकदम म्हातारा दृष्टीला पडल्याबरोबर डोळे उघडले. हे पाहायची त्यांना सवय झाली नव्हती, नजर रुळली नव्हती त्यांना थांबवण्याचा जो उपाय वडिलांनी केला होता तोच त्यांच्या जाण्याचं कारण बनला.

म्हाताऱ्याला पाहून बुद्धानं विचारलं, "हे काय झालं आहे?" सारथ्यानं सांगितलं, "हा माणूस म्हातारा झाला आहे." मग बुद्धानं विचारलं, "प्रत्येक माणूस म्हातारा होतो का?" सारथ्यानं उत्तर दिलं, "प्रत्येक माणूस म्हातारा होतो." बुद्धानं प्रश्न केला, "मीसुद्धा?" सारथ्यानं सांगितलं, "कोणीही अपवाद नाही." बुद्धानं सांगितलं, "रथ परत घेऊन चल, युवक महोत्सवाला जाण्याचं काही तात्पर्य नाही."

'हे बघणं म्हणजे डोळे उघडून बघणं आहे.'

बुद्धांनी तीन प्रश्न विचारले : "या माणसाला काय झालं आहे? प्रत्येक माणसाला असं होतं का? मलाही हे होईल का?" सारथ्यानं सांगितलं, "कोणीही अपवाद नाही, तुम्हीसुद्धा म्हातारे होणारच." बुद्धांनी सांगितलं, "मी म्हातारा झालो, रथ परत घेऊन चल." आणि परतीच्या मार्गावर त्यांना एक प्रेत दिसलं. लोक ते प्रेत घेऊन चालले होते. बुद्धांनी विचारलं, "हे काय झालं? हे प्रत्येक माणसाला होतं का? हे मलाही होईल का?" सारथी म्हणाला, "ते मी काय सांगू? पण जो जन्माला येतो, त्याला मरणं भाग पडतं."

"रथ परत घेऊन चल. मी मेलो आहे."

हे बघणं आहे. डोळे उघडून बघणं याला म्हणतात. डोळे उघडून बघणाऱ्याला मरणाऱ्या प्रत्येक माणसामध्ये आपला स्वतःचा मृत्यू दिसेल. डोळे बंद ठेवून पाहणाऱ्याला एवढंच दिसेल की, तो माणूस मरतो आहे. स्वतःच्या मृत्यूचा विचार त्याच्या मनात येणार नाही. आपण रोज मरणाऱ्या लोकांना पाहत असतो, पण डोळे बंद असतात – त्यामुळे लोक मरताना दिसतात, पण आपला मृत्यू दिसत नाही.

जीवनातही डोळे उघडून पाहणं ही महत्त्वाची गोष्ट आहे. आपण विचार केला पाहिजे. समजून घेतलं पाहिजे की, जे काही तुम्हाला दिसतं आहे, आवतीभोवती घडतं आहे, त्याचाच तुम्ही एक भाग आहात आणि तुमच्या बाबतीतही तेच घडणार आहे.

आपण डोळे उघडून पाहिलं तर! आपण म्हणत राहतो की, महावीराकडे राज्य होतं, बुद्धाकडे राज्य होतं, ते आपल्या राज्याला लाथ मारून निघून गेले – पण आपण मात्र राज्याच्या शोधात गर्क राहतो. ज्यांच्याजवळ धनदौलत आहे, त्यांच्याकडे आनंद आहे का हे आपण डोळे उघडे ठेवून पाहू शकलो तर – पण आपण धनसंपत्तीच्या मागे धावत राहतो. ज्यांच्याजवळ उच्चपद आहे, प्रतिष्ठा आहे त्यांच्या मनात शांती आहे का हा प्रश्न आपण डोळे उघडे ठेवून पाहू शकू, तरच विचारू. पण आपणही पद आणि प्रतिष्ठेच्या शोधात फिरत राहतो. आपण आंधळेच आहोत. कारण दुसरे लोक ज्या खड्‌ड्यात पडले आहेत, तेच खड्‌डे शोधत आपण फिरतो आहोत.

म्हणजे आपल्याला डोळे आहेत, असं म्हणता येणार नाही. डोळे उघडून

पाहणं याचा अर्थ आहे, आपल्या आवतीभोवती जे चाललं आहे, त्याबद्दल सजग होणं आणि हे जे चारी बाजूंना होतं आहे तेच माझ्याही बाबतीत घडणार आहे याचा विचार करणं. हे घडणारच आहे. जर हे ज्ञान झालं, जर आपल्या अस्तित्वाचं सारं दुःख, सारी पीडा, सारे ताप जाणवले, तर जीव एकदम थरकापून जाईल आणि मग ध्यानात येईल की, जर हेच जीवन असेल तर मग ते जीवन व्यर्थ आहे किंवा मग असं वाटेल की, याहून वेगळं असं काही जीवन असेल का – तर मग त्याच्या शोधाला लागलं पाहिजे.

जोवर या घराला आग लागली आहे हे मला दिसत नाही, तोवर त्या घरातून बाहेर निघण्याची निकड मला कशी वाटेल? मला दुसऱ्या कुणी सांगितलं की, घराला आग लागली आहे, तर मी म्हणेन – थांबा जरा, आलोच किंवा म्हणेन – बघू सवड मिळाली की, बाहेर पडतो किंवा त्यांना असं सांगेन की, घराला आग लागली आहे. हे तुमचं म्हणणं मला पटतं आहे, पण आता थोडी अडचण आहे; म्हणून मी बाहेर पडू शकत नाही – हे सगळं घडतं. जर दुसऱ्या कुणी मला हे सांगितलं तर. पण जर मला दिसलं, मला स्वतःला दिसलं की, या घराला आग लागली आहे, तर मात्र मी क्षणभरसुद्धा त्या घरात थांबेन हे शक्य नाही.

डोळे उघडून पाहिलं तर साऱ्या विश्वाला आग लागलेली दिसते आहे. प्रत्येक माणूस आपल्या स्वतःच्या कबरीवर बसलेला आहे, स्वतःच्या चितेवर बसलेला आहे. त्याला फक्त दुसरा माणूस चितेवर चढलेला दिसतो ज्याला चुकीचं दृश्य दिसतं आहे. प्रत्येक जण चितेवर चढलेला आहे. आपण सर्वजण चितेवर बसलो आहोत आणि चितेची आग हळूहळू वाढत चालली आहे. एक दिवस ही आग आपल्याला जाळून राख करून टाकणार आहे, भस्मीभूत करून टाकणार आहे.

जन्माला आल्या दिवसापासूनच आपलं मरण सुरू होतं. त्या दिवसापासूनच आपल्याला चितेवर ठेवलं जातं. ज्या दिवशी आपल्याला पाळण्यात ठेवलं गेलं, त्याच दिवशी चितेवर चढवलं गेलं. ज्या दिवशी आपण धरतीवर आलो, त्याच दिवशी स्वतःच्या कबरीवर उतरलो. प्रत्येक जण जळतो आहे. त्याला हे कळत नाही की, आपण साऱ्या जगात काय चाललं आहे ते पाहतो. पण स्वतःच्या पायाखाली काय जळतं आहे ते पाहत नाही.

क्षणाक्षणानं तुम्ही मृत्यूच्या जवळ जात आहात. ज्याला तुम्ही जीवन म्हणता, जगणं म्हणता; ते रोज स्वतःच्या कबरीत उतरत राहणं आहे, दुसरं काही नाही. तो हळूहळू येणारा मृत्यू आहे, रोज थोडं मरणं आहे. या क्षणालाही आपण मरतो आहोत. हे पाहिलं की, मग जगण्याची एक आस निर्माण होते. जर यालाच जीवन मानलं तर खरं जगणं मिळण्याची शक्यता असूनही आपण त्याला मुकू. जर यालाच सत्य मानलं, तर खरं सापडू शकणारं सत्य हातातून निसटून जाईल.

ज्याला आपण जीवन समजतो आहोत तो मृत्यू आहे, ज्याला आपण सत्य आणि वास्तव समजतो आहोत, ते असत्य आणि अवास्तव आहे हे जर उमजलं, तर सारा जीव धडपडून गोळा होईल आणि त्या दूरच्या, अनंतात लपलेल्या रहस्याच्या शोधात मग्न होईल आणि जेव्हा जिज्ञासा नसेल तेव्हा तहान असेल. तृष्णा असेल, ही तृष्णाच माणसाच्या मनात धैर्य निर्माण करू शकते, त्याची शक्ती एकत्रित करू शकते.

मी या ज्या काही गोष्टी तुम्हाला सांगितल्या आहेत, त्या अगदी प्राथमिक स्वरूपाच्या आहेत. जिज्ञासा मुक्त असली पाहिजे; वाद-विवाद, विचार आणि पंथांपासून दूर असली पाहिजे, स्वतंत्र असली पाहिजे, निष्पक्ष असली पाहिजे. ईश्वर आहे की नाही हे मानण्याची काही जरुरी नाही. त्याला जाणून घेण्याची तळमळ माझ्या मनात आहे का, एवढं बघणं पुरेसं आहे. जाणून घेण्याची तहान, जाणण्याची जिज्ञासा पुरेशी आहे, मानण्याची काही जरुरी नाही. कारण मानणं हे दुसऱ्याकडून येतं, जाणणं हे स्वत:मधून येतं. जे आपण मान्य करत असतो ते दुसऱ्याकडून घेतलेलं असतं आणि जे काही आपण जाणून घेतलेलं असतं ते स्वत: जाणलेलं असतं. मानणं हा धर्म नाही, जाणणं हा धर्म आहे. धर्म म्हणजे विश्वास नाही. धर्म म्हणजे विवेक आहे. दुसऱ्यांनी दिलेलं आपण घेणं म्हणजे धर्म नव्हे, स्वत:ची तळमळीची इच्छा म्हणजे धर्म आहे.

मी पहिली गोष्ट सांगितली की, एकूण एक धारणा, मतप्रवाह, पंथ - हिंदू, मुसलमान, ख्रिश्चन, बौद्ध, जैन या साऱ्यांपासून स्वत:ला मुक्त करून घ्या. हे वेढे पुरेसे नाहीत. या भिंती फोडून टाका. जगातल्या या साऱ्या भिंती पडून जातील आणि केवळ सत्याची जिज्ञासा राहील, तो दिवस किती सुखाचा असेल! दुसरी गोष्ट मी सांगितली ती अशी की, अशी जिज्ञासा असण्यासाठी धाडस असणं आवश्यक आहे, कारण धाडस नसेल तर एकटं व्हायची भीती वाटेल. गर्दीपासून, समाजापासून, संस्कारापासून मुक्त होण्याची भीती वाटेल. एकटं होण्यासाठी धैर्य असण्याची आवश्यकता आहे. पण मी असंही सांगितलं की, प्रत्येक व्यक्तीची शक्ती यातच आहे की, तो एक पाऊल टाकण्याचं धैर्य नक्कीच गोळा करू शकतो; परंतु जेव्हा त्याची जिज्ञासा ही नुसती बौद्धिक चर्चा नसून प्राणांची तळमळ, जीवघेणी तहान अभीप्सा असते. (हे एक पाऊल टाकण्याचा विचार त्याच्या मनात तेव्हाच येऊ शकतो) आणि जेव्हा डोळे उघडतात, तेव्हाच ही तहान अभीप्सा बनते.

डोळे उघडा आणि पाहा, तुमच्या चारी बाजूंनी, दर क्षणाला निसर्ग ईश्वराचं आव्हान आणि संदेश तुमच्यापर्यंत पोहोचवतो आहे. क्षणाक्षणाला गळून पडणारं प्रत्येक पान तुम्हाला तुमच्या मृत्यूची जाणीव करून देतं आहे. प्रत्येक दिवशी बुडणारा सूर्य तुम्हीही बुडणार आहात याची आठवण करून देतो. प्रत्येक मरणारा

माणूस म्हणजे तुमच्या मृत्यूचा संदेश आणि आमंत्रण असते. सारीकडे जे दु:ख आहे, ते तुमचं दु:ख आहे. सगळीकडे जे संतापाचे बाण पसरले आहेत ते तुमचे आहेत. या दु:खाचा अनुभव डोळे उघडून घ्याल तर तहान निर्माण होईल. जीवनाची निरर्थकता व्यर्थता जाणून घ्याल, तर सार्थ जीवन प्राप्त करून घेण्याचा अनुभव घ्यावा अशी इच्छा होईल. हे जीवन मृत आहे, असं समजाल तरच जे अमृत जीवन आहे, त्याच्या दिशेनं नजर आपोआप वळायला लागेल.

जिज्ञासा, धाडस आणि अभीप्सा ही तीन सूत्रं आहेत. आज एवढं लक्षात ठेवा. यानंतर आपण यानंतरच्या भूमिकांच्या सूत्रांविषयी विचार करू. आपले जे रात्रीचे प्रश्न असतील त्यावर आपण चर्चा करू; परंतु आपण जसा काट्याने काटा काढून टाकतो. पण दुसरा काटा पहिल्याच्या जागी ठेवून देत नाही, तशीच ही चर्चा आहे. मी या ज्या गोष्टी तुम्हाला सांगतो आहे, त्या तुम्ही स्मरणात ठेवाव्या म्हणून सांगत नाही. नाहीतर मी तुमचा शत्रूच ठरेन. कारण मग मी काही विचार काढले आणि दुसरे तिथे ठेवून दिले असं होईल. काहीच फरक पडणार नाही. दुसऱ्यांनी आपल्याला दिलेले विचार जितके व्यर्थ आहेत, तितक्याच मी सांगितलेल्या गोष्टीही व्यर्थ आहेत; म्हणून त्यांच्या जागी यांना ठेवून घेऊ नका.

आपल्याला कोणताही पंथ किंवा पक्ष उभा करायचा नाही, म्हणजे तुम्हाला स्वत:च्या साऱ्या पंथांमधून मोकळं करून मी माझ्या पंथात आणून ठेवावं. म्हणजे मी आपला शत्रूच होऊन बसेन. म्हणजे आधी होती तीच गोष्ट पुन्हा झाली. पंथ कोणाचा आहे आणि श्रद्धा कोणावर आहे यानं काय फरक पडतो? आपल्याला जे काटे रुतले आहेत, ते एका काट्यानं काढून टाकावे; एवढंच माझ्या बोलण्याचं मूल्य आहे. पण दुसरा काटाही पहिल्या काट्यांइतकाच बोचरा आहे. दोन्ही काटे फेकूनच दिले पाहिजेत. दुसरा काटा जपून ठेवण्याची जरुरी नाही.

म्हणून माझं बोलणं कुठेही जपून ठेवू नका. ही सगळी चर्चा आहे. पहिल्यापासून मनात रिघलेल्या गोष्टी काढून टाकण्याचे सामर्थ्य मिळाले तर ठीक. महत्त्वाची गोष्ट, साधना ही आहे. रात्री आपल्या प्रश्नांनंतर आपण यासंबंधी थोडे प्रयोग करू. एका अणुमात्र साधनेनं जे काम होतं, ते लाख विचारांनी नाही होत. तहानेनं व्याकुळ होऊन सत्य आणि परमात्मा यांच्याकडे नजर वळवून थोडा वेळ शांत बसणं, हे लाख चिंतन करण्यापेक्षा अधिक मोलाचं आहे. असं शांत बसून परमात्म्याकडे नजर उचलून कसं पाहू शकू – जशी सूर्यफुलं सूर्याकडे तोंड करून उभी राहतात, तसे आपण तेजाकडे, प्रकाशाकडे कसं तोंड करू शकू, याबद्दल आपण रात्रीच्या ध्यानामध्ये तीन रात्री प्रयोग करू. उरलेले तीन दिवस मी आपल्या मनात घुसलेले काटे दुसऱ्या काट्यानं काढण्याचा प्रयत्न करीन. त्यातूनही काही काही काटे घुसूनच राहिले, तर रात्री शंका-समाधानाच्या वेळी तुम्ही माझ्याशी बोलू शकता.

शेवटी मी परमात्म्याकडे एवढीच प्रार्थना करेन की या जगात, या भूमीवर जे कोणी आहेत त्या सर्वांना तुझी अनुभूती मिळू दे. तुझ्या प्रकाशानं त्या सर्वांची मनं भरून जाऊ देत. सत्ताधिशांना तुझ्या प्रेमाचा, आनंदाचा अनुभव येवो. त्या प्रेम व आनंदाच्या अनुभवातच स्वत: परमात्मा होण्याचा अनुभव आहे आणि जोवर मीच परमात्मा आहे हा अनुभव प्राप्त होत नाही तोवर तुम्ही जिवंत नसता, तोवर तुम्ही मृत निसर्गाचा एक भाग असता. ज्या दिवशी हा अनुभव आपल्या अंतरात जागृत होतो – आणि आपल्या अणुरेणुमध्ये, श्वासाश्वासामध्ये पूर्णपणे मिसळून जातो - मीच परमात्मा आहे – त्या दिवशी आपल्याला जे ज्ञान प्राप्त होतं ते शब्दांत सांगता येण्यासारखं नाही.

त्या परिपूर्णाला, अनंताला, अनादिला, सनातनाला, जो सर्वांच्या अंतर्यामी आहे त्याला जाणून घेण्याची जाणता-अजाणता आकांक्षा जगातल्या सर्वच प्राणिमात्रांच्या मनात असते. ज्या दिवशी हा लपलेला अनुभव प्रकट होईल तो दिवस आनंद आणि संगीतानं भरून जाईल त्या दिवशी सारे जीवन, सारे श्वास प्रकाशानं, सौंदर्यानं भरून जातील. त्या सौंदर्याची सर्वांना अनुभूती मिळावी एवढीच प्रार्थना करतो.

माझं बोलणं आपण प्रेमानं आणि शांतपणे ऐकलंत याबद्दल मी आभारी आहे. शेवटी आपणा सर्वांच्या अंतरात वसणाऱ्या परमात्म्याला माझे प्रणाम!

■

भारत धार्मिक आहे काय?

एका प्राचीन नगरात तितकंच प्राचीन असं एक चर्च होतं. ते चर्च इतकं जुनं होतं की, प्रार्थना करणारे भाविक त्याच्या आत जायलाही भीत असत. ते चर्च केव्हाही कोसळून पडेल असं वाटायचं. आकाशात ढग गडगडायला लागले की, चर्चचा सांगाडा थरथरायला लागायचा. थोडा वारा सुटला तरी वाटायचं की, आता चर्च पडणार.

अशा अवस्थेतल्या चर्चमध्ये कोण जाणार? कोण प्रार्थना करणार? हळूहळू भक्तगण येणं बंद झालं. चर्चच्या संरक्षकांनी कधी भिंतीचा गिलावा बदलला, कधी खिडकी बदलली, तर कधी दारांना रंगरंगोटी केली; परंतु भिंतींना नवा गिलावा केल्यानं ते चर्च काही पुन्हा चांगल्या अवस्थेला, 'जिवंत' अवस्थेला पोहोचलं नाही. ते मृतावस्थेतच राहिलं. जेव्हा सारे भक्त येणं बंदच झालं. तेव्हा चर्चच्या संरक्षकांना 'आता काय करावं' याचा विचार करणं भागच पडलं.

मग त्यांनी एक दिवस एक बैठक बोलावली. ती बैठकही चर्चच्या बाहेरच झाली. कारण आत जाण्याची कोणाची हिंमतच नव्हती. कोणत्याही क्षणी ते चर्च ढासळलं असतं. त्या रस्त्यावरून जाणारे लोकसुद्धा भराभरा पुढे निघून जायचे.

या संरक्षकांनी बाहेर बसून चार ठराव मंजूर केले. अतिशय दुःखानं

त्यांनी पहिला ठराव मंजूर केला की, हे जुनं चर्च पाडावं लागेल आणि आम्ही एकमतानं ठरवत आहोत की, हे चर्च पाडावं; परंतु तत्क्षणी त्यांनी दुसरा ठरावही मंजूर केला की, चर्च पाडावं, असं आम्ही म्हणतो याचं कारण जुनं चर्च पाडून तिथं नवीन चर्च बांधायचं आहे. दुसरा ठराव असा होता की, लवकरात लवकर नवं चर्च बांधलं जावं. त्यांचा तिसरा ठराव होता की, जुन्या चर्चच्याच जागेवर, त्याच पायावर त्या जुन्या चर्चचे खांब, तुळ्या, दगड, विटा घेऊन त्या जुन्या चर्चच्या आराखड्याप्रमाणेच नवं चर्च बांधण्यात यावं. हा ठरावही सर्वानुमते मंजूर झाला. शेवटी चौथा ठरावही सर्वानुमतेच मंजूर झाला – तो असा होता की, नवं चर्च बांधून होईपर्यंत जुनं चर्च पाडण्यात येऊ नये!

ते जुनं चर्च अजून तसंच उभं आहे. ते कधीच पडणार नाही. पण त्यात आता भक्तगण जात नाहीत. त्या रस्त्यावरूनसुद्धा आता कुणी जात नाही. इथं एखादं चर्च आहे हे देखील त्या गावातले लोक हळूहळू विसरायला लागले आहेत.

भारताच्या धर्माची आज हीच अवस्था आहे. तो धर्म आज इतका जुना, इतका जीर्ण, इतका मृत झालेला आहे की, कोणीही त्याच्या आसपास फिरकत नाही. त्या मेलेल्या धर्माशी आज कोणाचाही संबंध राहिलेला नाही; परंतु जे धर्माचे संरक्षक आहेत, धर्माचे पुरोहित आहेत; ते त्या जुन्याला बदलायला तयार नाहीत. हा जुना धर्म आहे तोच सत्य आहे, तोच जिवंत आहे; तो बदलण्याची काहीही जरूर नाही, असं ते सातत्यानं पुन:पुन्हा सांगत आहेत.

आज सकाळच्या वेळी मी यासंबंधांतच तुमच्याशी बोलणार आहे.

'भारत धार्मिक आहे का?'

ज्या अर्थानं ते प्राचीन नगर धार्मिक होतं – म्हणजे त्या नगरात एक चर्च होतं. म्हणून ते नगर धार्मिक होतं त्या अर्थानं भारत धार्मिक आहे – भारत धार्मिक आहे. कारण भारतात पुष्कळ मंदिरं आहेत, मशिदी आहेत, गुरुद्वारा आहेत. ज्या अर्थानं त्या नगरातले लोक धार्मिक होते, त्याच अर्थानं भारताला धार्मिक म्हणता येईल. ते लोक मंदिरात जात होते म्हणून नव्हे, तर मंदिरात जाणं टाळता कसं येईल ते पाहत होते म्हणून. भारतातला प्रत्येक माणूस धर्मापासून वाचण्याचा प्रयत्न करीत असतो, या अर्थानं भारत धार्मिक आहे.

परंतु त्या गावातले लोक थोडेफार प्रामाणिक तरी होते. मंदिरात जात नव्हते तर कबूल करीत होते की, आम्ही मंदिरात जात नाही. त्यांनी हे मान्य केलं होतं की मंदिर जीर्ण झालं आहे, त्याच्याखाली जीव जाऊ शकेल. त्याच्याकडून नवं जीवन नाही मिळू शकणार; परंतु भारतातले लोक असं कबूल करण्याइतके प्रामाणिक नाहीत की, धर्म जुना झाला आहे, जीव जाऊ शकेल, नवं जीवन मिळू शकणार नाही.

आपण थोडे जास्तच अप्रामाणिक आहोत. आपण धर्माशी असलेला आपला सारा संबंध तोडून टाकला आहे. पण वरवर मात्र आपण धर्माशी संबंधित आहोत, असं दाखवण्याचा प्रयत्न करीत आहोत. आपलं धर्माशी कोणतंही आंतरिक नातं राहिलेलं नाही. आपल्या प्राणांचे धर्माशी कसलेही आंतरसंबंध राहिलेले नाहीत. पण आपण वरवरचा देखावा कायम ठेवतो. आपण वरवर दाखवतच राहतो की, आमचा धर्माशी संबंध आहे, आम्ही धार्मिक आहोत.

आणि ही गोष्ट फार धोकादायक आहे. ही अधर्माला लपवण्याची सर्वांत सोपी आणि सर्वांत परिणामकारक अशी युक्ती आहे. आपण अधार्मिक झालो आहोत हे जर उघड झालं, तर कदाचित या अधर्माला बदलण्यासाठी काही तरी करता येईल; परंतु आपण धार्मिक आहोत, असं म्हणत राहून आपण स्वतःलाच फसवतो आहोत, आत्मवंचना करतो आहोत.

आणि ही आत्मवंचना आपल्याला दिवसेंदिवस फार महागात पडते आहे. धर्माशी आपला काहीही संबंध राहिलेला नाही, हे दुःखद सत्य कुणाला ना कुणाला तरी सांगावंच लागणार आहे. आपण धार्मिक तर नाहीच, पण आम्ही धार्मिक नाही हे सांगण्याइतकं धाडसही आपल्यामध्ये नाही. आपण धार्मिक तर नाहीच आहोत, पण अधार्मिक आहोत हे जाहीरपणे सांगण्याचं धैर्यही आपल्यामध्ये नाही.

म्हणजे आपण त्रिशंकूसारखे मधल्यामध्ये लटकलेले आहोत. ना आपला धर्माशी काही संबंध आहे, ना आपला विज्ञानाशी काही संबंध आहे. ना आपला अध्यात्माशी काही संबंध आहे, ना आपला ना इहवादाशी काही संबंध आहे. आपण या दोघांच्या मध्येच लटकलेले आहोत. कोणत्याच अवस्थेत नाही आहोत आपण. आपण कुठे आहोत हे सांगणे कठीण आहे. आपण कोण आहोत आणि कुठे आहोत हे जाणून घेण्याचा आपण नीटसा प्रयत्नच केलेला नाही. आपण काही असत्य गोष्टी पुनःपुन्हा सांगत राहतो आहोत आणि त्या असत्य गोष्टी अशा वारंवार सांगता याव्यात, म्हणून नव्या नव्या युक्त्या शोधून काढल्या आहेत. आपण त्यासाठी उपकरणं बनवून घेतली आहेत आणि त्या युक्त्यांच्या जोरावर आपण स्वतःची समजूत करून घेतो आहोत की, आपण धार्मिक आहोत.

एखादा माणूस रोज सकाळी मंदिरात जाऊन येतो आणि असं समजून चालतो की, मी धर्माच्या आत जाऊन परत आलो आहे.

देवळात जाणं आणि धर्मापर्यंत जाणं यांचा एकमेकांशी काही संबंध नाही. देवळात जाणं ही फक्त एक भौतिक, शारीरिक घटना आहे. धर्माजवळ जाणं ही आत्मिक घटना आहे. देवळापर्यंत जाणं ही भौतिक यात्रा आहे. ही आध्यात्मिक यात्रा नव्हे. खरी गोष्ट अशी आहे की, ज्यांची आध्यात्मिक यात्रा सुरू होते, त्यांना सारी पृथ्वीच मंदिरासारखी दिसायला लागते आणि मग मंदिर कुठे आहे, ते शोधणंच

त्यांना कठीण होऊन जातं.

नानक मदिनेमध्ये राहिले होते. रात्री मंदिराच्या दिशेला पाय करून झोपले. पुजाऱ्यांनी येऊन सांगितलं. "चल, तुझे पाय बाजूला कर इथून! तू आहेस तरी कोण? वेडा आहेस, नास्तिक आहेस की अधार्मिक आहेस? खुशाल पवित्र मंदिराच्या दिशेला पाय करून झोपला आहेस!" नानक यानं उत्तर दिलं, "मी स्वत:च मोठ्या चिंतेत पडलो आहे की, पाय कोणत्या दिशेला करू – तुम्ही असं करा – जिथे परमात्मा नसेल, तिथे त्याचं पवित्र मंदिर नसेल, अशा ठिकाणी तुम्हीच माझे पाय ठेवा." ते पुजारी स्तब्ध उभे राहिले. कुठे ठेवायचे नानक याचे पाय – कारण परमात्मा तर सगळीकडेच आहे. जिथे जिथे जीवन आहे, तिथे तिथे प्रभूचं मंदिर आहे.

म्हणजे ज्यांना धर्माच्या यात्रेचा थोडा तरी अनुभव मिळालेला असतो त्यांच्या लेखी सारं जग मंदिरासमान दिसायला लागतं; परंतु ज्यांचा या यात्रेशी काहीही संबंध नसतो, ते पाच-दहा पावलं चालून एका इमारतीपर्यंत पोहोचतात आणि परत येतात. वर असं मानतात की, चला, आपण धार्मिक झालो. असं फसवत असतो आपण आपल्यालाच.

एक माणूस रोज सकाळी देवाचं नाव घेत बसायचा. अर्थात त्याला हा जप लवकर लवकर करावा लागतो कारण अजून किती तरी कामं पडलेली असतात. देवाचं नाव घेण्यासाठी वेळ द्यायला कोणाला फुरसत आहे? खूप घाई आहे, एक महत्त्वाचं काम आहे, मग तो घाईघाईनं देवाचा नामजप उरकून टाकतो आणि कामाला निघून जातो. तो स्वत:ला कधीही असं विचारत नाही की, ज्या देवाला मी जाणत नाही त्याचं नाव काय आहे, हे मला कसं ठाऊक असणार? मी कसला जप करतो आहे? मी देवाच्या नावाचा जप करतो आहे का?

देवाचं स्मरण होऊ शकतं, देवाच्या नावाचं स्मरण नाही होऊ शकत – कारण देवाला नावच नाही. देवाची तहान लागू शकते, देवाच्या प्राप्तीची तळमळ असू शकते; परंतु देवाच्या नावाचं स्मरण होऊ शकत नाही. कारण त्याला कोणतंच नाव नाही. एक माणूस राम-राम म्हणत बसतो, दुसरा जितेंद्र-जितेंद्र असा जप करतो, तिसरा नमो बुद्धाय-नमो बुद्धाय म्हणत राहतो. तर चौथा आणखी कोणत्या तरी नावाचा जप करत असतो. ही सर्व नावं म्हणजे आपण लावलेले शोध आहेत. या नावांचा परमात्म्याशी काय संबंध?

परमात्म्याचं कोणतंही नाव नाही. जोवर आपण असं एखादं नाम जपत राहू – (अशा एखाद्या नावाचा जप करीत राहू) तोवर आपलं परमात्म्याशी कोणतंही नातं जुळून येणार नाही. आपण माणसाच्या जगात वावरतो आहोत. आपण मनुष्याच्या भाषेत व्यवहार करतो आहोत. मग ज्या ठिकाणी माणसाची भाषा बंद

होऊन जाते, सगळे शब्द हरवून जातात; तिथं आपण कोणती नावं घेऊन जाणार आहोत?

ही सर्व नावं माणसांनी दिलेली आहेत. पण खरी गोष्ट अशी आहे की, माणूस स्वत: जन्माला येतो तो बिननावाचाच येतो. माणसांची स्वत:ची नावंसुद्धा अशीच खोटी, कामचलाऊ, उपयुक्ततेसाठी दिलेली अशीच असतात; त्यांचा खऱ्याशी काही संबंध नसतो. आपण जन्माला येतो बिननावानं आणि मृत्यू पावतो तेही बिननावानंच! मधल्या काळात आपण एखाद्या नावाशी थोडा फार संबंध प्रस्थापित करतो आणि असं समजायला लागतो की, हेच आपलं सत्यस्वरूप आहे. स्वत:ला एक नाव देऊन आपण स्वत:लाच फसवत असतो. इथपर्यंत सगळं ठीक आहे. माणसाला या कृत्याबद्दल क्षमा करता आली असती; परंतु त्यानं तर परमात्म्यालाच वेगवेगळी नावं दिली आणि दहा मिनिटं त्यातल्या एखाद्या नावाचा जप करायचा आणि परमेश्वराचं स्मरण केलं असं मानायचं अशी युक्तीही शोधून काढली.

नावाचा परमात्म्याशी काहीही संबंध नाही. समजा, तुम्ही एका जागी बसून दहा मिनिटं खुर्ची खुर्ची असा जप केलात, दरवाजा दरवाजा दरवाजा असं म्हणत राहिलात, दगड दगड दगड असं म्हणत राहिलात किंवा इतर कोणताही शब्द बोलत राहिलात; तरी या शब्दांचा धर्माशी काहीही संबंध नाही. शब्दांचा जप करीत राहण्याचा धर्माशी काही संबंध नाही. जेव्हा नि:शब्दता येते, मौन येतं, अंतरातले विचार परिपूर्ण होऊन शून्यवत होतात; शांत होतात तेव्हा धर्माची यात्रा सुरू होते आणि इथे पाहावं तर एक माणूस दहा मिनिटे राम राम राम म्हणत बसतो की, उरकलं परमात्म्याचं स्मरण!

तर आपण धार्मिक दिसू – धार्मिक नसताना – याची आपण तजवीज केलेली आहे. त्याच तजविजींमध्ये आपण जगतो आहोत आणि समजतो आहोत की, सगळा देश धार्मिक झालेला आहे. तिबेटमधले लोक तर आणखी हुशार आहेत. त्यांनी एक चाक बनवलं आहे, त्याला ते 'प्रार्थना-चक्र' म्हणतात. त्या चाकाला १०८ काड्या आहेत. प्रत्येक काडीवर एक एक मंत्र लिहिलेला आहे. माणसं सकाळपासून ते चक्र फिरवत बसतात. चक्राचे जितके फेरे होतील, त्याला १०८नं गुणून तितक्या वेळा मी त्या मंत्राचा जप केला असं समजायचं. सकाळपासून ते चक्र दहा वेळा फिरवलं तर ते शंभर वेळा फिरतं. १०८ला १००नं गुणा. इतक्या वेळा मी देवाचं नाव घेतलं, असं म्हणतो आणि तो माणूस कामावर निघून जातो. ते आपल्यापेक्षा जास्त हुशार आहेत. नावाचा जप करण्याची कटकट त्यांनी मिटवूनच टाकली आहे. आपलं काम करता करता चाक फिरवत राहायचं.

आपणही हेच करत असतो. मनानं आपण दुसरंच काही तरी काम करत

असतो आणि तोंडानं मात्र राम राम राम म्हणत असतो. तोंडानं राम राम म्हणत बसणं किंवा प्रार्थन-चक्रावर राम राम कोरलेलं असणं – काय फरक आहे? अंतरात आपलं मन दुसरंच काही तरी करत असतं. आता तर आणखी सोय झाली आहे. आजपर्यंत तिबेटमध्ये वीज गेलेली नव्हती. तीही आता गेली असेल; म्हणजे आता प्रार्थना-चक्र हातानं फिरवण्याचीही जरुरी राहिलेली नाही. विजेचा पुरवठा जोडून द्यायचा चक्राला म्हणजे चक्र दिवसभर फिरत राहील आणि हजारो वेळा रामाचं नाव घेतल्याचं पुण्य मिळेल.

माणसानं स्वत:ला फसवण्यासाठी हजार प्रकारच्या युक्त्या शोधून काढल्या आहेत. या युक्त्यांनाच आपण धर्म मानत आलो आहोत आणि यामुळेच आज आपण स्वत:ला धार्मिक समजतो आहोत पण आपल्याइतकं अधार्मिक वर्तन साऱ्या जगात शोधून कुठे सापडणार नाही. अशा परिस्थितीत आपण सापडलो आहोत. आपल्याहून अधिक अनैतिक, अधिक चारित्र्यहीन, आपल्याहून अधिक क्षुद्र, अधिक बंदिस्त वृत्तीचे, अधिक हीनतेत जगणारे लोक दुसरीकडे कुठेही मिळणं कठीण आहे आणि वर आपण धार्मिक आहोत या समजुतीत आपण सुखानं जगतो आहोत. या दोन्ही गोष्टी एकाच वेळी घडत आहेत आणि कोणीही असं विचारणारं नाही की, या दोन्ही गोष्टी एकाच वेळी कशा काय घडून येऊ शकतात?

एखाद्या घरातल्या लोकांचा असा समज असावा की, आपल्या घरात हजारो दिवे पेटलेले आहेत आणि प्रत्यक्षात घर मात्र अंधारानं भरून गेलेलं असावं, कुणी दरवाजावर आपटतं आहे, कुणी भिंतीवर धडकतं आहे (तशासारखी ही गोष्ट आहे.) माणसं आपटताहेत, तरी घरातली माणसं म्हणताहेत, 'कुठं आहे अंधार? दिवे पेटले आहेत की, एवढे!' रोज अशी माणसं आपटताहेत आणि पडताहेत, पण घरातली माणसं मात्र धरून चालताहेत की, दिवे पेटताहेत, उजेड आहे, अंधार आहे कुठे?

आमची अवस्था अशीच विरोधाभासानं भरलेली आहे. जीवन आपल्याला रोज दाखवून देत असतं की, आपण अधार्मिक आहोत आणि आपण शोधून काढलेल्या युक्त्या मात्र आपल्याला सांगत असतात की, आपण धार्मिक आहोत. बघा, दुर्गोत्सव येतो आहे, तर सारा देश धार्मिक व्हायला लागला आहे. बघा, गणेशोत्सव आला; बघा, महावीराचा जन्मदिन आला की, सारा देश कसा मंदिराच्या दिशेनं जात असतो. पूजा होते आहे, प्रार्थना होते आहे. हे सगळं जर आकाशातून कोणी पाहत असेल तर त्याला वाटेल किती धार्मिक लोक आहेत हे! पण जर कोणी आपल्या अंतरात जाऊन पाहिलं. आपलं आचरण पाहिलं, आपलं व्यक्तित्व पाहिलं तर तो बुचकळ्यात पडेल. माणसाच्या संपूर्ण इतिहासात इतकी मोठी फसवणूक करण्यात आपल्याखेरीज दुसरा कोणताही समाज इतका यशस्वी झाला नसेल. ही अजब गोष्ट

आहे. हे घडू तरी कसं शकलं?

याची जबाबदारी तुमच्यावर आहे, असं मी म्हणत नाही. याची जबाबदारी आपल्या संपूर्ण इतिहासावर आहे. ही आजचीच पिढी अशी आहे, असं मी म्हणत नाही. आजपर्यंत आपण धर्मासंबंधीची जी कल्पना तयार करून घेतली आहे तीमध्ये मूलभूत चूक आहे आणि म्हणून आपण धार्मिक नसतानाही स्वत:ला धार्मिक समजत आलो आहोत. त्या मूलभूत चुकांपैकी काहींबद्दल मला आपल्याशी बोलायचं आहे, आपण धार्मिक का नाही आणि आपण धार्मिक कसे होऊ शकू हे मला आपल्याला दाखवायचं आहे.

ही चार सूत्रं आपल्याला सांगण्याआधी मला एक गोष्ट सांगाविशी वाटते की, जोवर एखादी जात, एखादा समाज, एखादा देश, एखादा माणूस धार्मिक होत नाही, तोवर त्याला जीवनातल्या संपूर्ण आनंदाचा, संपूर्ण शांतीचा, संपूर्ण कृतार्थतेचा अनुभव प्राप्त होत नाही. बाहेरच्या जगाच्या विकासासाठी विज्ञान आहे, विज्ञानाशिवाय आपण अगदी हीन, दीन, दुबळे होऊन जातो, समाज दरिद्री बनून जातो. दु:खी, पीडित, रोगी होऊन जातो; विज्ञान नसेल तर आपण पशूसारखे होऊन जाऊ आणि अंतरातल्या जगाचं विज्ञान आहे धर्म. हे आतलं विज्ञान, आतला धर्म जेव्हा हरवून जातो, तेव्हा आत एक दीनवाणेपणा येतो, एक क्षुद्रपणा येतो, अंतर्यामी एक काळोख साचून राहतो.

आणि हा आतला काळोख बाहेरच्या काळोखापेक्षा अधिक धोकादायक असतो. कारण दोन पैशाचे दिवे पेटवले की, बाहेरचा अंधार दूर होतो. पण मनातला अंधार दूर करण्यासाठी आत्म्याचा दिवा पेटावा लागतो आणि हा दिवा बाजारातून विकत नाही आणता येत! हा आत्म्याचा दिवा पेटवण्यासाठी श्रम करावे लागतात. संकल्प करावा लागतो. साधना करावी लागते. हा दिवा पेटवण्यासाठी जीवनाला एका नव्याच दिशेनं जाण्याची गती द्यावी लागते.

एक गोष्ट मात्र अगदी निश्चित – जे लोक धार्मिक होते, तेच आजवर पृथ्वीवरचे सर्वांत अधिक आनंदी, प्रसन्न असे लोक होते. त्यांना या पृथ्वीवरच स्वर्गाचा अनुभव प्राप्त झाला. त्यांनीच जीवनातल्या संपूर्ण आनंदाचा, संपूर्ण कृतार्थतेचा अनुभव घेतला. जे धार्मिक होते, त्यांच्याच जीवनात अमृताचा वर्षाव झाला. जे अधार्मिक होते ते दु:खात, यातनांमध्ये नरकातच जगले.

धार्मिक होण्याखेरीज दुसरा उपायच नाही. पण धार्मिक होण्यातली सर्वांत मोठी अडचण ही आहे की, आपण असं पक्कं ठरवून टाकलेलं आहे की, आपण धार्मिक आहोतच. आता आणखी काही करण्याची आवश्यकताच नाही. एखादा भिकारी असं ठरवून टाकतो की, मी सम्राट आहे की, मग संपलंच. आता त्यानं सम्राट होण्यासाठी काही प्रयत्न करण्याची आवश्यकताच उरत नाही. सोपी युक्ती

शोधून काढली त्यानं, कल्पनेनंच सम्राट बनून गेला. खरोखरचा सम्राट होण्यासाठी श्रम करावे लागतात. यात्रा करावी लागते, संघर्ष करावा लागतो. पण त्यानं एक स्वप्न पाहून टाकलं, सम्राट आहोत असं. आता या भिकाऱ्याला आपण वेडा म्हणू. कारण जे प्रत्यक्षात नाही, ते आहे असं मानणं हे वेडेपणाचं लक्षणच आहे.

एक वेड्याचं इस्पितळ पाहायला नेहरू गेले होते. तिथे गेल्यावर त्यांनी विचारलं, "इथे कोणी कधी बरा झाला आहे का?" निरोगी, रोगमुक्त झाला आहे का?" तिथल्या अधिकाऱ्यांनी सांगितलं, "हो तर! खूप लोक बरे होऊन जात असतात. आताच एक माणूस बरा झाला आहे. पण तुमच्या हातून त्याला जाण्याची परवानगी मिळावी, म्हणून तीन दिवस आम्ही त्याला थांबवून ठेवलं आहे."

त्या बऱ्या झालेल्या वेड्याला बोलावण्यात आलं. नेहरूंनी तो बरा झाल्याबद्दल त्याचं अभिनंदन केलं. त्याला शुभेच्छा दिल्या. जाता जाता त्या माणसानं विचारलं, "पण आपलं नाव मी विचारलं नाही, आपण कोण आहात?" नेहरूंनी सांगितलं, "माझं नाव जवाहरलाल नेहरू आहे." तो माणूस हसायला लागला आणि म्हणाला, "घाबरू नका. तुम्ही देखील थोडे दिवस या तुरुंगात राहाल तेव्हा बरे व्हाल. सुरुवातीला मलाही वाटायचं की, मी जवाहरलाल नेहरू आहे, पण तीन वर्षांमध्ये या सर्व अधिकाऱ्यांच्या कृपेनं मी अगदी बरा झालो. माझा तो भ्रम दूर झाला. तुम्हीही घाबरू नका. दोन-तीन वर्षं इथं राहाल तर अगदी बरे व्हाल."

माणसाच्या वेडेपणाची ही खूणच आहे – जे आहे ते तो समजू शकत नाही आणि जे नाही त्याच्याशी तादात्म्य पावून मी तोच आहे, असं समजायला लागतो. धार्मिक अर्थानं मी भारत एका वेडेपणाच्या अवस्थेत आहे असं समजतो. आपण धार्मिक नाही आहोत. पण स्वत:ला धार्मिक समजतो आहोत.

पण ही दुर्घटना घडली तरी कशी? हे झालं तरी कसं? या संबंधीच्या काही सूत्रांवर मी आपल्याशी बोलणार आहे.

पहिलं सूत्र : भारत धार्मिक होऊ शकला नाही. कारण भारताने धर्मासंबंधीची जी कल्पना विकसित केली, ती पारलौकिक होती. मृत्यूनंतरच्या जीवनाचा विचार करणारी ती प्रणाली होती. मृत्यूच्या आधीच्या जीवनाचा विचार करणारी नव्हती.

आपल्या हातात हे जीवन आहे. मृत्यूनंतरचं जीवन आपल्या हातात नाही. ते मेल्यानंतर आपल्या हातात येईल. भारताचा जो धर्म आहे, तो मेल्यानंतरच्या आयुष्याची व्यवस्था करतो खरा, पण आज इथं पृथ्वीवर आपण जे जगतो आहोत त्यासाठी आपण कोणतीही सुव्यवस्थित पद्धत घातलेली नाही. परिणाम काय ते उघड आहे. परिणाम असा झाला की, आपलं हे जीवन अधिकाधिक अधार्मिक बनत गेलं आणि त्या जीवनाच्या व्यवस्थेसाठी आपण जे काही थोडंबहुत करू शकत होतो, तेवढं आपण करत राहिलो. कधी दान करत राहिलो, कधी तीर्थयात्रा करत

राहिलो, कधी गुरुंची, शास्त्रांची चरणसेवा करीत राहिलो. शिवाय आपण असंही ठरवून टाकलं की, आयुष्य संपायला येऊ दे. जेव्हा म्हातारे होऊ, तेव्हा धर्माची चिंता करू. जर घरातला एखादा तरुण माणूस धर्माबद्दल उत्सुकता दाखवायला लागला तर घरातले म्हातारेकोतारे त्याला सांगतात, आता धर्माची चर्चा करण्याचं तुझं वय नाही. हे तुझं वय नाही. आता तुझे खाण्या-पिण्याचे, खेळण्याचे दिवस आहेत. या सगळ्या म्हाताऱ्यांच्या गोष्टी आहेत. जेव्हा माणूस म्हातारा होतो, तेव्हा धर्माच्या गोष्टी करतो. मंदिरात जाऊन पाहा, मशिदीत जाऊन पाहा, तुम्हाला म्हातारे लोकच दिसतील, तरुण माणूस क्वचितच आढळेल. असं का?

आपण अशी ठाम समजूत करून घेतली आहे की, धर्माचा संबंध त्या लोकाशी, मृत्यूनंतरच्या जीवनाशी आहे. म्हणून मग मरणाच्या जवळ जाऊ तेव्हा विचार करू. आता अधिक हुशार लोक होते त्यांनी सांगितलं की, मरणाच्या क्षणी जर तुम्ही फक्त एकदा जरी रामाचं नाव घेतलंत, देवाचं स्मरण केलंत, गीता ऐकलीत, गायत्री मंत्र ऐकलात, नमोकार मंत्राचं कानात उच्चारण करून घेतलंत – तरी पुरे – तुम्ही पोहोचलात पलीकडे! मग आयुष्यभर कटकट करण्याची काय जरुरी आहे? मरता मरता माणसाच्या कानात एक मंत्र फुंकून टाकतात, म्हणजे झालं. माणूस धार्मिक होऊन जातो.

या बेईमान लोकांनी कुठवर मजल मारली आहे ठाऊक आहे? ते एक गोष्ट सांगतात – एक माणूस मरणाच्या पंथाला लागला होता. त्याच्या मुलाचं नाव होतं नारायण. मृत्यूच्या क्षणी त्यानं मुलाला हाक मारली – नारायणा, तू कुठे आहेस? अशी आणि परमेश्वर फसला. त्याला वाटलं, हा माणूस मलाच हाक मारतो आहे आणि त्यांनी त्याला स्वर्गात जागा दिली.

अशा बेईमान, अशा फसवेगिरी करणाऱ्या, अशा कथा रचणाऱ्या, अशी शास्त्रं रचणाऱ्या लोकांनीच आपण, आपला देश अधार्मिक होण्याची चांगली तरतूद करून ठेवली आहे.

पाच हजार वर्षांच्या प्रयत्नांनंतरसुद्धा हा देश धार्मिक नाही होऊ शकला. कारण आपण धर्माचा संबंध जीवनाशी जोडला, मृत्यूशी जोडला. मृत्यूनंतर – म्हणजे किती दूरची गोष्ट झाली ही – आता जिवंत असलेली माणसं त्या कल्पनेचा विचारही करू शकत नाहीत, मग लहान मुलाच्या मनात हा विचार कसा येईल? मुलांच्या मृत्यूचा काही प्रश्नच नाही, तरुणांच्याही मृत्यूचा विचार करण्याचं काही कारण नाही; फक्त जे वृद्ध लोक मृत्यूच्या जवळ जायला लागले आहेत आणि मृत्यूची छाया ज्यांच्यावर पडायला लागली आहे. त्यांनीच फक्त धर्माचा विचार करावा.

आणि लक्षात ठेवा – जीवन वृद्धांनी बनत नाही; तर जीवन लहान मुलं आणि

तरुण यांच्यामुळे बनतं. जे जीवनाचा निरोप घ्यायला लागले आहेत, ते वृद्ध असतात. मग असे लोक धार्मिक बनले, तरीही त्यामुळे जीवन धार्मिक बनतच नाही. कारण वृद्ध लोक धार्मिक बनता बनता जीवनाच्या अखेरच्या टप्प्यावर पोहोचतील आणि निघून जातील. ज्यांच्यामुळे जीवन बनणार आहे, जे जीवनाचे घटक आहेत, त्या लहान मुलांचा आणि तरुणांचा धर्माशी काय संबंध आहे? त्यांनी धार्मिक कसं बनावं यासाठी धर्मानं काहीही तरतूद केलेली नाही.

शिवाय जेव्हा धर्म म्हणजे पारलौकिक गोष्ट असं निश्चित झालं, तेव्हा फारच थोड्या लोकांना त्याच्या संबंधी काहीतरी चिंता वाटायला लागली. कारण परलोक इतका दूर आहे की, सामान्य माणसाला त्याबद्दल चिंता करणं कठीणच जातं. काही माणसं खूप लोभी असतात, अतिलोभी असतात, इतके लोभी असतात की, त्यांना या जीवनाचीही व्यवस्था करायची असते आणि मेल्यानंतरच्या जीवनाचीही व्यवस्था करायची असते. ज्यांची हाव, लोभ इतका अधिक असतो; तेच लोक धार्मिक होण्याचा विचार करतात. ज्यांचा लोभ थोडा कमी असतो, ते फारशी फिकीर करीत नाहीत – मेल्यानंतर जे होईल ते होईल.

हे तर अजबच झालं. आपल्यामधले जे सगळ्यात जास्त लोभी असतात, ते संन्याशी होतात. कारण त्यांना फक्त याच आयुष्याची व्यवस्था करायची नसते, तर पुढच्या आयुष्याचीही व्यवस्था करायची असते. पण जी सामान्य माणसं असतात ती आपली म्हणतात – घर बांधून होऊ दे, पैसा जमा होऊ दे; मग बघता येईल. मरण येईल तेव्हा बघता येईल. आताच मरणाचा एवढा विचार करण्याची आवश्यकता नाही आणि हे निरोगी लक्षण आहे. रोगी लक्षण नाही. जो माणूस जिवंत असताना मृत्यूचा खूप विचार करत राहतो; तो अस्वस्थ असतो, आजारी असतो; रोगी असतो. त्या माणसाच्या आयुष्यात जीवनऊर्जा कुठे तरी कमी पडते आहे. त्याला जीवनाची कला येत नाही, म्हणून मृत्यूबद्दल इतका विचार करणं त्यानं सुरू केलेलं असतं.

स्वामी रामतीर्थ जपानला गेले होते. त्यांच्या जहाजावर नव्वद वर्षांचा एक म्हातारा जर्मन माणूस चिनी भाषा शिकत होता. चिनी भाषा अतिशय कठीण आहे. मनुष्याच्या जेवढ्या भाषा आहेत त्यातली बहुधा सर्वांत कठीण हीच भाषा असेल. कारण चिनी भाषेत वर्णाक्षरं नाहीत. क ख ग नाहीत. ती चित्रलिपी आहे. इतकी चित्रं शिकायची आणि तीही नव्वदाव्या वर्षी! कोणत्याही माणसाला चिनी भाषा नीट शिकायला साधारणपणे दहा वर्षं तरी लागतात.

तर आता हा नव्वद वर्षांचा म्हातारा सकाळपासून रात्रीपर्यंत शिकतो आहे, कधी शिकून होणार याचं? शिकणं पुरं व्हायच्या आधीच मरून जाईल बहुधा आणि अगदी आशावादीपणानं विचार करून आपण ठरवलं की, नाही, हा जगेल आणखी

दहा-पंधरा वर्षं, तरी तो वापरणार कधी ही भाषा? जी गोष्ट शिकायला दहा वर्षं लागणार, तिचा उपयोग वीस-पंचवीस वर्षं तरी करायला मिळाला पाहिजे की नाही? नाहीतर फुकटच ते शिकणं. पण तो म्हातारा मात्र सकाळपासून संध्याकाळपर्यंत डेकवर बसून अभ्यास करतोच आहे.

रामतीर्थांना राहवलं नाही. तिसऱ्या दिवशी त्यांनी त्या म्हाताऱ्या जवळ जाऊन म्हटलं, माफ करा. मी थोडा त्रास देतो आहे. मला एक गोष्ट विचारायची होती. हे आपण काय करता आहात? ही चिनी भाषा कधी शिकून होणार आपली? आपलं वय तर नव्वद वर्षं झालं आहे. त्या म्हाताऱ्या माणसानं रामतीर्थांकडे पाहिलं आणि उत्तर दिलं, जोवर मी जिवंत आहे, तोवर जिवंत आहे आणि जोवर मी जिवंत आहे तोवर मेलेलो नाही. मृत्यूचं चिंतन करत राहून मी मरणाआधीच मरू इच्छित नाही आणि जर मी उद्या मरेन असा विचार करत बसायचं असेल, तर मग तो विचार जन्माला आलेल्या दिवसापासूनच करायला सुरुवात करायला हवी – मी उद्या मरू शकेन, मी कधीही मरू शकतो; तर मी जगूच शकलो नसतो. आता मी नव्वद वर्षं जगलो आहे आणि जोवर मी जगतो आहे तोवर शिकणार आहे. जास्तीतजास्त ज्ञान मिळवणार आहे. जास्तीतजास्त जिवंत राहणार आहे. कारण जोवर जगतो आहे तोवर एका एका क्षणाचा पूर्ण उपभोग घेणं आवश्यक आहे; त्यामुळेच माझा पूर्ण आत्मविकास होऊ शकतो.

मग त्यानं रामतीर्थांना विचारलं, तुमचं वय काय आहे? रामतीर्थांचं वय फक्त बत्तीस वर्षांचं होतं. ते बहुतेक मनात अगदी खजील होऊन म्हणाले, फक्त बत्तीस वर्षं. यावर त्या म्हाताऱ्या माणसानं जे सांगितलं, ते साऱ्या भारतानं ऐकायला हवं. तो म्हातारा म्हणाला, ''तुला बघूनच तुमचा सगळा समाज म्हातारा का झाला आहे हे कळतं आहे. तुमच्या संपूर्ण समाजातून तारुण्य, शक्ती, ऊर्जा का निघून गेली आहे? तुम्ही पृथ्वीवर मुडद्यांसारखे जगताहात ते का हे सगळं कळतं आहे. याचं कारण असं की, तुम्ही मृत्यूच्या संबंधात फारच जास्त विचार करता आहात, पण जीवनाच्या संबंधात थोडासुद्धा विचार करीत नाही.''

नरकात कुठे काय आहे, पहिला नरक कुठे आहे, दुसरा नरक कुठे आहे. तिसरा कुठे आहे, सातवा कुठे आहे, या सर्वांचं अगदी तपशीलवार वर्णन करणारी शास्त्रं भरपूर आहेत. अगदी नकाशे काढलेले आहेत. स्वर्ग कुठे आहे? सात स्वर्ग आहेत की किती आहेत, याचा हिशेब मांडलेला आहे. नरक आणि स्वर्ग यांचा सगळा भूगोल आम्ही शोधून काढला आहे. पण पृथ्वीचा भूगोल शोधून काढण्यासाठी आपल्याला पश्चिमेच्या माणसांची वाट पाहावी लागली. तो नाही आपण शोधून काढू शकलो. कारण पृथ्वीवर आपण जगतो आहोत, तिच्या भूगोलाचं ज्ञान नसलं तरी काही फिकीर नाही. पण ज्या स्वर्गाशी आणि नरकाशी आपला काहीही संबंध

नाही त्यांचं मात्र संपूर्ण ज्ञान आपल्याला आहे. आपण इतकं तपशीलवार वर्णन केलेलं आहे की, एखाद्यानं ते वाचलं तर त्याला हे सगळं काल्पनिक आहे असं नाही वाटणार. एक-एक इंचाचं वर्णन केलं आहे आपण की, केवढी आग असते, कढया केवढ्या असतात, राक्षस किती असतात, ते कशा प्रकारांनी लोकांना छळतात आणि काय काय करतात. स्वर्गात काय आहे, आपण व्यवस्था केलेली आहे, पण या जमिनीवर काय आहे? या जमिनीची आम्हाला काही चिंता नाही. कारण इथे थोडा वेळच राहायचं आहे – विश्रामगृहात राहिल्यासारखं – लवकर मरून जायचं आहे – मग या जमिनीची चिंता करण्याचं काहीच कारण नाही.

जीवन अधार्मिक आहे कारण जीवनाची चिंता आपण केली नाही. जोवर धर्म या जीवनासंबंधी विचार करीत नाही, या जीवनाला सुव्यवस्थित करीत नाही, या जीवनाला विज्ञानावर आधारित असं बनवीत नाही, तोवर जीवन धार्मिक होऊ शकत नाही. जोवर हे होत नाही तोवर जीवन धार्मिक होऊ शकत नाही.

पहिली गोष्ट अशी आहे की, परलोकाविषयीच्या अतिचिंतनामुळे भारताला अधार्मिक बनायला मदत केली आहे. धार्मिक बनायला थोडीही मदत केलेली नाही. कदाचित आपण असा विचार केला असेल की, परलोकाच्या या भीतीमुळे लोक धार्मिक बनतील. पण झालं उलटंच. झालं असं की, परलोक इतका दूर भासायला लागला की, आपला त्याच्याशी काही संबंधच उरला नाही, काही नातं उरलं नाही. आपलं नातं आहे या जीवनाशी! हे जीवन कसं जगावं, या जीवनाची कला काय आहे हे आपल्याला शिकवणारंच कोणी नव्हतं.

जीवन सोडून कसं द्यायचं हे धर्म आपल्याला शिकवत होता. जीवन जगायचं कसं हे सांगणारा धर्म नव्हताच. जीवन कसं सोडून द्यावं, त्याग कसा करावा, जीवनापासून दूर कसं पळावं हे धर्म शिकवत होता – याचे सगळे नियम – अगदी सुरुवातीपासून अखेरपर्यंत जीवन सोडण्याची पद्धती काय आहे याचे सारे नियम आपण शोधून काढले आहेत; परंतु जीवन जगण्याची काय पद्धती आहे, याबद्दल मात्र धर्म मौन पाळतो. याचा परिणाम उघड आहे.

जीवनाचा त्याग करणारा समाज धार्मिक कसा असू शकेल? जगायचं तर आहे. किती लोक पळतील? आणि पळून जाणारेसुद्धा, जातात कुठे? संन्यासी, साधू पळून जाऊन कुठे जातात? पळून कसले जातात, नुसता पळण्याचा आभास होतो. फक्त श्रमापासून दूर पळतो, समाजापासून दूर पळतो खरा; पण शेवटपर्यंत समाजावरच अवलंबून राहतो. समाजाकडून भाकरी मिळते, प्रतिष्ठा मिळते, समाजाकडून कपडे मिळतात, समाजातच जगतो. समाजावर अवलंबून असतो. फरक फक्त एवढाच होतो की, तो स्पष्ट रूपात शोषक बनतो, श्रमिक राहत नाही. तो कोणतेही श्रम करत नाही, फक्त शोषण करतो.

किती लोक संन्यासी होऊ शकतात? जर सगळा समाजच पळपुटा समाज बनला, तर पन्नास वर्षांमध्ये त्या देशात एकही जिवंत प्राणी सापडणार नाही. पन्नास वर्षांत सगळे लोक संपून जातील. पण पन्नास वर्षांचा काळसुद्धा जास्त आहे. सगळे लोक जर संन्यासी झाले तर पंधरा दिवस निघणंसुद्धा कठीण आहे. कारण मग शोषण कुणाचं करणार? कोणाच्या आधारावर जगणार?

असा पळपुटा धर्म, पलायनवादी धर्म कधीही जीवनात बदल घडवून आणणारा धर्म होऊ शकत नाही. थोडे लोक पळून जातात आणि जे पळून गेलेले नसतात, त्यांच्यावर अवलंबून राहून हे पळून गेलेले लोक जगत राहतात.

आणि सर्वांत आश्चर्याची गोष्ट अशी की, संन्यासी अवलंबून असतो गृहस्थावर पण त्यालाच स्वतःहून क्षुद्र मानतो. ज्याच्यावर अवलंबून आहे, त्यालाच तुच्छ समजतो. त्यालाच चोवीस तास शिव्या घालतो. त्याच्या पापाचं वर्णन करतो, तो नरकात कसा जाईल याची तजवीज करतो. अवलंबून त्याच्यावरच असतो! जर हे सगळे गृहस्थाश्रमी नरकात जाणार असतील, तर त्यांचं अन्न खाणारे, त्यांचे कपडे घालणारे संन्यासी त्यांच्या पाठोपाठ नरकात जाणार नाहीत, तर कुठे जाणार? कुठे जाण्याचा दुसरा मार्गच नाही.

पण या पळण्याला आपण नाव देऊन टाकलं की, जो पळून जातो तो धार्मिक आहे. म्हणजेच जो जगतो तो अधार्मिक ठरला. त्याला धार्मिक रीतीनं जगण्याचा विचार करण्याची मुभाच राहिली नाही. तो तर अधार्मिक आहे, कारण तो जगात आहे. जो पळतो तो धार्मिक आहे. तर जगणाऱ्यासाठी धार्मिक होण्याचा काही उपाय, काही विधी, काही तंत्र, एखादं शिल्प हे काही आम्ही शोधून काढू शकलो नाही. माझं असं मत आहे की, जर आपण धर्माला जीवनासंबंधी सकारात्मक, जीवनाला स्वीकारणारा धर्म बनवू शकलो – जीवनाचा निषेध करणारा धर्म नव्हे. (तर भारत धार्मिक होऊ शकेल.)

दुसरी गोष्ट, धर्मानं आणखी एक टोकाची गोष्ट केली. ते टोक म्हणजे एक प्रतिक्रिया होती. जगात असं मानणारे लोक होते की, मनुष्य म्हणजे केवळ शरीर आहे, शरीराखेरीज दुसरा आत्मा वगैरे काही नाही. धर्मानं बरोबर याच्या अगदी उलट असलेलं दुसरं टोक पकडलं. माणूस म्हणजे फक्त आत्मा आहे. शरीर ही माया आहे, खोटं आहे.

या दोन्ही गोष्टी खोट्या आहेत. माणूस म्हणजे नुसतं शरीरही नाही आणि नुसता आत्माही नाही. एका असत्याच्या विरोधात दुसरं असत्य उभं केलं गेलं. पश्चिम एक असत्य सांगत राहिली की, माणूस म्हणजे फक्त शरीर आहे आणि भारत एक असत्य सांगत राहिला की, माणूस म्हणजे फक्त आत्मा आहे. या दोन्ही गोष्टी साफ खोट्या आहेत. पश्चिम आपल्या असत्यामुळे अधार्मिक बनली. कारण

फक्त शरीराचं अस्तित्व मानणारे लोक, त्यांच्या लेखी धर्माचा काही प्रश्नच नव्हता. भारत आपल्या असत्यामुळे अधार्मिक बनला. कारण फक्त आत्म्याचं अस्तित्व मान्य करणारे लोक शरीराच्या जगण्याकडे डोळेझाक करायला लागले. जे माया आहे, त्याचा विचार तो काय करायचा? जे अस्तित्वातच नाही त्याच्या संबंधात काय विचार करायचा? खरं म्हणजे माणसाचं जीवन म्हणजे शरीर आणि आत्मा यांचं एकीकरण आहे. ते शरीर आणि आत्मा दोहोंनी बनलेलं संगीत आहे.

आपल्याला जर माणसाला धार्मिक बनवायचं असेल तर त्याच्या शरीराचाही स्वीकार केला पाहिजे आणि त्याच्या आत्म्याचाही. त्याच्या शरीराचा स्वीकार केल्याखेरीज आपण त्याच्या आत्म्याच्या शोधात एक इंचभरही पुढे जाऊ शकणार नाही हे निश्चित. एक वेळ आत्म्याखेरीज शरीर मिळू शकेल. पण शरीराखेरीज आत्मा नाही मिळणार. शरीराच्या आधारानेच तर आत्म्याची अभिव्यक्ती होते. ते माध्यम आहे. ज्या लोकांनी या माध्यमाला नाकारलं त्यांनी या माध्यमाला बदलण्याचा, या माध्यमाला सुंदर बनवण्याचा; या माध्यमाला सत्याच्या अधिक निकट नेण्याचा मार्गच सोडून दिला. शरीराला एक विरोध निर्माण झाला, एक शत्रुत्व निर्माण झालं अन् आपण शरीराचे शत्रू बनलो. जेवढं शरीराला अधिक दु:ख देण्यात सफल होऊ, तितके आपण अधिक धार्मिक असं समजायला लागलो.

शरीराला दु:ख देण्यासाठीच्या अनेकानेक योजना बनवणं याखेरीज आपली तपश्चर्या म्हणजे दुसरं काय असतं? ज्याला आपण तप म्हणतो, ज्याला आपण त्याग म्हणतो; ते शरीराच्या शत्रुत्वाखेरीज दुसरं काय असतं? हळूहळू हा विचार निर्माण झाला की, जो माणूस शरीराला जास्तीतजास्त तोडेल, जास्तीतजास्त नष्ट करेल, जेवढं जास्त दमन करेल तेवढा तो अधिक आध्यात्मिक आहे.

शरीराला तोडणारा, नष्ट करणारा माणूस विक्षिप्त असू शकेल, आध्यात्मिक नाही. कारण आत्म्याचासुद्धा जो अनुभव आहे, त्याच्यासाठी एका सुखी, शांत, निरोगी शरीराची आवश्यकता असते. आत्म्याचा अनुभव घेण्यासाठीही विसरून जाता येईल, अशा शरीराची आवश्यकता असते.

तुम्हाला माहिती आहे, दुखणारं शरीर कधीच विसरता येत नाही! पाय दुखत असले की, पायांची जाणीव होते. दुखत नसेल तर पायांची जाणीव नसतेच. डोकं दुखत असलं तर डोक्याची जाणीव होते. दुखत नसलं तर डोक्याची काही जाणीव होत नाही. स्वास्थ्य, निरोगीपणा यांचं लक्षणच हे आहे की, माणसाला आपल्या शरीराची जाणीव होता कामा नये. ज्याला आपल्या संपूर्ण शरीराची जाणीव नाही तो माणूस निरोगी आहे. ज्याला आपल्या कोणत्याही अवयवाची जाणीव आहे त्यानं समजावं की, तिथं काही तरी रोग आहे.

शरीर निरोगी असेल तर ते विसरता येतं आणि शरीर विसरता आलं, तर

आत्म्याचा शोध घेता येतो; परंतु आपण जी तरतूद केली आहे त्यात शरीराला कष्ट देणं म्हणजे अध्यात्म्याचा मार्ग असं आपण समजतो आहोत.

शरीराला यातना देणारे लोक कधीही शरीराला विसरू शकत नाहीत. कष्ट देऊन शरीराला विसरता येत नाही. उलट कष्ट दिल्यानं शरीराची आठवण अधिक होते. आपण नीट जेवलो असलो तर पोटाची अजिबात आठवण येत नाही. पण उपवास करत असलो तर चोवीस तास पोटाची आठवण येत राहील. पोटात त्रास आहे, तो त्रास आपल्याला जाणीव करून देत असतो.

जीवनाच्या नियमाचाच एक भाग आहे की, शरीरात कुठेही दुःख असेल तर त्याची खबर तुम्हाला दिली जाते. कारण जर अशी खबर दिली नाही, तर ते दुःख दूर करण्याचा काही मार्गच नाही.

संस्कृतमध्ये तर वेदना या शब्दाचे दोन अर्थ आहेत. वेदना याचा अर्थ दुःख असाही होतो आणि वेदना याचा अर्थ बोध, ज्ञान असाही होतो. म्हणून वेद हा शब्द ज्यापासून बनला त्यापासूनच वेदना हा शब्दही बनला. वेदनाचा अर्थ आहे दुःख आणि वेदनाचा अर्थ आहे बोध. दुःखाचं ज्ञान होतंच.

म्हणजे माणूस आपल्या शरीराला जितके कष्ट देईल, तितकी त्याला शरीराची जाणीव जास्त होईल. शरीराला यातना देणारे लोक फक्त शरीराचाच अनुभव घेत राहतात, आत्म्याचा त्यांना कधीच पत्ता लागत नाही.

परंतु आम्ही हजारो वर्षांत एक विचारधारा विकसित केली – शरीराशी शत्रुत्व करण्याची आणि शरीराचे शत्रू आम्हाला आध्यात्मिक वाटायला लागले. जो माणूस आपल्या शरीराला जास्तीतजास्त कष्ट देईल, दुःख देईल तितका तो श्रेष्ठ – जर एखादा माणूस काट्यांवर झोपला तर तो महात्यागी वाटायला लागला; एखादा माणूस स्वतःच्या शरीरावर कोरडे ओढून ओढून रक्तबंबाळ व्हायला लागला...!

युरोपमध्ये असा कोरडे ओढणाऱ्यांचा एक पंथ होता. त्या पंथातले साधू सकाळी उठून कोरडे ओढायला सुरुवात करायचे. जसं हिंदुस्तानात उपवास करणाऱ्या साधूचं छापलं जातं ना की, अमक्यानं चाळीस दिवस उपवास केला, तमक्यानं शंभर दिवस उपवास केला, तसं हे जे युरोपमधले कोरडे ओढणारे साधू होते त्यांचंही छापलं जायचं – अमका साधू सकाळी १०१ कोरडे ओढतो, तमका दोनशे कोरडे ओढतो. जो जितके जास्त कोरडे ओढेल तितका तो मोठा साधू.

डोळे फोडून घेणारे लोक झाले, कान फोडून घेणारे लोक झाले, जननेंद्रिय कापून टाकणारे लोक झाले; शरीराला सर्व तऱ्हांनी नष्ट करणारे लोक होऊन गेले. युरोपात एक पंथ होता, त्याचे लोक आपल्या जोड्यांमध्ये खिळे लावून घेत असत. म्हणजे चालताना पायात ते खिळे रुतत राहावेत. त्यांना महात्यागी मानलं जायचं. लोक त्यांच्या पाया पडायचे, कारण ते महात्यागी. आपला संन्यासी तेवढा त्यागी

नाही, तो अनवाणी पावलांनी रस्त्यावरून चालतो. त्या पंथातले लोक जोडेही घालायचे. त्यात खिळेही लावून घ्यायचे. पण पायाच्या जखमा सतत ओल्या, वाहत्या राहायला पाहिजेत. रक्त वाहत राहिलं पाहिजे. कंबरेला पट्टा बांधायचे. त्या पट्ट्यांमध्येही खिळे ठोकलेले असायचे. म्हणजे कंबरेला ते खिळे बोचत राहिले पाहिजेत, सतत जखमा होत राहिल्या पाहिजेत. लोक त्यांचे पट्टे सोडून पाहायचे की, किती जखमा आहेत आणि मग म्हणायचे किती महान व्यक्ती आहे ही!

साऱ्या जगामध्ये या शरीराच्या शत्रूंनी धर्मावर कब्जा केलेला आहे. हे लोक आत्मवादी नाहीत. कारण आत्मवादी लोकांचं शरीराशी काहीच शत्रुत्व नसतं. आत्मवादी व्यक्तीच्या दृष्टीनं शरीर हे एक साधन आहे, एक शिडी आहे; एक माध्यम आहे. त्याला तोडण्यात काही अर्थ नाही. एक माणूस बैलगाडीत बसून चालला आहे. तर त्याच बैलगाडीचं नुकसान करण्यात काय फायदा? आपण शरीराच्या साहाय्यानं यात्रा करीत असतो. शरीर ही एक बैलगाडी आहे. त्याला नष्ट करण्याचं काय प्रयोजन? ते शरीर जितकं निरोगी असेल, जितकं शांत असेल, तितक्या लवकर त्याला विसरता येईल.

तर दुसरं सूत्र मी आपल्याला असं सांगीन – भारताच्या धर्मानं शरीराला नाकारलं म्हणूनच जास्त लोक अधार्मिक बनले. ते शरीराला इतकं नाकारू नाही शकले. म्हणून मग त्यांनी काय केलं की, ज्यांनी शरीराला नाकारलं त्यांची पूजा केली. पण स्वत: मात्र अधार्मिक राहणंच पसंत केलं. कारण शरीराला दु:ख दिल्याशिवाय धार्मिक बनताच येत नव्हतं.

जर भारताला धार्मिक बनवायचं असेल तर धर्माच्या जोडीनं निरोगी शरीराचं महत्त्व सांगणारा विचारही प्रसारित केला पाहिजे आणि वर असं लक्षात आणून दिलं पाहिजे की, शरीराला दु:ख देणारे लोक मनोरुग्ण आहेत, विक्षिप्त आहेत. हे लोक निरोगी तर नाहीतच; पण आध्यात्मिक तर अजिबातच नाहीत. या लोकांना मानसोपचारांची आवश्यकता आहे आणि याच लोकांना आपण आध्यात्मिक मानत आलो आहोत.

अध्यात्माबद्दलची ही चुकीची कल्पना आपल्याला धार्मिक होऊ देत नाही.

तिसरं सूत्र मला आपल्याला सांगायचं आहे ते असं, आजपर्यंतचा आपला संपूर्ण धर्मविचार एका गोष्टीवर आधारित आहे आणि तो विचार असा की, धर्म म्हणजे विश्वास, धर्म म्हणजे श्रद्धा; विश्वास ठेवायचा की झालो धार्मिक.

ही गोष्ट अगदी चुकीची आहे. कोणताही माणूस विश्वास ठेवल्यानं धार्मिक होऊ शकत नाही. कारण विश्वास हा नेहमीच खोटा असतो. विश्वासाचा अर्थच असा आहे की, मला ज्या गोष्टीचं ज्ञान नाही तिच्यावर मी विश्वास ठेवतो. खोट्याचा आणखी वेगळा अर्थ काय होऊ शकतो? जे मला माहीत नाही ते मी मान्य करायचं?

धार्मिक माणूस ज्या गोष्टीचं ज्ञान नाही तिला मानायला तयार होणार नाही. तो म्हणेल, मी शोधीन. मी समजून घेईन, मी प्रयोग करीन; मी अनुभव घेईन. ज्या दिवशी मला समजून येईल त्या दिवशी मी हे मानीन.

पण ज्या गोष्टींचं आपल्याला अजिबात ज्ञान नाही त्यांच्यावरच विश्वास ठेवून आपण बसलो आहोत आणि या विश्वासामुळेच आपलं शोध घेणं, चौकशी करणं, आपली जिज्ञासा बंद पडून गेली आहे.

या विश्वासानंच भारताच्या धर्माचा प्राण घेतला आहे. जिज्ञासा असायला हवी, विश्वास नाही. विश्वास धोकादायक आहे, विषारी आहे कारण विश्वास जिज्ञासेचा नाश करतो आणि आपण लहान लहान मुलांना धर्मावर विश्वास ठेवायला शिकवत असतो. ईश्वर आहे, आत्मा आहे, परलोक आहे, मृत्यू आहे; हे आहे, ते आहे, असं शिकवत असतो. पुनर्जन्म आहे, कर्म आहे असं शिकवण्याचा प्रयत्न करतो. ज्या लहान बालकाला यापैकी कोणत्याही गोष्टीची काही माहिती नाही, त्याला आपण जबरदस्तीनं हे सगळं शिकवत राहतो. त्याच्या अंतरातला प्राण त्याला सांगत असेल – मला तर हे काहीच माहीत नाही, पण त्यानं जर हे बोलून दाखवलं तर आपण त्याला म्हणू की, तू नास्तिक आहेस. ज्यांना माहिती आहे ते सांगतात की, या सर्व गोष्टी आहेत, तू त्यांच्यावर विश्वास ठेव! आपण त्यांच्या मनातल्या शंकेला दडपून टाकतो आणि वर विश्वास लादतो. त्याची शंका आत आत प्राणांमध्ये बुडून जाईल आणि विश्वास वरचढ होईल.

जे प्राणांमध्ये शिरून राहतं तेच सत्य असतं. जे वरवर, कपड्यांसारखं टांगलेलं असतं ते सत्य नसतं. म्हणून माणूस दिसायला धार्मिक दिसतो, खरा धार्मिक असत नाही. धर्म हे केवळ वस्त्र आहे. त्याच्या आत्म्यामध्ये संदेह आहे. त्याच्या आत्म्यामध्ये ही शंका अस्तित्वात आहे की खरोखरच या गोष्टी आहेत? एखादा माणूस मंदिरात मूर्तीसमोर हात जोडून उभा आहे. हात जोडून म्हणतो आहे, हे भगवान! आणि मनात शंका अशी आहे की, मी एका दगडाच्या मूर्तीसमोर उभा आहे. या मूर्तीत देव आहे?

ही शंका कायम मनात राहणारच. जेव्हा आपल्याला ईश्वर आहे याचा अनुभव येईल, तेव्हाच ही शंका दूर होईल. त्या अनुभवाच्या आधी ही शंका दूर होणं शक्यच नाही आणि तुम्ही ही शंका दडवून ठेवण्याचा जेवढा प्रयत्न कराल तितकी ती खोल जाईल; तितका माणूस चुकीच्या रस्त्याला लागेल. कारण माणसाचे दोन भाग झाले आहेत – त्याच्या आत्म्यामध्ये संदेह आणि बुद्धीमध्ये विश्वास आहे. म्हणजे बौद्धिक रूपानं आपण सगळे धार्मिक आहोत आणि आत्मिक रूपानं आपल्यापैकी कुणीही धार्मिक नाही.

माझे एक शिक्षक होते. गावी गेलो की, त्यांच्या घरी मी जात असे. एकदा

मी सात दिवस गावात होतो. दोन किंवा तीन दिवस त्यांच्या घरी गेलो. चौथ्या दिवशी त्यांनी मला आपल्या मुलाच्या हाती एक चिठ्ठी पाठवली की, कृपा करून उद्यापासून माझ्या घरी येऊ नकोस. तू येतोस तेव्हा मला आनंद होतो. मी वर्षभर तू कधी येशील याची वाट पाहत असतो. मी जिवंत असेन की नाही, तुला भेटू शकेन की नाही असा विचार करीत असतो. तरीही मी तुला आता विनंती करतो की, आजपासून माझ्या घरी येऊ नकोस. कारण काल रात्री तुझ्याशी बोललो आणि गेली चाळीस वर्षे मी ज्या मंदिरात पूजा करतो आहे तिथं आज सकाळी पूजा करायला बसलो तेव्हा मला एकदम वाटलं की, मी हा वेडेपणा तर करत नाही? माझ्यासमोर मीच विकत आणलेली एक मूर्ती आहे आणि मी त्या मूर्तीची आरती करतो आहे. जर खरोखरच हा नुसता दगड असेल तर मी मूर्खच आहे आणि मी चाळीस वर्षे फुकट घालवली आहेत. नाही – मी घाबरून गेलो. माझ्या मनात संदेह निर्माण झाला आणि माझी चाळीस वर्षांची पूजा डगमगायला लागली. आता तू इथे येऊ नकोस.

मी त्यांना उलट निरोप पाठवला की, मी एकदा तरी येणारच. मग नंतर नाही येणार. कारण एकदा येणं फार जरुरीचं आहे. मला फक्त एवढंच सांगायचं आहे की, चाळीस वर्षांच्या पूजा, प्रार्थनेनंतर एका माणसाशी फक्त तासभर बोलल्यामुळे जर ती चाळीस वर्षांची पूजा डगमगायला लागली असेल, तर मग तिचा अर्थ काय? याचा अर्थ एवढाच आहे की, ही चाळीस वर्षांची पूजा, प्रार्थना वरवरची आहे, खोटी आहे; तुमच्या अंतरात संदेह होताच. या माणसाच्या बोलण्यानं तो संदेह पुन्हा जागृत झाला. तो संदेह तुमच्या अंतरात झोपलेला होता.

जर एखाद्याच्या मनात शंका नसेल, तर ती आपण वरून घालू शकत नाही. अशी शंका कोणाच्या मनात घालणं अशक्य आहे. मनात आधीच अस्तित्वात नसेल, तर वरून शंका त्या मनात घालणं अगदी अशक्य आहे. मनात संदेह असेल तर बाहेर एखादी गोष्ट घडली, तरी तो लगेच जागा होऊन उभा राहतो. तो वाटच पाहत असतो बाहेर येण्याची. आपण त्याला दडपून टाकत असतो.

जगातले सगळे धर्म – भारतातले सगळे धर्म आणि बाकीचेही – सतत असा प्रयत्न करत असतात की, कधीही नास्तिक माणसाचं बोलणं ऐकू नका. कधीही अधार्मिक माणसाचं बोलणं ऐकू नका. कान बंद करून घ्या, कधीही अशी गोष्ट ऐकू नका. का? कसली भीती आहे? आस्तिकाचं ज्ञान नष्ट करून टाकेल इतकं नास्तिकाचं बोलणं जोरदार असतं? असं जर असेल तर मग आस्तिकाचं ज्ञान फुटक्या कवडीइतक्या किमतीचंही राहत नाही.

खरी गोष्ट अशी आहे की, जो खरा आस्तिक आहे, ज्यानं जीवनाचं ज्ञान प्राप्त करून घेतलं आहे, ज्यानं आत्म्याची एखादी छोटीशी तरी झलक पाहिली आहे,

त्याला जगभराची नास्तिकताही हलवू शकत नाही; परंतु आपण मुळी नास्तिक नाहीच आहोत. आपल्या आतच एक नास्तिक बसलेला आहे. वरवर आस्तिकतेचं एक पातळ कागदासारखं आवरण आहे. आत खरी आस्तिकता नाहीच, म्हणूनच तर कोणी बाहेर नास्तिकतेच्या गोष्टी करायला लागलं की, आतला झोपलेला नास्तिक जागा होतो आणि म्हणतो, अगदी बरोबर आहे.

आपण धर्माचा पाया विश्वासावर ठेवला, ज्ञानावर नाही. म्हणून भारत धार्मिक होऊ शकला नाही. धर्म ज्ञानावर उभा राहिला पाहिजे, विश्वासावर नाही. म्हणजे आपल्याला या देशात खरोखरचा धार्मिक माणूस हवा असेल, तर आपल्याला जिज्ञासा जागृत केली पाहिजे, चौकसपणा जागृत केला पाहिजे, विचार करणं जागृत केलं पाहिजे; चिंतन, मनन जागृत केलं पाहिजे. विश्वास संपूर्णपणे सोडून दिला पाहिजे. लहान मुलांना विश्वासाचं शिक्षण देण्याची काही जरुरी नाही. शिक्षण दिलं पाहिजे विचार करण्याच्या कलेचं, चिंतन करण्याच्या पद्धतीचं, मनन करण्याच्या मार्गाचं, ध्यान करण्याच्या पद्धतीचं – ज्यामुळे सत्य काय आहे, ते जाणता यावं आणि ज्या दिवशी सत्याची छोटीशी झलक मिळेल, एखादाच किरण तरी दिसेल – माणसाचं जीवन संपूर्ण बदलून जाईल – ते जीवन धार्मिक बनून जाईल.

विश्वास ठेवणारा माणूस खोटा असतो, फसवा असतो; आत्मवंचक असतो. याच्यामुळे सगळा देश संकटात सापडला आहे.

आणि चौथी गोष्ट : आतापर्यंत आम्हाला असं शिकवलं गेलं आहे की, सत्य दुसऱ्याकडून मिळू शकतं – गुरुकडून मिळू शकतं, ज्ञानी माणसाकडून मिळू शकतं, ग्रंथातून मिळू शकतं; शास्त्रातून मिळू शकतं.

ही गोष्ट साफ खोटी आहे. सत्य कोणालाही दुसऱ्या कोणाकडून मिळू शकत नाही. सत्य स्वतःलाच शोधावं लागतं. दुसऱ्या कुणी तुम्हाला द्यावं, इतकी सत्य ही स्वस्त वस्तू नाही. स्वतःच्या प्राणांची सारी शक्ती पणाला लावून सत्य शोधावं लागतं. ती यात्रा स्वतःची स्वतःलाच करावी लागते.

तुमच्याऐवजी दुसरं कुणी मरू शकतं? तुमच्या जागी दुसरं कुणी प्रेम करू शकतं? तुमच्या जागी दुसऱ्या कुणी प्रेम केलं आणि त्याचं सुख, आनंद तुम्हाला मिळाला असं कधी घडलं आहे? दुसरं कुणी मेलं आणि तुम्हाला मृत्यूचा अनुभव आला असं कधी झालं आहे?

हे कसं शक्य आहे? जो मरेल तोच मृत्यूचा अनुभव घेईल. जो प्रेम करेल त्यालाच प्रेमाचा आनंद मिळेल.

परंतु आपण एक फार मोठी फसवणूक केली आहे. आपण प्रेम आणि मृत्यूपेक्षाही सत्याला स्वस्त समजलो. आपण असं खुशाल मानत राहिलो की, सत्य दुसऱ्या कुणाला तरी मिळेल आणि तो ते आपल्याला देईल. महावीर देईल,

बुद्ध देईल; राम-कृष्ण देतील.

कोणीही कोणालाही सत्य देऊ शकत नाही. जर असं सत्य देता आलं असतं, तर आज जगातल्या सर्व माणसांपर्यंत सत्य पोहोचलं असतं. कारण महावीराची करुणा एवढी मोठी होती, येशू ख्रिस्त आणि बुद्धाच्या मनात एवढं प्रेम होतं की, त्यांना देणं शक्य असतं तर त्यांनी ते नक्कीच वाटून टाकलं असतं. पण नाही, ते नाही देता येत. ते प्रत्येक माणसाला स्वत:लाच शोधावं लागतं.

परंतु आजपर्यंत आपल्याला असंच शिकवण्यात आलं आहे की, शोधण्याचा प्रश्न येतोच कुठे? गीतेमध्ये लिहिलेलं आहे, रामायणात उपलब्ध आहे, उपनिषदात लपलेलं आहे, समयसारमध्ये आहे, बायबलमध्ये आहे, कुराणात आहे; तिथून घेता येईल. पाठ करता येईल, तोंडपाठ करता येईल; सर्व सूत्रांना की, सत्याची प्राप्ती झालीच.

यामुळे एक खोटा, शब्दांचा धर्म निर्माण झाला. तो सत्याचा धर्म नव्हता. शास्त्रांमधून, गुरुंकडून शब्द मिळू शकतात. सत्य नाही मिळू शकत. सत्य तर स्वत:लाच शोधावं लागतं आणि प्रत्येक माणसाला आपापल्या पद्धतीनंच हा शोध घ्यावा लागतो आणि प्रत्येकाला आपल्या स्वत:च्या यातनेतूनच या सत्याला जन्म द्यावा लागतो. जसं आपलं मूल जन्माला यावं, म्हणून आईला प्रसूतिवेदना सहन कराव्या लागतात, तसंच प्रत्येक व्यक्तीला एका साधनेतून पार व्हावं लागतं, मगच त्या व्यक्तीचं सत्य निर्माण होऊ शकतं. सत्य उधार-उसनवारीची गोष्ट नाही.

पण आपला देश आजपर्यंत हेच धरून बसला आहे की, सत्य पुस्तकांमधून मिळतं, शास्त्र तोंडपाठ केल्यानं मिळतं. कृष्णाला सापडलं आहे, आता आम्ही शोधण्याची काय गरज आहे? गीता तोंडपाठ केली की झालं; मिळालं सत्य!

गीतेतून मिळतील फक्त शब्द, हे शब्द तोंडपाठ होतील आणि मग असा भ्रम होईल की, मलाही ज्ञान मिळालं आहे. खरं तर मला काहीही समजलेलं नाही. गीतेचे शब्द पाठ झाले आहेत, तेच पुन:पुन्हा बोलतो आहे. मला काय कळलं आहे? माझा स्वत:चा अनुभव काय आहे?

म्हणून या चार सूत्रांच्या आधारानं भारत धार्मिक दिसतो, पण धार्मिक नाही. जर ही चारी सूत्रं बदलता आली, तर भारताच्या जीवनात धर्माच्या अनुभवाला एक वेगळीच दिशा मिळू शकेल. ही नवी दिशा मिळणं फार आवश्यक आहे. ही नवी दिशा मिळाल्याखेरीज आपल्या समाजाला कोणतंही भविष्य नाही. तो दरवाजा उघडला नाही, तर आपलं जीवनच नष्ट होऊन जाईल.

आपलं चर्च अगदी कोसळायला आलं आहे. ज्या भवनाला आपण धर्म म्हणत होतो, ते भवन पार सडून गेलं आहे. ज्या मंदिराला आपण धर्म समजत होतो, तिथं आता कुणीही भाविक जात नाही. ज्या भवनामुळे आपल्याला परमात्म्याची प्राप्ती

होईल, अशी आपली समजूत होईल तिकडे आपण पाठ फिरवली आहे आणि तरीही आपण ते मंदिर बदलायला तयार नाही, नावं बनवायला उत्सुकही नाही. अशा परिस्थितीत आपण साऱ्या जगासमोर पुन:पुन्हा हेच म्हणत राहणार की, आम्ही धार्मिक आहोत. आपल्याला मनातून पक्कं ठाऊक आहे की, आपण धार्मिक नाही आहोत.

ही स्थिती बदलता येण्यासारखी नाही का? असंच नुसतं बसून हे बघत राहणं योग्य आहे का? या प्रश्नावरच मी माझं बोलणं थांबवणार आहे. ज्यांच्या अंतरात थोडी समज आहे, ज्यांच्यामध्ये थोडा जिवंतपणा आहे आणि जे थोडा विचार करतात, प्रश्न करतात; त्यांच्यापुढे आज एकच काम आहे. भारताचे प्राण आज अधार्मिक झाले आहेत, त्यांना पुन्हा धार्मिक कसं करता येईल?

त्यांना धार्मिक करता येणं शक्य आहे. थोडंसं योग्य चिंतन आणि योग्य मार्गाचा शोध घेतला, तर भारताचा आत्मा धार्मिक होऊ शकेल. भारताचा आत्मा धर्माचा तहानेला आहे. पण आपण ही तहान खोट्या पाण्यानं शमवत आलो आहोत. ही तहान पुन्हा जागवली पाहिजे; म्हणजे मग जिथं तहान शमते, त्या सरोवराच्या शोधाला आपण सुरुवात करू. तिथंच आपल्याला त्या गोष्टीची प्राप्ती होते. जिची प्राप्ती झाल्यानंतर हवं असं दुसरं काही शिल्लकच राहत नाही. ज्या जीवनाला अंत नाही ते जीवन मिळतं; तो सुवास, तो सुगंध, ते संगीत हाती लागतं – ज्याला कुणी मोक्ष म्हणतं, कुणी प्रभू म्हणतं, कुण किंग्डम ऑफ गॉड म्हणतं, कुणी आणखी काही म्हणतं. त्याची प्राप्ती करून घेण्याचा अधिकार प्रत्येक माणसाला आहे; परंतु चुकीच्या मार्गानं गेलं तर त्याची प्राप्ती नाही होऊ शकत.

माझं बोलणं इतक्या शांतपणानं आणि प्रेमानं ऐकलंत, याबद्दल मी फार फार उपकृत आहे. शेवटी सर्वांच्या अंतरात्म्यात वसणाऱ्या परमात्म्याला प्रणाम करतो. माझ्या प्रणामाचा स्वीकार करावा.

संघटना आणि धर्म

सकाळी मी आपलं म्हणणं ऐकून घेतलं. त्यासंबंधात पहिली गोष्ट लक्षात घेतली पाहिजे ती ही की, धर्माची कोणतीही संघटना नसते – होऊ शकतच नाही आणि अशी जर धर्माची संघटना बांधण्याचा प्रयत्न केला, तर त्याचा परिणाम म्हणजे तो धर्मच नष्ट होतो. धर्म ही अतिशय वैयक्तिक बाब आहे. प्रत्येक व्यक्तीच्या आयुष्यात घडून येणारी गोष्ट आहे, संघटना आणि गर्दी यांच्याशी त्याचा काहीही संबंध नाही.

परंतु, याचा अर्थ असा नाही की, दुसऱ्या कोणत्याही प्रकारची संघटना होऊ शकत नाही. सामाजिक संघटना होऊ शकते, शैक्षणिक संघटना होऊ शकते, नैतिक-सांस्कृतिक संघटना होऊ शकते, राजनैतिक संघटना होऊ शकते. फक्त धार्मिक संघटना होऊ शकत नाही.

म्हणूनच माझ्या आजूबाजूचे माझे मित्र जर एखादी संघटना बांधू इच्छित असतील, तर ती संघटना धार्मिक नाही ना, यावर नीट लक्ष ठेवणं जरुरीचं आहे हे ध्यानात घ्या. अशा संघटनेत सामील होण्यानं कोणीही माणूस धार्मिक बनणार नाही. एखादा माणूस हिंदू म्हणून धार्मिक असतो, एखादा माणूस मुसलमान म्हणून धार्मिक असतो; तसा एखादा माणूस 'जीवन जागृती केंद्रा'चा सभासद झाला, म्हणून धार्मिक बनणार नाही.

धार्मिक होणं ही एक वेगळीच गोष्ट आहे. त्यासाठी कोणत्याही संघटनेचा सभासद होण्याची जरुरी नाही. उलट तो जर एखाद्या संघटनेचा

– धार्मिक संघटनेचा सदस्य असेल तर तीच गोष्ट त्याच्या धार्मिक होण्यामध्ये निश्चितपणे अडचणीची ठरेल. जो माणूस हिंदू आहे, तो धार्मिक असू शकत नाही. जो जैन आहे, तोही धार्मिक असू शकत नाही. जो मुसलमान आहे, तोही धार्मिक असू शकत नाही. कारण संघटनेत असणं याचा अर्थ संप्रदायात असणं. संप्रदाय आणि धर्म या दोन्ही परस्परविरोधी गोष्टी आहेत. संप्रदाय तोडतो आणि धर्म जोडतो.

म्हणून पहिली गोष्ट ही लक्षात ठेवली पाहिजे की, माझ्या आसपास जर एखादी संघटना उभारली जात असेल, तर ती धार्मिक असता कामा नये. तिला धार्मिक मानून उभी करणं चुकीचं ठरेल. ज्या मित्रांनी सांगितलं की, धार्मिक संघटना होऊ शकत नाही, ते अगदी खरं बोलत होते – होऊच शकत नाही; परंतु कदाचित दुसऱ्याही कोणत्या प्रकारची संघटना होऊ शकणार नाही, असा संदेह त्यांच्या मनात आहे. इतर प्रकारच्या संघटना होऊ शकतात. जीवन जागृती केंद्र ही एक वेगळ्या प्रकारची संघटना आहे, ती धार्मिक संघटना नाही. या आपल्या समाजात इतके रोग आहेत, इतके आजार आहेत, इतका उपद्रव आहे; इतकी कुरूपता आहे की, जो कोणी मनुष्य धार्मिक असेल तो ही कुरूपता, ही घाण, हा मूर्खपणा चुपचाप सहन करायला तयारच होणार नाही. हा कुरूप समाज असाच जिवंत राहील, असाच जगत राहील ही गोष्ट कोणताही धार्मिक माणूस सहनच करू शकणार नाही. ज्या कुणाच्या आयुष्यात धर्माचा एखादा बारीकसाही किरण शिरला असेल, तो माणूस या समाजाला आमूलाग्र बदलण्याची इच्छा करेल.

जीवन जागृती केंद्र धार्मिक संघटना नाही, धार्मिक लोकांनी सामाजिक परिवर्तनासाठी आणि क्रांतीसाठी एकत्र येऊन उभारलेली संघटना आहे. या संघटनेचा सभासद झाल्यामुळे कोणी धार्मिक बनणार नाही. पण ज्यांना असं वाटतं की, समाजाला, जीवनाला, नीतीला, चालत आलेल्या व्यवस्थेला, परंपरेला बदललं पाहिजे, ते लोक या संघटनेचे सभासद बनून तिला अधिक मजबूत बनवू शकतात. ही संघटना सामाजिक क्रांतीची संघटना आहे; धार्मिक नाही. धार्मिक शांतीसाठी उभारलेली नाही; सामाजिक क्रांतीसाठी उभारलेली आहे.

हे सामाजिक क्रांतीचं आंदोलन आहे हे स्पष्ट झालं पाहिजे. जो कोणी माणूस थोडासाही प्रबुद्ध असेल, शांत असेल, आयुष्य पाहिलेला - समजून घेतलेला असेल त्याच्या हातून हा समाज जसा आहे, तसाच राहू देणं ही एक प्रकारची हिंसाच घडून येईल. कोणीही धार्मिक मनुष्य या समाजाची आजची स्थिती सहन करू शकणार नाही, अधार्मिक माणूसच हे सहन करू शकेल. ज्यांच्या मनात कसलीही दयामाया नाही, तेच या समाजात चालत आलेली कुरूपता पाहू शकतील. ज्यांच्या जीवनात प्रेमाचा एखादाही किरण नाही, तेच घृणेचा हा गडद अंधकार सहन करू शकतील. ज्यांच्या मनातली माणुसकी मरून गेली आहे, तेच चारी

बाजूला माणुसकी मेलेली दिसत असताना तिथंच राहणं मान्य करू शकतील. धार्मिक माणूस या समाजाला बदलण्याचा प्रयत्न करील, बदलून टाकील किंवा मरून जाईल. पण या अशा समाजात राहायला तो तयार होणार नाही. जीवन जागृती केंद्र ही अशा प्रकारची संघटना असेल – धार्मिक नाही, तर सामाजिक क्रांती, चळवळ यासाठीची संघटना, ही एक चळवळ असेल. पण ही चळवळ मोहम्मदाच्या चळवळीसारखी नाही - त्या अर्थाची नाही की, माणूस मुसलमान झाला की पुरे. बाकी सगळं झालं. जो मुसलमान आहे तो मोक्षाला जाईल आणि जो मुसलमान नाही त्याला मोक्षाची दारं बंद राहतील. ही संघटना त्या प्रकारची नाही. तिचा मोक्षाशी काही संबंध नाही. मोक्षाचा संबंध संघटनेशी कधीच नसतो. कारण ही प्रत्येकाची वैयक्तिक गोष्ट आहे.

परंतु ज्या लोकांच्या आयुष्यात थोडं तरी शांतीचं फलित आलं आहे, ज्यांच्या आयुष्यात परमेश्वराच्या प्रेमाचा थोडा तरी प्रकाश आला आहे, ते आपला समाज आज जसा आहे, त्याच स्थितीत राहील हे पाहत बसू शकतील? हे सहनच होणार नाही. धार्मिक मनुष्य मूलतःच बंडखोर असतो. आजपर्यंत जर जगात एकही धार्मिक बंडखोर झाला नसेल, तर त्याचं कारण एवढंच असू शकतं – तो धार्मिकच नसेल. धार्मिक मनुष्य बंडखोर असणारच. त्याच्या जीवनात क्रांती घडून येणारच.

आता क्रांती एकट्यानं नाही होऊ शकत, क्रांतीसाठी तर संघटना हवी – कारण आपण क्रांती करायला निघतो तेव्हा क्रांतीला विरोध करणाऱ्या शक्ती संघटित असतात. त्यांच्या विरुद्ध एकट्या-दुकट्यानं उभं राहण्यात काय अर्थ आहे? क्रांतीच्या विरोधातले जे प्रतिगामी, प्रतिकारी प्रवाह आहेत ते सगळे संघटित आहेत. त्यांच्या विरुद्ध एका माणसाचं उभं राहणं काय उपयोगाचं? त्याचा काय अर्थ आहे?

आयुष्यात जे लोक खोटे असतात, ते संघटित झालेले दिसतात आणि चांगला माणूस संघटनेची काय जरूर आहे, असं म्हणत शेवटी वाईट लोकांचा साथीदार, सहकारी बनून जातो. चोर आणि बदमाश संघटित असतात हे लक्षात ठेवलं पाहिजे. राजकारणी संघटित असतात. आयुष्याचा नाश करणारे, आयुष्य नासून टाकणारे सगळे लोक संघटित असतात आणि चांगला माणूस विचार करत बसतो की, संघटनेची काय आवश्यकता आहे?

म्हणजे शेवटी याचा परिणाम एवढाच होणार की, चांगला माणूस जाणूनबुजून किंवा अजाणता पण वाईट लोकांचा दलाल ठरणार. कारण वाईट लोकांच्या संघटनेला बदलण्यासाठी चांगल्या लोकांच्या संघटनेची अतिशय अनिवार्य अशी जरुरी आहे. अर्थात ही संघटना उभी करताना एक गोष्ट सतत ध्यानात ठेवायची आहे की, ही संघटना धार्मिक नाही, तिचा धर्माशी सरळ संबंध काही नाही. त्या

संघटनेमध्ये धार्मिक लोक असू शकतात. पण तिचा सदस्य आहे, म्हणून कोणीही धार्मिक बनणार नाही. सामाजिक क्रांतीच्या दृष्टीने विचार केला, तर एक संघटना अतिशय आवश्यक आहे.

वाईट माणसं ही नेहमी संघटित आहेत आणि चांगला माणूस एकटाच उभा आहे, ही नेहमीचीच दुर्दैवाची गोष्ट आहे आणि म्हणूनच चांगला माणूस हरत आलेला आहे, जिंकू शकलेला नाही; यापुढेही चांगला माणूस जिंकू शकणार नाही. त्यालाही संघटित होणं जरुरीचं आहे. वाईट प्रवृत्ती, वाईट शक्ती एकत्रित झालेल्या आहेत. त्यांच्या विरोधात तितकीच मोठी शक्ती उभी करणं आवश्यक आहे.

मी धार्मिक संघटनेच्या पूर्ण विरोधात आहे – पण संघटनेच्या विरोधात नाही. यातला फरक समजून घेणं आवश्यक आहे.

दुसरी गोष्ट अशी – ही संघटना काय करू इच्छिते? तिला काय मिळवायचं आहे? तिची प्रवृत्ती काय असेल?

समाजाच्या ज्या गरजा आहेत, त्या लक्षात घेतल्या तर या संघटनेची प्रवृत्ती ध्यानात येऊ शकेल. समाजाची संपूर्ण जीवन-व्यवस्थाच रोगी बनली आहे. तिच्यामध्ये आमूलाग्र क्रांती घडून येणं आवश्यक आहे. तिच्या पायामधल्या दगडांपासून हा बदल घडून येणं जरुरीचं आहे. आपण आजपर्यंत माणसाला ज्या साच्यात घालून घडवत होतो, तो साचाच चुकीचा आहे हे उघड झालं आहे. त्या साच्यामधून अटळ असे रोग निर्माण होत आहेत आणि प्रत्यक्षात एकेक माणूस या परिस्थितीचा बळी असतो, शिकार झालेला असतो. तरीही या समाजाच्या रोगांबद्दल आपण त्यालाच जबाबदार धरतो आणि ही जबाबदारी आपण त्याच्यावर लादत आलो आहोत. गेल्या पाच हजार वर्षांपासून हा माणसावर केवढा मोठा अन्याय होत आलेला आहे!

माणूस गरीब असेल तर तो चोर होण्याची शक्यता असते. माणूस हीनदीन असेल, तर तो पापी होण्याची खूप शक्यता असते. जोवर जगात दारिद्र्य आहे - हीनदीनता आहे, तोवर मनुष्याला खऱ्या अर्थानं नैतिक बनवण्याचं सामर्थ्य आपल्याला प्राप्त होणार नाही. प्राणच दारिद्र्यात बुडून जाण्याइतकं दारिद्र्य असेल तर नीतीची आठवण ठेवणं कठीण होऊन बसेल. एका बाजूला समाजातील सारी संपत्ती, एकत्रित होऊन राहील; दुसऱ्या बाजूला समाजातले अधिकांश लोक गरिबीत असतील आणि आपण त्यांना सांगायला लागलो की, संपत्तीचा मोह ठेवू नका, पैशाचा लोभ धरू नका, दुसऱ्याच्या पैशाकडे शत्रुत्वाच्या वृत्तीनं पाहू नका तर...!

एका घराच्या एका कोपऱ्यात स्वादिष्ट भोजनाचे ढीग लागलेले आहेत, घराच्या चारी बाजूंनी भुकेले लोक जमा झालेले आहेत, त्यांना या सुग्रास भोजनाचा वास येतो आहे, त्यांच्या डोळ्यांना ते भोजन दिसतं आहे, ते कमालीचे भुकेलेले

आहेत, त्यांचे प्राण भाकरी मागताहेत आणि आपण त्यांना शिकवतो आहोत की, हे पाहा, चुकूनसुद्धा जेवणाचा विचार मनात आणू नका, भोजनाचा विचार करूच नका. दुसऱ्याच्या जेवणाकडे पाहूसुद्धा नका, हे महापाप आहे – असं काहीसं आपण शिकवतो आहोत.

समाजाची अगदी सबंध व्यवस्था अशी आहे की, तिच्यामधून अनीतीच जन्म घेते. जर समाजामध्ये मोठ्या व्यापक प्रमाणात एक नैतिक जीवन विकसित करायचं असेल – मी 'धार्मिक' नाही म्हणत आहे – नैतिक जीवन विकसित करायचं असेल तर आपल्याला समाजाच्या सर्वच मूलभूत धारणांना तपासून घ्यावं लागेल. सर्व बाजूंनी विचार करावा लागेल.

म्हणून जीवन जागृती केंद्र समाजाच्या आर्थिक व्यवस्थेबद्दलही स्पष्ट दृष्टिकोन ठेवील. या दृष्टिकोनाला गावागावांत, कानाकोपऱ्यांत पोहोचवील. समाजातलं शिक्षण दूषित आहे, सारं शिक्षण दूषित आहे; शिक्षणाच्या नावाखाली फसवणूकच होत आहे. त्या शिक्षणानं माणसाच्या व्यक्तिमत्त्वाची निर्मितीही होत नाही. त्याचा आत्माही विकसित होत नाही किंवा ज्याला आपण जीवनाचा अर्थ, जीवनाची कला असं काही म्हणू शकू असंही काही फलित त्याच्या प्राणांमध्ये उतरत नाही. कसलंही ज्ञान प्राप्त न करता माणूस हातात पदव्या घेऊन परत येतो. काहीही - कोणीही न बनता घरी परत येतो आणि आयुष्यातला सर्वात बहुमोल काळ शिक्षणाच्या नावाखाली नष्ट होऊन जातो. ज्या काळात काहीतरी होऊ शकलं असतं, तो काळच साफ फुकट जातो. नवं शिक्षण कसं असावं या बाबतीतही जीवन जागृती केंद्राला एक स्पष्ट दृष्टिकोन विकसित करावा लागेल.

आपण आपल्या कुटुंबात इतके दिवस राहतो आहोत की, हे कुटुंब, त्यातले सर्व भाग संपूर्णपणे सडून, विरघळून गेले आहेत हे आपल्या लक्षातच येत नाही. कोणतंही जोडपं सुखी नाही. कोणीही पिता आपल्या मुलावर खूश नाही. कोणी मुलगा आपल्या वडिलांवर खूश नाही. कोणी आई आपल्या मुलांमुळे सुखी नाही. कोणी गुरू आपल्या शिष्यांवर प्रसन्न नाही. कुणी शिष्य आपल्या गुरूवर खूश नाही. जणू काही समाजातले सगळेच्या सगळे जण एक दुसऱ्याला दुःख द्यायला जन्मले आहेत. कुटुंबाची मूलभूत कल्पनाच बदलायला हवी आहे. ज्या कुटुंबात पिता आणि मुलं, आई आणि मुलं, पती आणि पत्नी आपल्या जीवनात जास्तीतजास्त संतोष निर्माण करू शकतील, अशा एका नव्या कुटुंबाचा विकास होणं जरुरीचं आहे. असा समाज निर्माण होऊ शकतो, असं कुटुंब निर्माण होऊ शकतं. आपण अजून त्यावर विचार केलेला नाही, चर्चा केली आहे इतकंच. मी उदाहरणादाखल असं म्हटलं होतं की, जीवनाच्या साऱ्याच पद्धतींबद्दल जीवन जागृती केंद्र एक आंदोलन उभारू इच्छितं. या सर्व संबंधांबद्दल मी बोलत होतो.

धर्माच्या संबंधी मी दृष्टी वळवून आहे याचा अर्थ असा होत नाही की, मी जीवनाच्या इतर पैलूंवर विचार करीत नाही. माझी तर अशी समजूत आहे की, ज्या व्यक्तीच्या जीवनात धर्माचा थोडा तरी प्रकाश असेल, ती व्यक्ती त्या प्रकाशाच्या साहाय्यानं जीवनाचे सारे पैलू पाहण्यास समर्थ बनते. धर्माचा दिवा हातात असेल तर आपण जीवनातल्या साऱ्या समस्या समजून घ्यायला समर्थ बनतो. जीवनाच्या प्रत्येक पैलूकडे माझं लक्ष आहे. तेच मी आपल्याला सांगू इच्छितो. जीवन जागृती केंद्र ही गोष्ट सर्वांपर्यंत पोहोचविण्याकडे लक्ष देईल.

ज्यात बदलाची जरुरी निर्माण झालेली नाही असा जीवनाचा एकही पैलू नसेल. खरं सांगायचं, तर आपलं जीवन फक्त ऐतिहासिक गरजांमधून निर्माण झालेलं आहे. सक्रिय आणि जिवंत अशा स्वरूपात माणसांचा समाज निर्माण झालेला नाही. आतापर्यंत जो समाज निर्माण झालेला आहे, तो अगदी अचेतन, ऐतिहासिक प्रक्रियेमधून निर्माण झालेला आहे. विचारपूर्वक, प्रयत्नपूर्वक अशी कोणतीही गोष्ट या समाजात निर्माण केली गेलेली नाही. आतापर्यंत जीवनाच्या प्रत्येक अंगाचा पुनर्विचार करून प्रयत्नपूर्वक नव्यानं निर्माण करण्याचा आपण प्रयत्न करण्याची गरज आहे. सगळं बदलता येईल.

इस्राईलमध्ये गेली पंधरा वर्षे एक छोटासा प्रयोग चालू आहे. प्रयोगाचं नाव आहे किबुत्ज. कुटुंबाच्या बाबतीतला हा एक अतिशय क्रांतीकारक प्रयोग आहे. हिंदुस्थानातील गावागावांमध्ये हा प्रयोग व्हावा अशी माझी इच्छा आहे. येत्या दोनशे वर्षांत जी मुलं किबुत्जच्या प्रयोगात विकसित होतील ती अगदी नव्या प्रकारची मुलं असतील. किबुत्ज म्हणजे मूल तीन महिन्यांचं झालं – फक्त तीन महिन्यांचं – झालं म्हणजे त्याला गावातल्या सामूहिक आश्रमात प्रवेश दिला जातो (ठेवण्यात येतं.) त्याला आई-वडिलांपासून दूरच वाढवलं जातं. आई-वडील त्याला भेटू शकतात – महिन्यातून, पंधरा दिवसांतून, आठवड्यातून, रोज – जेव्हा त्यांना सवड होईल तेव्हा ते जाऊन मुलाचे लाड करू शकतात. पण मुलाचं सगळं पालनपोषण सामूहिकरीत्या केलं जातं.

सामूहिक पालनपोषणाचे अतिशय आश्चर्यजनक असे परिणाम झालेले आहेत. सामान्यत: असा समज होता की, या प्रकारामुळं मुलांना आई-वडिलांबद्दल वाटणारं प्रेम कमी होईल; परंतु प्रत्यक्षात असा परिणाम झाला की, किबुत्जमधली मुलं जगातल्या इतर कोणत्याही मुलांपेक्षा आपल्या आई-वडिलांवर अधिक प्रेम करतात. याचं कारण असं आहे की, या मुलांना आपल्या आई-वडिलांचं फक्त प्रेमच पाहायला मिळतं. दुसरं काही बघण्याची संधीच मिळत नाही. आई-वडील जेव्हा केव्हा मुलांना भेटायला जातात तेव्हा त्यांना जवळ घेतात, त्यांचे लाड करतात. जेव्हा ती मुलं तास-दोन तासांसाठी घरी येतात, तेव्हाही आई-वडील त्यांच्याशी

प्रेमानंच वागतात. त्यांच्यावर नाराज होण्याची, त्यांच्यावर रागावण्याची, त्यांना शिव्या देण्याची संधी आई-वडिलांना मिळत नाही आणि आपला बाप आपल्या आईशी कसा वागतो, आई वडिलांशी कशा रीतीनं बोलते हे पाहण्याची संधी मुलांना मिळत नाही. या सगळ्याचा त्यांना पत्ताच नसतो.

या मुलांना आई-वडील अगदी देवासमान वाटतात. कारण जेव्हा जेव्हा ते एकमेकांना भेटतात तेव्हा देवताच असतात. तास-अर्धा तासभर ते येतात. आई-वडील तास-अर्धा तासभर मुलांना भेटायला जातात. वीस वर्षांची झाल्यावर शिक्षण पूर्ण करून ही मुलं जेव्हा घरी येतील, तेव्हा स्वत:च्या आई-वडिलांबद्दल त्यांच्या मनात घृणा, रोष, प्रतिक्रिया, बंडखोरी असं काही असणारच नाही. जेवढं त्यांना प्रेम मिळालं...!

आतापर्यंत असं समजलं जात होतं की, आई-वडिलांपासून दूर ठेवण्यानं मुलांचं प्रेम कमी होईल; परंतु किबुत्जच्या प्रयोगानं हे सिद्ध करून दाखवलं आहे की, आई-वडील आणि मुलं यांच्यामधलं प्रेम आश्चर्यकारक रीतीनं वाढलं आहे. तिथं जी मुलं सामूहिक राहिली...!

लहान मुलांना म्हाताऱ्या लोकांबरोबर वाढवणं अगदी अनैतिक आहे याचा आपण विचारच करत नाही. लहान मुलांची बुद्धी लहान मुलांची असते आणि म्हाताऱ्यांची बुद्धी म्हाताऱ्यांची असते. म्हाताऱ्यांना आयुष्यभराचा अनुभव असतो, त्यांची विचार करण्याची पद्धत वेगळी असते, मुलांची वेगळी असते. आपल्या सगळ्या मुलांना म्हाताऱ्यांबरोबर राहावं लागतं. यात मुलांवर केवढा अन्याय होतो याचा हिशेब करणंच कठीण आहे. ना म्हातारे मुलांना समजू शकत आणि ना मुलं म्हाताऱ्यांना समजू शकत. मुलं त्रास देतात म्हणून म्हातारे उदास होतात आणि मुलांना आपण किती त्रास देतो, याचा आपण काही हिशेब ठेवतो का? म्हातारे आणि लहान मुलं यांना एकत्र ठेवणं म्हणजे मुलांना लहानपणापासूनच वेडं बनवण्याचा प्रयत्न आहे, असं किबुत्जचं मत आहे. कारण म्हाताऱ्यांची एक आपली विचार करण्याची पद्धत असते. ती चूक आहे असं नव्हे – त्यांनी आपल्या जीवनाचा अनुभव घेतलेला आहे, त्यांच्या विचारांची एक पद्धत आहे. त्यांच्या वयानं त्यांना काही रस्ता दाखवलेला आहे. लहान मुलांच्या आयुष्याचा त्याच्याशी काय संबंध?

तर किबुत्जचं म्हणणं असं आहे की, एका वयाच्या लोकांना त्यांच्याच वयाच्या लोकांबरोबर ठेवणं हे मानसशास्त्रीयदृष्ट्या योग्य आहे. म्हणजे ज्या वयाचं मूल असेल त्याच वयाच्या इतर मुलांबरोबर ते राहील. याचा परिणाम असा झाला आहे की, किबुत्जमधल्या मुलांचा एक ताजेपणा, एक नवीनपणा, एक वेगळीच गोष्ट, वेगळीच खुशी आहे.

आपली मुलं तर म्हाताऱ्यांबरोबर राहून-राहून उदास होऊन जातात. आनंदी होणं शिकण्याच्या आधीच उदासीनता त्यांना चारी बाजूंनी घेरून टाकते. ती एकदम घाबरून जातात. कारण त्यांना वाटतं की, प्रत्येक गोष्टीत आपलं चुकतंच आहे. वडील पुस्तक वाचताहेत, गीतापाठ करताहेत; अशा वेळी मुलगा गडबड करत असेल तर त्याला वाटतं, आपली चूक झाली.

गीता वाचणं इतकं महत्त्वाचं काम आहे की, मी दंगा करणं चूक आहे असं लहान मुलाच्या स्वप्नातही येणार नाही. त्याच्या दृष्टीनं उड्या मारणं आणि दंगा करणं हेच सर्वांत महत्त्वाचं काम आहे. तुम्ही एक पुस्तक घेऊन बसला आहात म्हणजे आपण गडबड करणं चूक होईल, इतकं महत्त्वाचं काम करता आहात हे त्याला कळणारच नाही. अशी प्रत्येक गोष्टीतली चूक त्याला हळूहळू समजायला लागते.

म्हणजे आपण प्रत्येक मुलाला अपराधी बनवून टाकत असतो. लहानपणापासूनच त्याला वाटायला लागतं की, मी जे काही करतो आहे ते सगळं चुकीचं आहे. दंगा करतो ते चूक आहे; खेळतो ते चूक आहे, धावतो ते चूक आहे; झाडावर चढतो ते चूक आहे. नदीमध्ये उडी मारते ते चूक आहे. कपडे घालून पावसात उभा राहिलो ते चूक आहे. जे काही मी करतो ते सगळं चूक आहे. याचा एकत्रित परिणाम असा होतो की, मी वाईट माणूस आहे. अपराधी आहे.

आपण लहानपणापासून अपराधच करत आहोत. याचं एकच कारण आहे, ते म्हणजे आपण मुलांना त्यांच्यापेक्षा वेगळ्या वयाच्या लोकांबरोबर वाढवत आहोत. किबुत्जमध्ये मुलं त्यांच्या वयाच्या मुलांबरोबर वाढतील अशी तरतूद केलेली आहे. त्या मुलांना सांभाळण्यासाठीसुद्धा त्यांच्याहून थोडीशी मोठी मुलंच असतात. वयानं खूप मोठी असलेली माणसं नसतात. मोठी माणसं दूर कोपऱ्यात उभी असतात. मुलं स्वतःला काही मार, जखम करून घेत नाहीत, एवढं त्यांनी लक्ष ठेवलं की पुरे! याहून जास्त लक्ष ठेवण्याची जरुरी नाही.

माझे एक मित्र किबुत्ज पाहायला गेले होते. ते तर आश्चर्यचकितच झाले. मुलांचं जेवण चाललं होतं. मित्र म्हणाले, आयुष्यात प्रथमच मला जाणवलं की, मुलांचं जेवण असं व्हायला पाहिजे. पन्नास मुलं होती. काही मुलं जेवण वाढलं होतं त्या टेबलावर नाचत होती. काही मुलं तंबोरा वाजवीत होती, एक मुलगा ट्विस्ट करीत होता, एक मुलगी गाणं म्हणत होती. सगळं खेळणं चालू आहे, त्यात जेवण चालू आहे; त्यातच नाचही चालू आहे. ते म्हणाले, हा नाच आणि जेवण अडीच तास चाललेलं होतं. मी विचारलं, असं रोजच होतं का? त्यांनी सांगितलं, नाच-गाण्याखेरीज जेवण होईलच कसं? ते म्हणाले, मी दोन तास नुसता बघत उभा होतो. ती मुलं इतकी खूश होती.

पण हे असं जेवण म्हाताऱ्यांच्या बरोबर नाही होऊ शकणार! अशक्यच आहे. आपल्या मुलांचा आनंद पाहण्याआधीच त्यांचा आनंद नष्ट होऊन जातो. त्यांना लहान मुलांसारखं वाढवलं गेलेलंच नसतं.

म्हणून लहान मुलांपासून मोठ्या माणसांपर्यंत, आर्थिक व्यवस्थेपासून राजकारणापर्यंत, शिक्षण, समाज, परिवार या सगळ्यांमध्ये बदल कसा घडवून आणता येईल याचा मी विचार करतो आहे. यासाठी एका संघटनेची जरुरी आहे आणि ही संघटना धार्मिक नाही.

आता या विषयावर मी आपल्याशी खूप विस्तारानं बोलू शकणार नाही. यासाठी एक वेगळं शिबिरच घेण्याचा विचार चालू आहे. त्यावेळी समाजाच्या साऱ्या अंगांना कसं बदलता येईल, यावर मी आपल्याशी पूर्णपणे बोलू शकेन.

दुसरी गोष्ट, काही गोष्टी आपल्याला मान्य केल्या पाहिजेत. उदाहरणार्थ – ज्या समाजात आपण राहत आहोत तो रोगी आहे. म्हणून आपण कोणतीही संघटना बांधताना अशी अट घातली की, निरोगी लोकच या संघटनेचे सदस्य होऊ शकतील तर अशी संघटना उभीच राहू शकणार नाही. एखाद्या इस्पितळावर पाटी लावावी, फक्त निरोगी लोकांनाच इथं प्रवेश आहे अशासारखं ते होईल. त्या इस्पितळात कोणी भरतीच होणार नाही. कारण त्यांना इस्पितळाची गरजच नसेल आणि दुसरी गोष्ट अशी की, आजारी असेल तरच माणूस इस्पितळात जातो.

जे अहंकारी नाहीत त्यांनी संघटनेत यावं, ज्यांना मान-सन्मान, पद-प्रतिष्ठा यांचा लोभ नाही त्यांनी संघटनेत यावं, ज्यांना गरीब आणि श्रीमंत यांच्यात भेद करता येत नाही त्यांनी संघटनेत यावं. अशा प्रकारच्या अटी, शर्ती आपण घालायला लागलो तर ते चुकीचं ठरेल. लोकांनी या संघटनेत आल्यानंतर अशा विचारांचं व्हावं हे मला कबूल आहे. पण संघटनेत येण्यापूर्वीच त्यांनी असं असलं पाहिजे ही अट होऊ शकत नाही. जो संघटनेत येईल तो असा बनेल हे योग्य आहे; पण असा असेल तर आपण संघटना उभी करू, संघटना बांधू हे वेडेपणाचं ठरेल. मग संघटना बांधण्याची काही जरुरीच नाही.

आपल्याला हे मान्य करावं लागेल की, संघटना बांधण्याची सुरुवात होईल ती माणसांच्या रोगांपासूनच होईल. म्हणजेच माणसांना रोग आहेत हे मान्य करून पुढे जावं लागेल. हे रोग कसे बरे करता येतील याकडे लक्ष देणं आवश्यक आहे. हे रोग कसे दूर ठेवता येतील याचे उपाय शोधून काढणं जरुरीचं आहे; आणि शेवटचं साध्य हेच असलं पाहिजे की, हे रोग कायमचे दूर राहतील.

कसे दूर होतील? सामान्य माणसाचं सगळं वर्तन अहंकारातून निर्माण झालेलं असतं. परम धर्माचा अनुभव प्राप्त झाला की, मगच अहंकार गळून पडतो. तेव्हाच साऱ्या क्रिया निरहंकार–अहंकारहीन होतात. त्याच्या आधी नाही.

मग आता यातून मार्ग कोणता? परंतु अहंकारग्रस्त माणूससुद्धा चांगलं काम करू शकतो आणि अहंकारग्रस्त माणूस वाईट कामसुद्धा करू शकतो किंवा वाईट कामाशी संबंधित असू शकतो. परम अर्थाने पाहिलं तर अहंकार संपूर्णपणे गळून गेल्यानंतरच चांगलं काम होऊ शकतं, हे तर निश्चितच आहे; पण कोणतीही संघटना बांधण्यासाठी ती पहिली अट नाही होऊ शकत. जर कधी सामाजिक जीवन आणि संघटना उभी करायची झाली, तर माणसाच्या रोगांना आम्ही स्वीकारलेलं आहे हे प्रथम मान्य करावं लागतं. त्या रोगातून अधिकाधिक चांगलं निर्माण व्हावं यासाठी आपण प्रयत्न करू.

आता हेच बघा – काही लोक पन्नास रुपयांत राहिले आहेत; काही तीस रुपयांत राहिले आहेत. या गोष्टीची अनेक कारणं असू शकतात. आपला समाज वर्ग-व्यवस्थेनं विभाजन झालेला आहे. तेव्हा या अशा समाजात वर्ग-विभाजित नसलेलं एक छोटंसं ओॲसिस बनवायचा प्रयत्न केलात तर तो निष्फळ ठरणारच. कारण इथं जे लोक येतील ते वर्ग-विभाजित अशा समाजातून आलेले असणार. त्यांच्या सबंध आयुष्यात विचार करण्याची पद्धत ही वर्ग-विभाजनावर आधारलेलीच असणार. या पद्धतीत विचार करणारे लोक इथे तीन दिवसांसाठी येणार आणि आपण जर अशी अट घातली की, वर्ग विभाजनाचा विचार सोडलात तरच इथे प्रवेश मिळेल, मग कुणालाच प्रवेश मिळणार नाही.

समाज वर्गांमध्ये तोडला गेलेला आहे. समाज क्लासेसमध्ये वाटला गेलेला आहे. इथे जो माणूस येणार, तो याच समाजातून येणार आहे. त्याच्या प्राणांमध्ये अगदी खोलवर ही कल्पना रुतून बसलेली आहे. त्या वर्गाला बाहेर काढायचं आहे, बाहेर काढण्याचा प्रयत्न करायचा आहे; पण वर्गच असता कामा नये तरच प्रवेश मिळेल, ही गुणवत्तेची अट ठेवून चालणार नाही.

पन्नास रुपयेवाला माणूस आहे. तो पन्नास रुपयेवाला माणूस पन्नास रुपयांच्या सोयी-सवलती मागतो, त्याची ती सवय आहे, त्याला ती पन्नास रुपये किमतीची सोय दिली नाही तर तो नाही येणार. मला असं कळलं आहे की, मुंबईहून आणखी दोन-चारशे लोक येणार होते. पण पन्नास रुपयेवाली जागा संपली – ते नाही आले. आता हा जो माणूस आहे, हा पन्नास रुपयांत राहणारा आहे.

मी असं म्हणत नाही की, हे विभाजन संपवून टाकलं पाहिजे. मी तर असं म्हणतो आहे की, हे विभाजन आणखी थोडं मोठं केलं जावं. शंभर रुपयांचाही वर्ग असावा, ऐंशीचाही असावा, सत्तरचाही असावा, दहाचाही असावा; पाचचाही असावा आणि शून्याचाही असावा. एका मित्रानं मला सांगितलं आहे की, काही लोकांना काहीच देता येण्यासारखं नाही. ज्यांना काहीही देणं शक्य नाही त्यांना आणण्याचा एकच उपाय असू शकतो आणि तो असा की, ज्यांना दीडशे रुपये

देण्यात आनंद वाटतो त्यांच्यासाठी दीडशेचा वर्गही असावा. याशिवाय दुसरा कोणता मार्गच नाही; असं केलं तर शून्यवालाही येऊ शकेल.

काही लोकांना दीडशे रुपये देण्यातच सुख वाटतं. कारण ते दीडशे रुपयांच्या वर्गामध्ये राहत आहेत. त्यांना तेवढं सुख मिळू द्यावं. आपल्या इथली व्यवस्था, विचार, चिंतन आणि वर्तन यावरून त्यांना कळून चुकेलच की, आपण मूर्ख आहोत, आपण चूक केली. पण ती नंतरची गोष्ट झाली. इथं केंद्राचा व्यवहार शून्य रुपये देणाऱ्याशी जसा असेल, तसाच दीडशे रुपये देणाऱ्याशीही असेल.

मी व्यवहार म्हणतो आहे – खाट नाही म्हणत, उशी नाही म्हणत. कारण दीडशे रुपयेवाल्याला दोन चांगल्या उशा द्याव्या लागतील – ठीक आहे द्यायलाच पाहिजेत. पण व्यवहार! केंद्राचा कार्यकर्ता दीडशे रुपयेवाल्याशी अधिक सन्मानपूर्वक बोलेल तर चूक होईल; चुकीचं होईल. ज्यानं एक पैसाही दिलेला नाही, त्याच्याशी कमी आदरानं बोलेल तर चूक होईल, अपराध होईल. म्हणजे आपणही पुन्हा वर्गच निर्माण करत आहोत. हे वर्गच आहेत – शंभर रुपयेवाले, दीडशे रुपयेवाले – हे आम्ही निर्माण करत नाही, त्या वर्गांमधूनच हा समाज येतो आहे. हे वर्ग नष्ट करण्यासाठी आम्ही एक नवा समाज निर्माण करू इच्छितो. इथे जो व्यवहार होईल त्यात रतीभरसुद्धा फरक होऊन चालणार नाही.

फरक असेल तो असा की, दीडशे रुपयेवाला माझ्या बंगल्याच्या जवळ राहत असेल. हा व्यवहारातला फरक नाही. त्यानं दीडशे रुपयेही द्यायचे आणि गावातही राहायचं आणि ज्यानं काहीच दिलेलं नाही त्यानं माझ्याशेजारी राहायचं ही गोष्ट न्यायाची कशी ठरेल? त्याला राहू दे इथं. त्यानं इथं राहण्यानं काहीच फरक पडत नाही. कारण तो जेव्हा मला भेटायला येईल, तेव्हा त्याला कळेल की, मला भेटायला येणारा शंभर पावलं चालून येवो की, दोन पावलं चालून येवो, मला भेटण्यामध्ये काही फरक पडणार नाही.

आणि शिवाय आपल्याला एक नवा विचारही विकसित केला पाहिजे की, दीडशे रुपयेवाल्या बंगल्यात राहणारे लोक इतके चांगल्या तब्येतीचे नाहीत की, ते दहा रुपयेवाल्या जागेत राहू शकतील. हा विचार आपण फुलवायला हवा आहे. जो पन्नास रुपयेवाल्या जागेत राहतो आहे, तो तीस रुपयेवाल्या जागेत राहणाऱ्या माणसापेक्षा अधिक रोगी आहे. तीस रुपयेवाला तीस रुपयांत राहू शकतो. आपल्याला विचार पद्धती, मूल्ये बदलली पाहिजेत. दीडशे रुपये, शंभर रुपये यातून तुमची सुटका नाहीच. तेव्हा आपल्याला असा विचार केला पाहिजे की, तीस रुपयेवाल्या जागेत जो राहिला आहे तो सर्वांत निरोगी माणूस आहे. पन्नासात जो राहिला आहे, तो आजारी आहे. दीडशेवाला आणखी आजारी आहे. त्याच्यासाठी आपल्याला अधिकच सुख-सोयींची व्यवस्था करणं आवश्यक आहे आणि आजारी माणसाबद्दल

आपल्याला दया वाटली पाहिजे, घृणा नाही. सर्वसाधारणपणे आजारी माणसाबद्दल कीवच वाटते, घृणेचं काय कारण? आपले विचार बदलले पाहिजेत. मूल्य, मूल्यमापन यात फरक घडून आला पाहिजे.

म्हणून मला असं वाटतं की, केंद्रातल्या मित्रांनी वर्गांना जी नावं दिली आहेत – ती अशी द्यावीत, तीस रुपयेवाल्यांचा क्लास 'ए' आणि पन्नास रुपयेवाल्यांसाठी 'सी' क्लास. म्हणजे थर्ड क्लासमध्ये पन्नासमध्ये पन्नास रुपयेवाला असेल, फर्स्ट क्लासमध्ये नाही आणि असंच असायला हवं. पन्नास रुपयेवाल्यांनाही असं वाटायला हवं की, पन्नास रुपयांत राहणारा थोड्या दयेला पात्र ठरणार आहे, असे विचार बदलले पाहिजेत. तीस रुपयांत राहणाऱ्याला वाटलं पाहिजे की, मी अधिक निरोगी आहे. शंभर माणसांत जो राहू शकतो तो नक्कीच अधिक सामाजिक आहे. मी एकटाच राहीन, रात्री दुसऱ्यांबरोबर झोपू शकणार नाही, असं म्हणणारा माणूस रोगी असतो. त्याची व्यवस्था करायलाच हवी आणि हळूहळू तो शंभर माणसांत राहू शकेल असे उपाय आपण केले पाहिजेत; परंतु आपण जर अशी अट घातली की, इथे एकच वर्ग असेल तर आपण फक्त आपल्या कामात अडचणच उभी करू.

आणि सगळ्यात गमतीची गोष्ट अशी आहे की, आपण ज्यावर आक्षेप घेतो आहोत तीच गोष्ट जे येऊ शकत नाहीत त्यांना आधार देणारी ठरते आहे. तुम्हाला कदाचित कल्पना नसेल पण ज्या लोकांसाठी तीस रुपयांत व्यवस्था केली आहे, त्यांचा खर्च तीस रुपयांमध्ये भागत नाही; त्यांचा खर्च साधारण पस्तीस ते सदतीस एवढा पडणार आहे. ते सात रुपये पन्नास रुपयेवाला भरतो आहे. पन्नासचा खर्च नाही; साधारण चाळीसच्या आसपास खर्च आहे. हे जे दहा रुपये पन्नासवाले जास्तीचे देताहेत ते तीसवाल्याला चाळीस द्यायला लागू नयेत म्हणून वापरले जाताहेत. पण माणसाची बुद्धी मोठी अजब आहे. त्याच्यासाठी व्यवस्था केली, तर त्याला वाटतं, मला तिसांमध्ये टाकून दिलं. व्यवस्था केली नाही तर चाळीस देण्याची त्याची तयारी नाही आणि जो माणूस त्याच्यासाठी वरचे दहा रुपये देतो त्याच्याकडे मात्र तो तिरस्काराने पाहतो आहे.

आता हा जो तुमचा समाज आहे याची जबाबदारी ना या जीवन जागृती केंद्राची आहे ना माझी. ही सगळी जबाबदारी आपल्या वाड-वडिलांची आहे. पाच हजार वर्षांत त्यांनी जो समाज निर्माण केला तो मूर्खपणानं भरलेला आहे. त्यात बदल घडवून आणायचा असला तरी आज त्याचा स्वीकार करूनच पुढे जावं लागेल.

परंतु इथं केंद्राच्या मित्रांना वागण्या-बोलण्याकडे खूप लक्ष ठेवण्याची आवश्यकता आहे. त्या पातळीवर आपल्या मनात पैशाचा विचार असता कामा नये, पैशाचा थोडाही विचार असता कामा नये. याचा अर्थ असा नाही. पैशाचा अपमान करा. आपली बुद्धी असंच काम करत असते, एक तर धनाचा आदर करते; नाहीतर

अपमान करते, बस्स् – या दोन टोकांमध्येच आपण राहतो. पैशाचा सहजपणे स्वीकार करता यायला पाहिजे. पैशाची किंमत असते. पैशाची ताकद असते. जे लोक पैशाची काही किंमत नाही किंवा पैशाची काही ताकद नाही असं समजतात ते चूक असतात. पैशाची किंमत पुष्कळ आहे, ताकदही पुष्कळ आहे; पण त्यामुळे कोणा माणसाला सन्मान नाही मिळत. माणुसकी ही पैशापेक्षा फार मोठी गोष्ट आहे. खाट पैशानं मिळते, उशाही पैशानं मिळतात, घरही पैशानं मिळतं आणि अन्नही पैशानं मिळतं. माणुसकी पैशानं मिळत नाही. म्हणजे खाटा, गाद्या, उशांमध्ये फरक होऊ शकेल. पण माणुसकीबद्दलच्या आदरामध्ये फरक होता कामा नये.

आणि हळूहळू या केंद्राचे मित्र इथे माणुसकीच्या वर्तनात भेदभाव नाही ही गोष्ट सगळीकडे पसरवून देतील, तेव्हा ज्याला जितकं देता येईल तितकं त्यानं द्यावं. तीस आणि शंभर यांच्यामधली जी रक्कम देता येईल ती द्यावी किंवा दहा आणि शंभर यांच्यामधली जी रक्कम देता येईल ती द्यावी, असं म्हणण्याच्या स्थितीला आपण जाऊन पोहोचू. ज्याला जितकं देता येईल तितकं त्यानं द्यावं आणि त्याला ज्या सोयी हव्या असतील त्या त्यानं घ्याव्यात. ही एक सावकाश विकसित होणारी गोष्ट आहे की, आजपासून पाच वर्षांनी आपण असं म्हणू शकू की, दहा ते शंभरमधले जितके शक्य आहेत तितके द्या आणि जेवढी जरूर आहे तेवढ्या सोयी मागून घ्या. कदाचित दहा रुपये देणारा आजारी असेल, त्याला शंभर रुपयांच्या सोयीची आवश्यकता असेल पण तो शंभर रुपये देऊ शकत नसेल असं होईल किंवा शंभर देणारा शंभर देऊ शकतो पण आजारी नसल्यामुळे दहाच्या व्यवस्थेत राहू शकतो असंही होईल. असं प्रेमपूर्ण वातावरण आपण हळूहळू तयार करू शकतो; पण ही मूलभूत अट नाही घालू शकत, ही पहिली योग्यता नाही मानू शकत. आपण हे वातावरण निर्माण करण्याची गरज आहे.

अशा रीतीनं जीवन जागृती केंद्राचे मित्र एकाएकी आजपासून स्पर्धेतून मुक्त झाले असं होणार नाही. पण स्पर्धेतून मुक्त व्हायचं आहे हे ध्येय ठेवू शकतात; परंतु हेही सरळसोट ध्येय बनवण्याची जरुरी नाही. नकारात्मक ध्येय कधीही बनवू नये, असं माझं मत आहे. आपलं प्रेम विकसित होईल याकडे लक्ष ठेवायला पाहिजे. प्रेम जेवढं वाढेल तेवढी स्पर्धा कमी होईल.

जो माणूस स्पर्धेची मागणी करत असतो तो का ही मागणी करत असतो हे आपल्याला कदाचित माहीत नसेल. माहीत आहे आपल्याला? एक माणूस म्हणतो, मला पहिलं स्थान पाहिजे, मी दुसऱ्या क्रमांकावर उभा राहायला तयार नाही; पण कोणीही माणूस पहिल्या स्थानावर उभं राहण्याची इच्छा का करत असतो याचा आपण कधी विचार केला आहे?

कदाचित हे तुमच्या डोक्यातही आलं नसेल की, ज्या माणसाला आयुष्यात

प्रेम मिळत नाही तोच पहिल्या स्थानाच्या स्पर्धेत उतरतो. कारण प्रेमात प्रत्येक व्यक्ती प्रथम क्रमांकावरच असते. ज्याच्यावर मी प्रेम करीन तो पहिल्या स्थानावरच पोहोचतो. जर तुम्ही मला प्रेम दिलंत तर मी पहिला झालो, दुसऱ्या स्थानावर राहणारच नाही मी! ज्याला आयुष्यात प्रेम मिळत नाही, जो ना प्रेम देऊ शकतो ना घेऊ शकतो; तो माणूस ही प्रेमाची कमतरता स्पर्धेनं भरून काढतो. ही जी स्पर्धा आहे, ती (प्रेमाच्या) ऐवजी आहे. ज्याला प्रेम मिळत नाही तो स्पर्धक बनतो आणि म्हणतो, काही झालं तरी मला प्रथम स्थानावर राहायचं आहे.

जर मी एखाद्या मुलीवर प्रेम करायला लागलो तर नकळत त्या मुलीला असा अनुभव येईल की, तिच्याहून सुंदर स्त्री या पृथ्वीवर दुसरी कुणी नाहीच. तिच्याइतकी सुंदर, तिच्याइतकी उत्तम स्त्री दुसरी कुणी नाही ही खातरी माझं प्रेम तिला देईल. जर माझ्यावर कुणी प्रेम केलं तर त्या प्रेमामुळे, त्या व्यक्तीच्या नजरेमुळे, त्या व्यक्तीच्या हाताच्या स्पर्शामुळे मला असं नक्की वाटेल की, माझ्यासारखा पुरुष या जगात दुसरा कोणीही नाही. प्रेम प्रत्येक व्यक्तीला पहिलं स्थान देतं. ज्याच्यावर प्रेमाची दृष्टी पडेल तो प्रथम स्थानावर जाऊन पोहोचतो.

ज्यांच्या जीवनात प्रेम नसेल ते बिचारे पहिलं येण्याचा प्रयत्न करतात. म्हणून स्पर्धा हा प्रश्न नाही, नेहमीच प्रेम हा प्रश्न आहे. ज्या माणसाच्या आयुष्यात प्रेमाचं साफल्य आहे, तो पहिलं येण्याचा विचारही विसरून जातो. पहिलं येण्याचा प्रश्नच उरत नाही. प्रेम प्रत्येकाला पहिलं बनवतं.

म्हणजे स्पर्धा सोडून देण्याचा प्रश्न येतच नाही. तो माझा विचार नाही. केंद्राचे मित्र किती अधिक प्रेमपूर्ण बनतील, त्या दृष्टीनं प्रयत्न केले पाहिजेत, असं माझं मत आहे. ते जितके अधिक प्रेमपूर्ण होत जातील तितकी स्पर्धा कमी होत जाईल. स्पर्धा हा एक रोग आहे, तो प्रेमाच्या अभावामुळे निर्माण होतो. म्हणून स्पर्धा नष्ट करू असं म्हणणं चुकीचं आहे. जोवर प्रेम वाढत नाही तोवर स्पर्धा कधीही नष्ट होणार नाही.

या जगात इतकी स्पर्धा आहे, कारण प्रेम अजिबात नाही आणि ही स्पर्धा टिकणार आहे. एका कोपऱ्यात नष्ट करा तर दुसऱ्या कोपऱ्यात सुरू होईल. इथे दडपून टाका तर तिकडून फुटायला लागेल. कारण स्पर्धा हा मूळ प्रश्न नाहीच. प्रेम कसं वाढेल यावर भर द्यायला हवा आहे आणि या संपूर्ण संघटनेला प्रेमावरच उभं करायचं आहे. प्रेमाचीही सूत्रं आहेत. मी पुष्कळ वेळा आपल्याला सावकाश समजावून सांगितलं आहे की, प्रेम विकसित कसं करावं? यासंबंधी आणखी काही लहान-मोठ्या गोष्टी सकाळीच बोलून झाल्या आहेत. त्याही मी तुम्हाला सांगतो.

असं रोजचं होतं. माझ्या आजूबाजूला कार्यकर्त्यांचा घोळका जमा होतोच आणि जमा व्हायला हवा. नाही जमला तर माझं जगणं अशक्य होऊन बसेल.

सकाळी उठतो तेव्हापासून रात्री झोपेपर्यंत मला एका क्षणाचीही विश्रांती मिळत नाही, होऊच शकत नाही असं आणि मलाही माहीत आहे विश्रांती घेण्याची ही वेळ नाही. आज माणूस इतक्या त्रासात जगतो आहे की, विश्रांती काय घेणार? पण जर काम करायचं असेल तर विश्रांतीची जरुरी असते. एवढ्याच अर्थानं मी विश्रांती म्हणतो आहे. जे मित्र मला भेटायला येतात त्यांना याचा पत्ताच नसतो.

अलीकडे एकदा बनारसमध्ये मी भाषण करून परत येत होतो – रात्रीचे दहा वाजले असतील आणि घरी आठ-दहा माणसं जमलेली आहेत. सकाळपासून मी बोलतो आहे, रात्री दहा वाजता परततो आहे; मनात म्हणतो आहे की, आता जाऊन झोपायचं आणि खोलीत आठ-दहा माणसं जमलेली आहेत. त्यांना काहीच माहिती नाही. त्यांची काही चूकही नाही. त्यांना काही विचारायचं आहे, मोठ्या प्रेमानं मला भेटायला ते आले आहेत. आपलं बोलणं त्यांनी सुरू केलं, रात्रीचे साडेबारा वाजले तरी ते बोलतच होते.

आता या घरातले माझे जे यजमान आहेत ते काळजीत पडले आहेत. इथे-तिथे फिरत आहेत. पुन:पुन्हा मला खूण करताहेत की, आता यांना घालवा. पण ते तर गप्पा मारण्यात तल्लीन झालेले आहेत आणि गप्पा इकडच्या तिकडच्या नाहीत तर कामाच्या आहेत, अर्थपूर्ण आहेत; त्यांच्या जीवनातल्या समस्यांच्या आहेत. आता मला झोपलं पाहिजे हे त्यांच्या कुठून लक्षात येणार? शेवटी एक वाजता त्यांना सांगावं लागलं. पण सांगितल्यावर त्यांना वाईट वाटलं. म्हणाले, गेले सहा महिने तुम्ही येण्याची आम्ही वाट पाहतो आहे आणि उद्या सकाळी तर तुम्ही जाणार. आजच्या दिवस आमच्यासाठी नाही झोपलात तर चालणार नाही का? मी म्हटलं, चालेल. पण असं किती दिवस चालेल? ठीक आहे, मी आज झोपणार नाही, उद्या झोपणार नाही; पण असं किती दिवस चालू शकेल?

एक दिवस एक मीटिंग होती आठ वाजता. मी सात वाजता दमूनभागून आलो आणि झोपलो. लक्षात होतं की, आठ वाजता मीटिंगला जायचं आहे. एक मित्र भेटायला आले, ते आहेत इथे आता. तर माझ्या धाकट्या भावानं सांगितलं की, नाही, आता तर ते भेटू शकणार नाहीत. तुम्ही आठ वाजता मीटिंगला या. ते बिचारे कित्येक दिवस येण्याच्या विचारात असतील. त्यांना फार वाईट वाटलं. ते रडत रडत घरी गेले. मला ही गोष्ट कालच कळली. त्यांची काहीही चूक नव्हती. त्यांना काहीच माहीत नव्हतं. सहा महिने विचार करून, धैर्य गोळा करून मोठ्या प्रेमानं ते मला भेटायला आले. किती श्रद्धेनं आले होते कुणास ठाऊक, काय सांगायला आले होते कुणास ठाऊक. कोणीतरी सांगून टाकलं – नाही, आता नाही भेट होणार. यात चूक कोणाची?

मी तर असं मानतो की, चूक नेहमी कार्यकर्त्यांचीच असते. कारण जो आलेला

आहे त्याची चूक नसते. कार्यकर्त्यांचीच चूक असते. कारण ही गोष्ट वेगळ्या पद्धतीने सांगता आली असती, थोड्या प्रेमाने सांगता आली असती. आता भेटू शकणार नाहीत. तुम्ही आठ वाजताच्या मीटिंगला या, असं सांगितलं गेलं, तेव्हा माझी काळजी घेतली गेली; पण जे भेटायला आले होते त्यांची काळजी नाही घेतली गेली. ही चूक झाली; हे एकदम चुकलंच. मला भेटायला येणाऱ्यांची काळजी माझ्यापेक्षा जास्त घेतली गेली पाहिजे. कारण कोणत्या आकांक्षा, कोणते विचार, कोणत्या कल्पना घेऊन बिचारा भेटायला आला असेल कुणास ठाऊक. हीच गोष्ट अशीही सांगता आली असती की, ते दिवसभर दमून आले आहेत. आताच झोपले आहेत. तुम्ही म्हणत असलात तर उठवतो; विचार करा.

मला नाही वाटत, मी न भेटल्यामुळे रडत रडत घरी गेलेला माणूस मला उठवायला तयार झाला असता. शक्यच नाही. असंभव आहे. जर ज्यांनी त्यांना हे सांगितलं, त्यांनी असं सांगितलं असतं की, दिवसभराच्या श्रमांनी थकून झोपले आहेत आणि आठ वाजताच्या मीटिंगलाही जायचं आहे, त्रास होईल. तुम्ही म्हणत असाल तर उठवतो. मला नाही वाटत माझे मित्र रडत रडत परत गेले. ते इतक्या प्रेमानं आले होते, त्यांनी माझ्यावर इतकीही कृपा केली नसती असं. ते मला... पण मग ते रडत रडत गेले नसते, आनंदानं परत गेले असते.

कार्यकर्त्यांची अवस्थासुद्धा हळूहळू अगदी ठराविक अशी होऊन जाते. त्यांना एवढं समजावून सांगायचं लक्षातच येत नाही. त्यांचीही काही अडचण आहे. एखादा माणूस असेल तर ते समजावून सांगतील, त्यांना तर दिवसभरात अनेक लोकांना ही गोष्ट समजावून सांगायची असते; परंतु कार्य करणं याचा अर्थच असा आहे की, आपण खूप मोठ्या मनुष्य समाजाशी संबंधित असणं, खूप लोकांशी संबंधित असणं आणि आपण जर प्रत्येक माणसाशी प्रत्येक वेळा प्रेमानं बोलू शकलो, तरच आपण खरे कुशल कार्यकर्ते, कलावंत, सफल कार्यकर्ते ठरतो.

जीवन जागृती केंद्राच्या माझ्या मित्रांना माझी काळजी तर घ्यायची आहे. पण माझ्याहून अधिक काळजी मला भेटायला येणाऱ्या मित्रांची घ्यायची आहे. जर कधी थांबवावं लागलं तर ते थांबणं त्यांच्यावरच सोडून दिलं पाहिजे आणि जर त्यांनी थांबायला नकार दिला तर माझी फिकीर करता कामा नये. मला थोडासा त्रास होईल पण त्याची चिंता करता कामा नये. पण कोणीही माणूस दुःखी होऊन परत जाणं चुकीचं ठरेल. त्याला आनंदानं परत पाठवू शकलात तर ठीक, नाहीतर परत पाठवू नका. माझ्या त्रासाचं फारसं महत्त्व नाही, त्याचा आनंद अधिक मौल्यवान आहे. शेवटी मी हे जे श्रम करतो आहे ते यासाठीच ना की, कोणीतरी सुखी व्हावं! जर त्याचा आनंदच नष्ट होत असेल तर माझ्या श्रमांना काही अर्थच राहत नाही. माझ्या जवळून एक जरी माणूस असंतुष्ट गेला तरी त्याचं पाप मला लागेल. हे माझ्या

मित्रांनी लक्षात ठेवलं पाहिजे.

मी त्यांचा त्रास समजू शकतो, त्यांची अडचण समजू शकतो. प्रत्येक माणसाला आत यायचं असतं, बोलायचं असतं, तासन्तास बोलायचं असतं. ते एवढा वेळ कुठून आणणार? वेळ मर्यादित असतो. त्यांना दोन मिनिटांत कुणाला तरी सांगावं लागतं की, आता आपण जावं. कारण आणखी पन्नास माणसं भेटण्यासाठी थांबली आहेत आणि वेळ तर मर्यादित आहे. दोन मिनिटांत भेट आटोपून जाणं कोणालाही आवडत नाही. पण मला वाटतं, दोन मिनिटं भेटूनही एखादा खुशीनं जाऊ शकतो. म्हणून वर्तनाचं संपूर्ण शास्त्र कार्यकर्त्यांनी शिकून घेतलं पाहिजे. कार्यकर्त्यांचं तीन-चार दिवसांचं एक छोटंसं शिबिर घेऊन त्यात त्यांच्याशी या सर्व गोष्टींबद्दल बोलावं असा मी विचार करतो आहे. एका छोट्याशा शब्दानं खूप फरक पडू शकतो. छोट्याशा कृतीनं सगळं बदलून जाऊ शकतं. हाताच्या एका छोट्याशा स्पर्शानं खूप काही बदललं जातं.

आम्ही कसं... एका गावात माझे एक मित्र माझ्या बरोबर होते. ते गेल्यानंतर काही मित्रांनी माझ्याकडे त्यांच्याबद्दल तक्रार केली की, ते आमचा हात पकडून असं घेऊन जातात की, जसं काही आम्हाला हाकलून काढताहेत. असं हाकलल्यासारखंही आपण कोणाला बाहेर काढू शकतो. या प्रकारानं दु:ख तर होणारच. या प्रकारानं आपण बोलूही शकतो...!

आता आता दोन माणसं मुंबईहून फक्त एवढ्या करताच गेली – परवा जबलपूरला पोहोचली मला भेटायला, फक्त तक्रार करण्यासाठी. पती-पत्नी मुंबईहून जबलपूरला आले – एवढंच सांगायला की, आम्हाला मुंबईत भेटू दिलं नाही. उलट धक्के मारून सांगितलं की, जा जा, आता नाही भेटता येणार, आम्हाला याचं फार वाईट वाटलं. आम्ही माणसं आहोत ना – आम्हाला जनावरासारखा धक्का कसा देता?

कठीण गोष्ट आहे. कार्यकर्त्याला किती त्रास होतो हे मला ठाऊक आहे. सकाळपासून संध्याकाळपर्यंत तो बावचळून जातो, विसरून जातो. पण असं विसरलं की, तो कार्यकर्ता नाही राहत. त्याला अतिशय विनम्र व्हावं लागेल, प्रेमळ व्हावं लागेल. आणखी एक गोष्ट लक्षात घ्यावी लागेल – दुसऱ्याला दु:ख देऊन जर माझं सुख वाचवायचं असेल, तर तसं करायचं नाही. त्याची चिंता सोडून द्या. अजिबात चिंता करू नका. दुसऱ्याला आनंदी ठेवून जर माझी सोय पाहता आली तर पाहायची आहे, नाहीतर नाही.

हे लक्षात घेतलं की फरक पडेल. एक जरी माणूस... आणि एकेका माणसाची काय किंमत आहे हे आपल्याला माहीत नाही. प्रत्येक माणूस वेगळा आहे. एखादा सामान्य माणूस येतो – अपरिचित आहे. तो कोण आहे, कोण असू शकेल, काय

करू शकेल काही माहिती नाही. त्याच्या मनाला दु:ख देऊन त्याला परत पाठवणं म्हणजे एखाद्या अव्यक्त सामर्थ्याच्या व्यक्तीला परत पाठवणं आहे. ही चुकीची गोष्ट आहे, ती होता कामा नये.

पण कार्यकर्ते अजून तयार (प्रशिक्षित) झालेले नाहीत. आता तर थोडे मित्र आले आहेत, ते आपलं स्वत:चं कामधाम सोडून माझं थोडंसं काम करताहेत. जेव्हा एक व्यापक संघटना उभी राहील तेव्हाच ते प्रशिक्षित होतील आणि आम्ही सर्व गोष्टींच्या सर्व मुद्द्यांची हळूहळू व्यवस्था लावू शकू. म्हणजे कार्यकर्त्यांचा एक नवा वर्ग निश्चितपणे उभा करायला हवा आहे.

शेवटी तीन गोष्टी! पहिलं म्हणजे मला तरुणांच्या शक्तीची संघटना हवी आहे. मला साऱ्या देशात एक युवक क्रांती दल उभं राहायला हवं आहे. 'युक्रांद' नावाची एक युवकांची संघटना, सैन्याच्या धर्तीची असलेली संघटना. जे तरुण रोज भेटतात – यात युवक आणि युवती दोघंही आली – खेळतात. माझे विचार आता या मार्गानं विकसित व्हायला लागले आहेत की वृद्धांचं, म्हाताऱ्यांचं ध्यान करणं आरामाकडे झुकलेलं असणार आणि तरुणांचं ध्यान; ते सक्रिय असेल, मेडिटेशन इन ॲक्शन असेल, खेळताना ध्यान, परेड करताना ध्यान. तर गावागावांमधून युवकांच्या संघटना उभ्या करायच्या आहेत. या संघटनेतले युवक खेळतीलही आणि खेळाच्या बरोबरीनं ध्यानाचे प्रयोगही करतील. कवायत करतील, परेड करतील आणि जोडीनं ध्यानही करतील आणि मग या तरुणांच्या मदतीनं आपल्याला जेवढ्या गोष्टी बदलायच्या आहेत, त्या संबंधीची माहिती गावागावांत पसरवून आपण वातावरण निर्माण करू शकू. युवकांची एक संघटना उभी करायला हवी.

आणखी एक गोष्ट, शेकडो संन्यासी, संन्यासिनी, हिंदू, जैन, मुसलमान मला नेहमी भेटत असतात. त्याचं म्हणणं असतं की, देशात एक नव्या संन्याशांचा वर्गही निर्माण झाला पाहिजे. हा वर्ग ना कोणत्या धर्माचा असेल, ना कोणत्या संप्रदायाचा असेल – फक्त मानव्धर्माचा असेल. आजपर्यंत जगात हे घडलेलं नाही. कोणी जैन संन्यासी असतो, कोणी हिंदू असतो, कोणी मुसलमान असतो. म्हणून मी संन्याशांचीही एक सेना उभी करू इच्छितो. साधारण दोनशे संन्याशी – संन्यासिनींनी मला कबुली दिली आहे की, ज्या दिवशी मी त्यांना हाक देईन त्या दिवशी ते आपापले पंथ सोडून येतील आणि नव्या संन्याशांचा हा एक वर्ग तयार होईल – कोणत्याही धर्माचा नसलेला, फक्त मानवधर्माचा असलेला असा हा वर्ग गावोगावी जाईल आणि जीवनातल्या बदलांच्या साऱ्या बातम्या तिथपर्यंत पोहोचवील.

म्हणजे दुसरी संघटना झाली संन्यासी आणि संन्यासिनींची. ही संघटनासुद्धा अशी असेल की, जर एखाद्याला वाटलं, संन्यास पुरे झाला तर तत्क्षणी तो गृहस्थाश्रमी होऊ शकेल. हे अपमानास्पद होणार नाही. याबद्दल कसलंही बंधन,

कसलीही आडकाठी असता कामा नये. विद्यापीठातलं शिक्षण संपवून कोणाही तरुणाला दोन वर्षे संन्यास घ्यावासा वाटला तर घ्यावा. दोन वर्षे संन्यासी जीवनाचा अनुभव घ्यावा. परत यावं. काही अडचण नाही. म्हणजे संन्याशांचा एक वर्ग.

तिसरं – ठिकठिकाणी वसतिगृह उभी करण्याची योजना आहे. इथल्या विद्यार्थ्यांनी कुठेही शिकावं पण राहावं इथं; कारण त्यांची जीवनचर्या बदलण्यासाठी ही वसतिगृहं उपयोगात आणली जातील.

ही तीन कामं करण्यासाठी जीवन जागृती केंद्राची प्रचंड संघटना, गावागावांत त्याच्या शाखा, जागोजागी त्यांची केंद्रं असं जाळं उभारण्याची आवश्यकता आहे.

आपण या दिशेनं विचार करा आणि लक्षात ठेवा की, मी कोणतीही धार्मिक संघटना उभी करण्याबद्दल बोलत नाही. ही सामाजिक क्रांतीची संघटना आहे. ही संघटना आपण कशी उभी करावी, कशा रितीनं विकसित करावी, दहा-पंधरा वर्षांमध्ये या देशाच्या सामाजिक विचारांमध्ये एक कायमचा बदल घडून यायला हवा असेल तर कशा रीतीनं काम करायला हवं, जीवनावर एक कायमचा छाप उठवून जायचं असेल, जीवनात बदल घडवून आणण्याच्या दृष्टीनं कोणती दारं, कोणत्या खिडक्या उघडता येतील, या सर्व बाबींचा आपण लक्षपूर्वक विचार करायचा आहे. अशा खिडक्या उघडता येऊ शकतील.

या संबंधातलं कार्यकर्त्यांचं तीन दिवसांचं शिबिर लवकरात लवकर घ्यावं, असं मला वाटतं. म्हणजे मी प्रत्येक पैलूबद्दलचा माझा विचार आपल्याला सांगू शकेन, आपलं म्हणणं ऐकून घेऊ शकेन आणि मग आपण त्या बाबतीतल्या व्यापक कामाला जोमाने सुरुवात करू शकू.

आणखी काही नाही ना? काही विचारायचं असेल तर विचारून घ्या आपण.

प्रश्न : (अस्पष्ट ध्वनिमुद्रण)

आतापर्यंत साहित्याचं जे काही काम झालं आहे ते काही जसं असायला हवं तसं झालेलं नाही, पण काहीच न होण्यापेक्षा चांगलं आहे. जसं व्हायला हवं होतं तसं होणं शक्यही नव्हतं. ज्या मित्रांच्या मनात प्रेम उत्पन्न झालं, त्यांनी हे काम करायला सुरुवात केली. त्यांच्यामध्ये ना कुणी लेखक होता ना कुणी साहित्यिक होता. जे कुणी प्रेमानं आले त्यांनी काही अनुवादही केले. तो अनुवादही खूप चांगला आहे असं नाही, ते त्यांच्या प्रेमाचं प्रतीक आहे आणि त्यांनी हे काम केलं नसतं तर ते झालंच नसतं. त्यांनी केलं म्हणून तर याहून चांगलं काम व्हायला पाहिजे हा विचार तरी निर्माण झाला. याहून चांगलं काम व्हायला पाहिजे यात शंकाच नाही.

आणि या दृष्टीनं प्रत्येक केंद्रालाच काम करायला लागणार आहे. कारण मी तर इतकं बोलतो आहे की, ते सगळं छापणं एकट्या मुंबई केंद्राच्या शक्तीबाहेरचं

आहे. मी महिनाभरात इतक्या वेगवेगळ्या विषयांवर, वेगवेगळ्या गोष्टींबद्दल इतकं बोलतो की, ते काम कोणतंच केंद्र एकट्यानं सांभाळू शकणार नाही. मुंबईचं केंद्र सांभाळत आहे, आपल्या कुवतीबाहेर सांभाळत आहे आणि केंद्रसुद्धा केवढं – दोन-चार मित्र आहेत फक्त. केंद्राच्या नावावर जाऊ नका. मुंबई म्हटलं की, चांगलं मोठं नाव वाटतं. दोन-चार मित्र आहेत ते सांभाळताहेत आणि म्हणूनच ते जे काही करताहेत त्यातल्या चुकांबद्दल मी बोलणारच नाही. कारण ते एवढं करताहेत, इतक्या अडचणींमधून करताहेत की, त्यांच्या चुकांबद्दल बोलणं अन्यायाचं ठरेल. ते मी बोलणारच नाही. कारण हे काम एक-दोन मित्र त्यांचा सगळा वेळ खर्च करून, त्यांची सर्व ताकद लावून पार पाडताहेत.

अनुवादात पुष्कळ चुका आहेत हे मान्यच आहे. जागोजागी याबद्दल चिंतन करा. प्रत्येक केंद्रावर याचं चिंतन करा. जिथे प्रकाशनाची व्यवस्था करू शकाल तिथे प्रकाशन करा. गुजरातमध्ये गुजराथी अनुवादाचं प्रकाशन व्हावं हे चांगलं. महाराष्ट्रात मराठीचं व्हावं हे चांगलं. हिंदीचं प्रकाशन हिंदी प्रदेशात होणं जास्त चांगलं. यात काही अडचण नाही. ज्या मित्राला स्वत:तर्फे वैयक्तिकरीत्या करायचं असेल तेही त्यानं करावं.

आता माझा विचार आहे की, पाच वर्षे त्यानं जे जमेल ते करावं. पाच वर्षांनंतर आपण काय बरोबर झालं, काय चुकलं, याचा हिशेब मांडू. त्यानंतर कसं सुधारायचं त्याचा विचार करू. आता ज्याला जे जमेल ते त्यानं करत राहावं. मला तर वाटतं, जो चुकीचं करतो आहे तोही बरोबरच करतो आहे. त्याच्या करण्यानं कमीतकमी चार लोकांच्या मनात असा विचार येईल की, हे चुकतं आहे. म्हणजे ती चूक दुरुस्त करता येईल. म्हणून मी कुणालाही अडवत नाही. जो कोणी म्हणेल – मला करायचं आहे, मी सांगतो कर. मला माहीत असतं की, या बिचाऱ्याला काय जमणार आहे अनुवाद करणं!

एका मित्रानं इंग्रजीत अनुवाद केला. त्याचा अनुवाद चांगला होणं शक्यच नव्हतं. मला इतर लोकांनीही सांगितलं की, हा अनुवाद चांगला झाला नाही. मी म्हटलं, पण चांगला अनुवाद करणारा एखादा माणूस येऊन मला असं सांगत नाही की, मी करतो. हे म्हणतात म्हणून मी त्यांना करू देतो. कोणी आला चांगला करणारा तर त्याला सांगेन, कर! आता तरी जो येईल त्याला स्वत:ला चांगलं इंग्रजी येत नाही तरीही अनुवाद करतो आहे. त्यानं अनुवाद केला. तो छापून झाल्यावर खूप लोकांनी सांगितलं की, अगदी चुकीचा अनुवाद आहे. मी त्यांना म्हटलं, मग तुम्ही चांगला करा – त्यांनी काही केलं नाही. आतापर्यंत एकानंही बरोबर अनुवाद केलेला नाही.

आपली अडचण अशी आहे की, काही काम झालं की...!

मला एक गोष्ट आठवते. फ्रान्समध्ये एक चित्रकार होता. त्यानं एक चित्र काढलं आणि एका चौरस्त्यावर आणून ते चित्र मांडलं. गावातल्या सगळ्या लोकांना त्यानं विचारलं की, या चित्रात काय काय चुकलं आहे ते सांगा. एक वही ठेवली आहे, त्यात लिहून ठेवा काय चुकलं आहे ते. सगळे लोक येऊन लिहून गेले हे चुकलं आहे, ते चुकलं आहे; सगळी वही भरून गेली. त्याला काही समजेनासंच झालं. एका चित्रात इतक्या चुका करायच्या म्हणजे केवढी प्रतिभा हवी, तेव्हाच हे शक्य आहे. त्यानं हे आपल्या गुरूला सांगितलं. गुरूनं सांगितलं, आता तू एक काम कर. हे चित्र टांगून ठेव आणि खाली लिही – यात जिथे चूक असेल ती सुधारावी. चित्र सुधारण्यासाठी कोणीही आलं नाही. त्या गावातला एकही माणूस ब्रश घेऊन चित्रात सुधारणा करण्यासाठी आला नाही.

आपलं मन, आपली काम करण्याची पद्धतच अशी आहे की, नेहमी काय चुकलं आहे तेच आपल्या नजरेला पडतं. काय सुधारायचं आहे ते आपल्याला कळत नाही. म्हणूनच तर मी म्हणतो आहे – बच्चूभाई, तुम्ही तिथं बडोद्यात काही करता आहात ते चांगलंच आहे, काही मित्र अहमदाबादमध्ये काही करताहेत; करू द्या. जे तुम्हाला योग्य वाटेल ते करा.

आपण जे काही कराल ते चांगलंच आहे असं म्हणण्याचा माझा स्वभाव आहे. कारण मी असं मानतो की, काहीतरी व्हावं; नंतर मग काय चुकलं, काय बरोबर आहे याचा हिशेब मांडता येईल. एकदा काहीतरी होऊ तर दे!

तर प्रत्येक केंद्रावर जे काही काम होऊ शकेल ते करायला सुरुवात करा. मुंबई काही मोठं केंद्र नाही. काय केंद्र आहे मुंबईचं? दोन-चार मित्र आहेत. पण सगळ्या देशात अशी कल्पना पसरली आहे की, मुंबई मोठं केंद्र आहे; त्यांच्याकडे खूप पैसा आहे. काही पैसा वगैरे नाही. ते कायम उधारीमध्ये, कायम अडचणीत असताना कमाई-बिमाई काही नाही. प्रत्येक वेळी ते घालवताहेत. माझ्याशी मैत्री म्हणजे घालवण्याचीच असू शकते. कमावण्याची असूच शकत नाही.

म्हणून मला पण बराच त्रास होतो आणि त्या बिचाऱ्यांचं धैर्य बघून मीच हैराण होतो. ते पैसा कमावताहेत, अमुक करताहेत असं बोलणं जेव्हा त्यांच्या कानावर येतं तेव्हा मलासुद्धा नवल वाटतं. इथं पैसेबिसे कमावण्याचा प्रश्न येतोच कुठं? आता मुंबईत त्यांनी खुर्च्या मांडल्या होत्या. तेव्हा लोकांना सांगितलं की, चार-चार आणे टाकून जा. तेवढे चार आणेसुद्धा सगळ्यांनी नाही टाकले. त्या खुर्च्यांचे पैसेही त्यांना स्वत:लाच भरावे लागले. झोळी घेऊन उभे होते तर झोळी घेऊन उभं राहणं ही चुकीची गोष्ट आहे, असं लिहिलेली कितीतरी पत्रं मला आली. पण एकानंही हे विचारलं नाही की, झोळीत किती पैसे जमा झाले? मिळालं काही नाही पण झोळी घेऊन उभं राहणं चूक आहे, असं सांगणारी खूप पत्रं आली. ज्यांनी ही

पत्रं लिहिली त्यांनी त्या झोळीत एक रुपयासुद्धा टाकला नसेल. झोळी घेऊन उभं राहणं चूक आहे, खुर्च्यांचे पैसे देऊ शकत नाहीत. काम चांगलं व्हायला पाहिजे, ते कुठून होणार?

म्हणून माझं असं मत आहे की, काम करायचं तर टीकेचं नावच काढायचं नाही. पाच वर्षे काम करायचं. पाच वर्षांनंतर एकत्रच हिशेब करू; काय बरोबर आहे आणि काय चुकलं त्याचा आणि सुधारणा करू. एक वेगळचं काम! आणि मला वाटतं की, काम स्वत:च आपल्या चुका सुधारत चालू राहतं. जसंजसं काम वाढत जाईल तसतसे आणखी हुशार लोक येतील, आणखी जाणकार लोक येतील; ते कामातल्या चुका सुधारून पुढे काम करत राहतील. एकदा कामाला सुरुवात होणं जरुरीचं आहे आणि प्रत्येक केंद्रानं ते करायला हवं. मुंबईच्या केंद्रानं काही ठेका घेतलेला नाही. ते जेवढं करताहेत तेवढं करताहेत. दुसरी केंद्रं करायला लागतील, तेव्हा त्यांचा भार थोडा हलका होईल, असं मला वाटतं. तर मग तुम्हीच घ्या जबाबदारी, जागोजागी केंद्र उभारा आणि जागोजागी आपल्या हातात काम घ्या, काम वाटून घ्या. तरच काम होऊ शकेल.

प्रश्न : केंद्रासंबंधी काही सांगा.

मुंबईच्या केंद्रानं काही नियम बनवले आहेत, ती त्यांची घटना आहे. ती आपल्याला मिळू शकेल. पण आपण आपल्या गावात जे केंद्र उघडाल, त्याचे नियम तुम्ही स्वत: बनवू शकता. माझा सल्ला असा आहे की, आता प्रत्येक केंद्रानं आपापले नियम बनवावेत, काम चालू करावं आपल्या पद्धतीनं. नंतर सर्व केंद्रं काम करायला लागली की, सर्वांना एकत्रित करता येईल – नंतर. पहिल्यापासूनच सर्वांच्या वर एक केंद्र लादायचं आणि आज्ञा देऊन काम करवून घ्यायचं हे चुकीचं आहे. एक-एका युनिटनं आपल्या सोयीनं काम करायला सुरुवात करावी.

आता मुंबईला केंद्र बनवलं आणि त्यांनी अडीचशे रुपये सदस्य फी ठेवली, तर मुंबईसारख्या ठिकाणी अडीचशे रुपये म्हणजे काहीच नाही. एखाद्या छोट्या गावात अडीचशे रुपये फी ठेवली तर एकही सदस्य मिळणार नाही. त्यांनी चार आणे फी ठेवावी. मुंबईच्या घटनेप्रमाणे जर कोणी गाडरवारामध्ये केंद्र सुरू करू पाहील तर कठीण गोष्ट आहे. मी अलीकडे गाडरवारामध्ये होतो. त्यांनी केंद्र सुरू केलं आहे. त्यांनी विचारलं, मुंबईच्या धर्तीवर करू का? मी म्हटलं, नियम करण्याच्या कटकटीत पडूच नका. त्यांनी हजार रुपये देणाऱ्याला आश्रयदाता केलं आहे. हजार रुपयांचा आश्रयदाता शोधण्यात तुमचं आयुष्य संपून जाईल. तो तुम्हाला इथं मिळणारच नाही. तुम्ही पंधरा रुपयांचा आश्रयदाता शोधलात तर मिळू शकेल. तर तुम्ही तुमचा, तुमच्या गावाचा विचार करा...!

साऱ्या देशात प्रथम छोटी छोटी केंद्रं सुरू व्हावीत, असा माझा विचार आहे.

त्या केंद्रांनी आपली पद्धत, आपली सोय, आपली जागा पाहून कामाला सुरुवात करावी. नंतर आपण त्यांना एकत्र आणू शकतो. त्यात काही अडचण नाही. म्हणजे जागोजागी ज्या काही शाखा तयार होताहेत त्या जीवन जागृती केंद्राच्या शाखा नाहीत. ती जीवन जागृती केंद्रं आहेत. त्या शाखा नाहीत, ती स्वतंत्र केंद्रं आहेत आणि त्यांना आज्ञा देणारा असा त्यांच्या वर कोणी मालकही नाही आहे. असं करा, तसं करा अशा आज्ञा देणारा कुणीतरी वर असणं हे मला मान्यच नाही. त्यातूनच पदं तयार होतात आणि सारं चक्र पुन्हा सुरू होतं. प्रत्येक युनिट स्वतंत्र आहे, आपले आपण नियम बनवायचे, काम सुरू करायचं. मुंबईचं युनिट खूप दिवसांपासून काम करत आहे. त्यांच्याकडून काही सल्ला हवा आहे, सल्ला मागून घ्या. काही मार्गदर्शन हवं आहे, मार्गदर्शन घ्या; पण काम सुरू करा – स्वत:च्या पद्धतीनं. नंतर जेव्हा देशात दोनशे केंद्रं काम करत असतील तेव्हा आपण एकत्र येऊन त्यांना एकत्रित करू. त्याला किती वेळ लागणार आहे? त्यात काही अडचण नाही. आता कोणाकडेही पाहू नका, आपलं काम सुरू करा. त्यांच्याकडे जी घटना आहे ती घेऊन आपण वाचून पाहा. त्यातून काही फायदा होण्यासारखा असेल तर तो समजून घ्या.

वैचारिक क्रांतीची आवश्यकता

माझे प्रिय आत्मन्,

एकदा एक माणूस परदेशात गेला. त्या देशातली भाषा ना त्याला समजत होती ना त्याची भाषा तिथल्या लोकांना. त्या देशाच्या राजधानीमध्ये एका प्रचंड महालासमोर उभं राहून त्यानं कुणाला तरी विचारलं, हा महाल कुणाचा आहे? त्या माणसानं उत्तर दिलं, कैवत्सन. म्हणजे मला तुमची भाषा कळत नाही. पण त्या परदेशी माणसाला वाटलं, कोणा कैवत्सन नावाच्या माणसाचं हे घर आहे. त्याला त्या कैवत्सन नावाच्या माणसाबद्दल खूप मत्सर वाटायला लागला. केवढा मोठा महाल, केवढा किमती, हजारो नोकरचाकर जात-येत आहेत, सगळीकडे संगमरवर लावलेला. त्याच्या मनात कैवत्सनबद्दल खूपच मत्सर निर्माण झाला आणि कैवत्सन नावाचा कुणी माणूस नाहीच बरं! त्या माणसानं फक्त एवढंच म्हटलं होतं की, तुम्ही काय विचारता ते मला कळलं नाही.

मग तो परदेशी फिरत-फिरत बंदरावर पोहोचला. एका मोठ्या जहाजातून किमती सामान उतरवलं जात होतं. मोटारगाड्या उतरवल्या जात होत्या. त्यानं विचारलं, हे कुणाचं सामान उतरलं जात आहे? एका माणसानं उत्तर दिलं, कैवत्सन – म्हणजे मला कळलं नाही, तुम्ही काय विचारता ते.

त्या परदेशी माणसाचा मत्सर आणखी वाढला. ते मोठं घर ज्याचं होतं, त्याचंच हे सगळं बहुमूल्य सामान होतं आणि तो माणूस तर नाहीच. त्याचं मन

आगीत जळायला लागलं. अरेरे, मीपण इतका श्रीमंत असतो तर! आणि जेव्हा तो रस्त्यानं परत येत होता, तेव्हा त्याला एक मोठी प्रेतयात्रा दिसली. हजारो माणसं त्या तिरडीच्या मागून चालत होती. नक्कीच कोणीतरी मोठा माणूस मेलेला दिसतो आहे. त्याच्या मनात एकदम विचार आला, कैवत्सन तर नाही मेला? त्यानं रस्त्यावरच्या एका माणसाला विचारलं कोण मेलं? त्या माणसानं उत्तर दिलं, कैवत्सन – मला कळलं नाही.

त्या माणसानं छाती बडवून घेतली. केवढा मत्सर वाटला होता त्याला. पण बिचारा मरून गेला. केवढा मोठा महाल. किती सुंदर मोटारगाड्या. केवढी धनदौलत. सगळं फुकट गेलं. जागच्या जागी पडून राहिलं. जो माणूस अस्तित्वातच नाही तो मरून गेला.

पुष्कळ वेळा आपल्या संबंधातही मला हीच स्थिती दिसते. असं वाटतं की, मी कोणत्या तरी परदेशात आहे. तुम्हाला माझी भाषा कळत नाही आणि मला तुमची भाषा कळत नाही. जे काही मी सांगतो त्यावर तुमच्याकडून उठलेले पडसाद ऐकले की, मी बुचकळ्यातच पडतो. कारण मी तसं कधी बोललेलोच नसतो. तुम्ही काहीतरी विचारता आणि तुम्ही काय विचारलं आहे हे ऐकून मी उत्तर देतो. पण मी जेव्हा तुमच्या डोळ्यांकडे पाहतो तेव्हा मला कळतं की, तुम्ही ते विचारलंच नव्हतं. एखाद्या अनोळखी, परदेशी, परक्या माणसासारखी माझी अवस्था झाली आहे.

तरीही मला जे दिसतं, ते समजावून सांगण्याचा मी प्रयत्न करतो. माझी अशी इच्छा नाही की, मला जे दिसतं आहे त्यावर तुम्ही विश्वास ठेवा. कारण जो कोणी माणूस दुसऱ्याला सांगतो की, माझं म्हणणं मान्य कर, तो मनुष्यजातीचा शत्रू असतो. जेव्हा मी असं म्हणतो की, माझं म्हणणं मान्य कर तेव्हा मी तुम्हाला असं सांगत असतो की, मला मान आणि स्वत:ला सोडून दे. जो कोणी माणूस दुसऱ्याला असं सांगतो की, स्वत:ला सोडून दे आणि दुसऱ्या कुणाला तरी मान, तो माणूस माणसांच्या आत्म्यांची हत्या करीत असतो. जे कुणी दुसऱ्यांना आतुर असतात, ते सगळे मनुष्यजातीला धोकादायक असतात.

मी माझं म्हणणं मान्य करायला सांगत नाही, असं सांगण्याचा प्रश्नच येत नाही. माझं म्हणणं समजून घ्या, एवढाच प्रयत्न मी करत असतो आणि समजून घेण्यासाठी मान्य करण्याची जरुरी नसते. उलट जे लोक मान्य करतात ते समजून घेऊ शकलेले नसतात. जे मान्य करत नाहीत, तेही समजून घेऊ शकत नाहीत. कारण मान्य करणं किंवा न करणं याच्या गडबडीत समजून घ्यायला वेळच मिळत नाही. ज्या माणसाला समजून घ्यायचं आहे त्यानं मान्य-अमान्य करण्याची घाई करून चालणार नाही. त्यानं समजून घेण्याची उत्सुकता दाखवली पाहिजे.

माझं म्हणणं मान्य करून आपली प्रगती होणार नाही. कोणाचं म्हणणं मान्य

केल्यानं कोणाचाही, कधीही विकास होत नाही; परंतु कोणाचंही म्हणणं समजून घेण्यानं मात्र नक्की विकास होतो. कारण हे समजून घेण्याचा आपण जेवढा प्रयत्न कराल तेवढी आपली समजण्याची शक्ती वाढते. पण आपण मान्य किंवा अमान्य करण्याच्या घाईत असतो. समजून घ्यायचं म्हणजे श्रम करावे लागतात. मान्य करणं, अमान्य करणं यात श्रमाची काही आवश्यकता नाही.

आणि आपण मानसिक पातळीवर इतके आळशी झालो आहोत की, आपण मनाचे कोणतेही श्रम करायला तयार नसतो. म्हणून तर जगात इतके अनुयायी दृष्टीला पडतात. जगात इतके वाद, इतके संप्रदाय दृष्टीला पडतात. म्हणूनच जगात इतके गुरू दिसतात, इतके शिष्य दिसतात. ज्या दिवशी माणूस मानसिक श्रम करायला तयार होईल, त्या दिवशी या जगात कोणीही अनुयायी राहणार नाही. कोणताही वाद राहणार नाही, कोणी गुरू, कोणी शिष्य राहणार नाही.

जोपर्यंत आपण मानसिक पातळीवर श्रम करायला तयार होणार नाही, तोवर जगात हा सगळा असमंजसपणा कायम राहील. कारण जे लोक श्रम करायला नकार देतात ते दुसऱ्या कुणाच्या तरी श्रमांवर अवलंबून राहतातच. हेसुद्धा एक प्रकारचं शोषण आहे. मी विचार करायचा आणि आपण तो मान्य करायचा म्हणजे तुम्ही माझं शोषण केलंत. मी विचार करायचा आणि तुम्हाला तो जबरदस्तीनं मान्य करायला लावायचा, म्हणजे मी तुमचं शोषण करतो आहे. जगात जितकं मानसिक आणि आध्यात्मिक शोषण आहे, तितकं आर्थिक शोषणही नाही. पैशानं शोषण करणं इतकं महत्त्वाचं नाही. कारण तुम्ही एखाद्याचा पैसा हिसकावून घेतलात तर त्याचं काहीच कमी होत नाही. पण जेव्हा एखाद्याचा आत्मा हिरावून घेतला जातो, तेव्हा त्याचं सर्वस्वच जातं.

सगळं जगच एका आध्यात्मिक गुलामगिरीमध्ये आहे आणि या गुलामगिरीचं कारण आहे मानसिक आळशीपणा-मेंटल लिथार्जीनेस! आपण आपल्या अंतरात काहीच करू इच्छित नाही. म्हणूनच कोणीही जोरानं सांगितलं की, माझं म्हणणं मान्य करा, मी परमेश्वर आहे किंवा चार अडाणी लोकांना गोळा करून सांगितलं की, गावात दवंडी द्या, एक महान साधुपुरुष गावात येतो आहे की, आपण लगेच त्यावर विश्वास ठेवायला तयार होतो. आपण तयारच असतो मान्य करायला. कोणी यावं आणि आम्हाला सांगावं की, मीच योग्य आहे. जोरानं सांगायला हवं, त्याचे कपडे रंगीत असायला हवेत, त्याच्या आजूबाजूला प्रचाराचं वातावरण असायला हवं – की आम्ही त्याला मानायला तयार होतो.

आपण विचार करायला कधीच तयार होणार नाही का? माणूस विचार करायला तयार झाला नाही, तर माणूस जात जन्मालाच येणार नाही. पण आम्ही विचार करायला अजिबात तयार नाही.

मी जे सांगतो आहे ते मान्य करा, असा माझा काही आग्रह नाही आणि मी म्हणतो म्हणून मानू नका असाही आग्रह नाही. आग्रह एवढाच आहे की, मी जे सांगतो आहे ते सगळं नीट ऐका, समजून घ्या. हेच कठीण होऊन बसलं आहे, कारण भाषाच अशी झाली आहे. मी एक भाषा बोलतो आहे आणि तुम्हाला दुसरीच भाषा समजते आहे.

मी एका गावात गेलो होतो. एक मित्र येऊन विचारायला लागले की, लोकशाहीसंबंधी तुमचे काय विचार आहेत? मी सांगितलं, तुम्ही ज्याला लोकशाही म्हणता तीच जर लोकशाही असेल, तर देशात दंडुकेशाही आलेलीच चांगली. त्यांनी गावात जाऊन सांगितलं की, मी दंडुकेशाहीच्या मताचा आहे.

हे म्हणजे असं झालं की, एखादा माणूस माझ्याकडे अतिशय आजारी अवस्थेत खोकत-खोकत येईल आणि मला विचारील की, मी काय करू? आणि मी त्याला सांगीन की, अशा अवस्थेत जगण्यापेक्षा तू मेलास तर चांगलं होईल. मग त्या माणसानं गावात जाऊन सांगावं की, सर्वांनी मरून जावं, असं माझं मत आहे. त्या गावात गेल्यावर कळलं की, मी दंडुकेशाहीच्या पक्षाचा आहे आणि लोकशाहीचा शत्रू आहे. एवढंच नाही तर मला हेही कळलं की, मला स्वत:ला हुकूमशहा होण्याची इच्छा आहे. आता आपण दोन वेगळ्या भाषा बोलतो आहोत हे कबूल करण्याखेरीज दुसरा काही मार्ग आहे का?

लोकशाहीवर माझ्याहून अधिक प्रेम करणारा माणूस शोधून काढणं थोडं कठीण जाईल. माझं तर लोकशाहीवर इतकं प्रेम आहे की, जगात कोणतीच शाही शिल्लक राहू नये अशी माझी इच्छा आहे. कारण जोवर कोणतीही शाही आहे तोवर लोकशाही येऊ शकत नाही. डोक्यावर कोणतीही शाही असेल तर माणूस गुलामच बनेल थोडा किंवा जास्त. पण शाही असेल ती गुलामच बनवेल. शाही असेल, सरकार असेल तर माणूस कोणत्या ना कोणत्या गुलामगिरीतच असेल, कमी किंवा अधिक ही गोष्ट वेगळी. ज्या दिवशी जगात कोणतीही शाही नसेल त्या दिवशी खरी लोकशाही असेल. ज्या दिवशी सरकार नसेल तेव्हाच जगात खरं सरकार असेल असं मला म्हटलं पाहिजे.

मला स्वत:ला हुकूमशहा होण्याची इच्छा आहे, मला दंडुकेशाही मान्य आहे; हे मला त्या गावात गेल्यानंतरच कळलं. ही बातमी फक्त वर्तमानपत्रांमध्ये छापून आली आहे असं नाही, तर एका सद्गृहस्थानं मी हुकूमशहा होऊ इच्छितो यावर एक संपूर्ण पुस्तकच लिहून काढलं. आता सांगा, आपण वेगवेगळ्या भाषांमध्ये बोलतो आहोत याखेरीज दुसरं काही म्हणता येईल का?

मी एका गावात उतरलो होतो. त्या गावाच्या कलेक्टरची पत्नी मला मी जिथे उतरलो होतो त्या घरी भेटायला आली. ती महिला माझ्याबरोबर कॉलेजमध्ये शिकत

होती. थंडी होती, रात्रीची वेळ होती. मी पायांवर कांबळे घेऊन अंथरुणावर बसलो होतो. ती भेटायला आली, तिनं मला मिठी मारली. मग लहानपणीच्या आणि कॉलेजच्या दिवसांमधल्या खूप आठवणी सांगायला लागली. पलंगावरच बसली होती. मी तिला म्हटलं, थंडी आहे, तर तिनं माझं पांघरूण स्वतःच्या पायांवर ओढून घेतलं. आम्ही दोघं त्या पलंगावर पांघरूण घेऊन बसलो होतो.

दुसऱ्या दिवशीच्या सभेत एका माणसानं मला चिठ्ठी पाठवली. त्या चिठ्ठीत लिहिलं होतं, काल रात्री तुम्ही एका स्त्रीबरोबर एकांतात, एका अंथरुणावर, एका पांघरुणात होतात की नाही? हो किंवा नाही एवढंच उत्तर द्या आणि आम्हाला गोलमाल उत्तर चालणार नाही. हो म्हणा किंवा नाही म्हणा.

मी सांगितलं, होतो तर! नक्कीच होतो. हो!

घरी परतलो तर घरातले लोक म्हणायला लागले, तुम्ही अगदी वेडे आहात; हो म्हणालात. आता लोक काय म्हणतील? मी म्हटलं, गोष्ट खरी होती. आम्ही एका अंथरुणावर, एका पांघरुणात होतो, रात्रही होती. त्यांचं म्हणणं अगदी खरं होतं. ते म्हणाले – ते काय... हा प्रश्नच नाही, त्यांचा मतलब तुम्हाला कळला नाही. त्यांचा हेतू अगदी वेगळाच होता. तुम्हाला माहीत नाही की, तुम्ही एका स्त्रीबरोबर एकाच अंथरुणावर, एकाच पांघरुणात होतात अशा अफवा गावभर पसरल्या आहेत.

मी म्हटलं, आम्ही वेगवेगळ्या भाषा बोलतो आहोत याशिवाय दुसरं काय म्हणणार? काय म्हणणार दुसरं? दुसरं काही म्हणता येणारच नाही आणि वर लोक मला सांगतात उत्तर द्या, उत्तर गोलमाल असता कामा नये, सरळ असायला हवं. शिवाय त्यांना उत्तर हो किंवा नाही एवढंच पाहिजे. असं झालं की, मला फार आश्चर्य वाटतं, रडूही येतं आणि हसूही येतं. कोणत्या लोकांबरोबर...!

तेव्हा मला आठवण होते एका फकिराची. फकिराचं नाव होतं बोधिधर्म. तो हिंदुस्थानातून चीनला गेला. पण चीनमध्ये नऊ वर्षे भिंतीकडे तोंड करून बसला. जर तुम्ही भेटायला गेलात, गेला असतात तर नक्कीच त्याला उर्मट म्हटलं असतं. कारण त्यानं तुमच्याकडे तोंड केलं नसतं, भिंतीकडे तोंड करूनच बसला असता, तुमच्याकडे पाठ करून. कधीही बसायचा तो भिंतीकडे तोंड करूनच बसायचा. चीनचा सम्राट वू त्याला भेटायला आला. त्यानं विचारलं, हा काय उद्धटपणा आहे? मी तुझ्या मागे उभा आहे आणि तू भिंतीकडे तोंड करून बसलाहेस.

बोधिधर्मानं सांगितलं की, हजारो अनुभव घेतल्यानंतर या निष्कर्षाला आलो आहे की, भिंतीकडे तोंड करून बसणंच योग्य आहे. कारण मला माणसंसुद्धा भिंतीसारखीच वाटतात. कोणी काही ऐकत नाही. तुझ्याकडे तोंड करणं मला अधिक उद्धटपणाचं वाटतं. कारण तूही माणूस कमी, भिंत जास्त असाच वाटतोस आणि कदाचित मी तुला भिंत समजतो आहे हे तुला माझ्या नजरेवरून कळून

येईल. म्हणून मी भिंतीकडे तोंड ठेवतो, एखादा माणूस येईल तेव्हा त्याच्याकडे तोंड करीन, पण तू भिंत आहेस.

सम्राट वू नं आपल्या आत्मचरित्रात असं लिहून ठेवलं आहे, ज्याचं काही ऐकावं असा माणूस मला पहिल्यांदा भेटला; परंतु कदाचित ते ऐकायला मी पात्र नसेन म्हणून त्यानं माझ्याकडे तोंड केलं नाही.

बोधिधर्मानं योग्यच केलं. किती तरी वेळा मला असं वाटतं की, भाषेची ही ओढाताण अशीच चालू राहणार असेल तर तुमच्याकडे तोंड करण्याऐवजी भिंतीकडे तोंड करणंच योग्य ठरेल. पण अजून मी हरलेलो नाही. निराश झालेलो नाही. मी प्रयत्न चालू ठेवीन. तुम्ही भिंत आहात असं मानण्याची माझी इच्छा नाही. तुम्ही एक मनुष्य आहात आणि तुमच्या अंतरात एक विचारशील आत्मा आहे, असं मानण्याचीच माझी इच्छा आहे. तुमच्या सगळ्या प्रयत्नांच्या मी मनात आशा टिकवून आहे आणि प्रयत्न करत राहतो आहे की, कदाचित कधीतरी माझं म्हणणं तुम्हाला ऐकू जाईल. पण आजतरी सगळं उलटंच दिसतं आहे.

अलीकडे गुजरातमध्ये गेलो तर खूपच उन्हाळा होता. गावागावांत गेलो तर लोक म्हणायला लागले, तुम्ही गांधींचे शत्रू आहात. मला मोठं आश्चर्य वाटलं. आज या देशात गोडसेहून अधिक मोठा जर कुणी गांधींचा शत्रू असेल तर तो आहे गांधीवादी. गोडसेनं गांधींच्या शरीराची हत्या केली. गांधीवादी गांधींच्या आत्म्याची हत्या करायला उठले आहेत. गोडसेच्या गोळीनंतरही गांधी पूर्णपणे बचावले गेले आहेत. गांधींना ती गोळी लागलीच नाही, लागू शकतच नाही; पण गांधीवादी गांधींचा जयजयकार करत ज्या प्रकारच्या गोळ्या झाडताहेत, त्यामुळे गांधींचं नावसुद्धा पुसलं जाणार आहे आणि तेच लोक म्हणतात की, मी गांधींचा शत्रू आहे.

तेव्हा मला आश्चर्य वाटतं, माझं आणि गांधींचं काय शत्रुत्व असणार आहे? आणि याला साक्षीदार कोण? या बाबतीत गांधींशिवाय दुसरा कोणी साक्षीदार असूच शकत नाही. पण आज गांधींची सर्व प्रकारांनी हत्या करणारे लोकच साक्षीदार बनताहेत.

जगात आजपर्यंत... तुम्हाला कल्पना येणार नाही, ज्यांनी येशूला क्रुसावर चढवलं त्यांनी त्याची हत्या नाही केली, येशूची हत्या केली त्याच्या अनुयायी ख्रिश्चन लोकांनी आणि ज्यांनी सॉक्रेटिसला विष पाजलं त्यांनी नाही त्याची हत्या केली. जे सॉक्रेटिसचे शिष्य होण्याचा विचार करतात तेच सॉक्रेटिसला मारू शकतात.

सॉक्रेटिसचं मरण जवळ आलं होतं. तेव्हा त्याचा एक मित्र, एक शिष्य होता क्रेटो नावाचा. त्यानं विचारलं, तुम्हाला संध्याकाळी विष देण्यात येईल. तेव्हा तुमचं दफन कसं करायचं याबद्दल आम्हाला काही सांगा. सॉक्रेटिस म्हणाला, काय गंमत आहे बघा, जे मला मारण्याचा प्रयत्न करताहेत ते माझे शत्रू आहेत आणि

हे जे माझे मित्र आहेत ते मला पुरण्याचा प्रयत्न करताहेत. मजा बघा, माझे मित्र मला विचारताहेत की, दफन कसं करावं! मित्र नेहमीच हे विचारत असतात, तुम्ही मरणार तर आहातच, आम्ही दफन कसं करावं ते सांगा.

शिष्य गुरूंचं दफन करतात. अनुयायी नेत्यांचं दफन करतात. पुढे जाणाऱ्यांचं दफन मागून येणारे करत असतात. पण असं का घडतं?

असं घडण्याच्या मागे काही कारणं आहेत. एक गोष्ट आपल्याला माहीत नसेल, कदाचित हा विचार आपल्या मनातही आला नसेल की, जो कोणी माणूस कुणाचाही अनुयायी बनतो तो भीतिदायक असतो, धोकादायक असतो; कारण बुद्धिमान माणूस कधीही कुणाचाही अनुयायी बनत नाही, फक्त बुद्धिहीन माणसंच अनुयायी बनतात. अनुयायांची जमात बुद्धिहीनांची जमात आहे. मूर्ख जमात आहे, तिथे सगळे बुद्धिहीन एकत्र गोळा होतात.

मी असं ऐकलं आहे की, एकदा एका माणसाला सत्य मिळालं. सैतानाचे शिष्य धावतच सैतानाजवळ गेले आणि म्हणाले, झोपलाहेस काय? एका माणसाला सत्य मिळालं आहे. गडबड होऊन जाईल. सैतानानं सांगितलं, घाबरू नका; गावात जाऊन सगळ्यांना सांगा की, एका माणसाला सत्य मिळालं आहे. कोणाला त्याचा अनुयायी बनायचं असेल तर बनू शकता. सैतानाच्या शिष्यांनी विचारलं, यानं काय फायदा होईल? आपणच सगळ्यांना ही बातमी द्यायची?

सैतानानं सांगितलं की, माझा हजारो वर्षांचा अनुभव आहे. जर कुणा माणसाला सत्य सापडलं असेल आणि त्या माणसाला, त्याच्या सत्याला नष्ट करायचं असेल तर अनुयायांची गर्दी जमवा. तुम्ही जा आणि गावागावांत दवंडी पिटवून सांगा की, जर कुणाला सत्यगुरू हवा असेल तर तो निर्माण झालेला आहे. म्हणजे जितके मूर्ख असतील ते सगळे धावून त्याच्याजवळ जातील, गर्दी करतील आणि हजार मूर्खांच्या गर्दीत एकटा बुद्धिमान माणूस काय करू शकेल?

आणि तसंच झालं. सैतानाच्या शिष्यांनी गावागावांत ही बातमी पोहोचवली. जेवढी बुद्धिहीन माणसं होती ती सगळी गोळा झाली आणि तो माणूस मला वाचवा, मला वाचवा म्हणत पळायला लागला. पण त्याला कोण वाचवणार? शिष्यांनी त्याला घट्ट पकडून ठेवलं. तुम्ही शत्रूपासून वाचू शकाल, शिष्यांपासून कसे वाचणार? म्हणून जर कधी कुणाला सत्य सापडलं तर अनुयायांपासून सावध राहा, शिष्यांपासून सावध राहा. ते नेहमी तयारीत असतात. सैतान त्यांना शिकवून पाठवीत असतो.

गांधी जन्मभर ओरडत राहिले की, माझा कोणताही वाद नाही आणि आज गांधीवादी त्यांच्या वादाला – गांधीवादाला नीटनेटकं स्वरूप देण्याच्या प्रयत्नात आहेत. ते संशोधन करताहेत, संशोधन केंद्र स्थापन करताहेत, शिष्यवृत्त्या देताहेत आणि सांगताहेत की, गांधीवादाला नीट चौकटीत बसवा. गांधीवादाला उभं केलं

जात आहे. गांधी आयुष्यभर सांगण्याचा प्रयत्न करत राहिले की, माझा कोणताही वाद नाही.

खरी गोष्ट आहे की, कोणत्याही विवेकी माणसाचा कोणताही वाद असत नाही. विवेकी माणूस प्रत्येक क्षणी आपल्या विवेकाच्या आधारानं जगत असतो, वादाच्या आधारानं नाही. ज्यांच्याजवळ विवेक नसतो ते वादाच्या आधारानं जगत असतात.

वाद म्हणजे काय?

वाद म्हणजे तयार उत्तर! आयुष्य रोज बदलत असतं, आयुष्य रोज नवे प्रश्न विचारीत असतं आणि वादीच्या जवळ एक तयार उत्तर असतं. तो आपल्या पुस्तकातून एक उत्तर काढून देतो आणि सांगतो, या उत्तरानं तुमचं काम होईल. आयुष्य रोज बदलत असतं. वादी बदलत नाही, तो थांबून जातो.

जे महावीरापाशी थांबले ते अडीच हजार वर्षांपूर्वी थांबले. अडीच हजार वर्षांत जीवन कुठल्या कुठं निघून गेलं; पण वादी महावीरापाशी थांबला आहे. तो म्हणतो, आम्ही महावीराला मानतो. जो कृष्णापाशी थांबला आहे, तो साडेतीन-चार हजार वर्षांपूर्वी थांबला आहे. जो ख्रिस्तापाशी थांबला आहे, तो दोन हजार वर्षांपूर्वी थांबला आहे. हे लोक तिथं थांबले, आयुष्य नाही थांबलं; आयुष्य पुढे चालतच राहिलं.

आयुष्य दर क्षणाला बदलत असतं. आयुष्य रोज नवे प्रश्न घेऊन येत असतं आणि वादीजवळ बंदिस्त अशी रेडिमेड उत्तरं असतात. रेडिमेड कपडे असू शकतात. रेडिमेड उत्तरं असू शकत नाहीत. तो या बंदिस्त उत्तरांना घेऊन नव्या प्रश्नांना सामोरा जातो. तो म्हणतो, आमची उत्तरं बरोबर आहेत आणि ही उत्तरं मात्र हरत चाललेली असतात. म्हणूनच वादी व्यक्तीला कायम हार पत्करावी लागते; तो कधीही जिंकू शकत नाही. वादी नेहमीच हरतात.

मी असं ऐकलं आहे की, जपानमध्ये एक छोटसं गाव होतं. त्या गावात दोन मंदिरं होती. एक मंदिर उत्तरेचं होतं, एक मंदिर दक्षिणेचं होतं. त्या दोन्ही मंदिरांमध्ये वंशपरंपरा वैर होतं, भांडण होतं.

मंदिरामध्ये नेहमी भांडण असत, हे तुम्हाला माहीत असेलच. दोन मंदिरांमध्ये मैत्री आहे, असं तुम्ही कधी ऐकलं नसेल. जगात मंदिरांमध्ये मैत्री असण्याचे चांगले दिवस अजून आलेले नाहीत. अजून मंदिरांमध्ये भांडणं असतात. अजून मंदिरं धोकादायक आहेत. अजून मंदिरं धार्मिक नाहीत. जोवर मंदिरं ही भांडणं घडवून आणताहेत तोवर ती धार्मिक कशी होतील? आज जगातली सगळी मंदिरं म्हणजे अधर्माचे अड्डे बनले आहेत. कारण त्यांच्यापासूनच भांडणाची सुरुवात होते.

त्या गावातल्या दोन्ही मंदिरांमध्येही भांडण होतं. इतकं वैर होतं की, पुजारी एकमेकांची तोंडही पाहत नसत. दोन्ही पुजाऱ्यांकडे कामाला ठेवलेले दोन लहान मुलगे होते – भाजी आणायला, वरची कामं करायला, सेवा करायला. पुजाऱ्यांनी

त्या दोन्ही मुलांना नीट सांगितलं होतं की, चुकूनसुद्धा दुसऱ्या मंदिराच्या दिशेला जायचं नाही आणि असंही बजावलं होतं की, दुसऱ्या मंदिराचा जो मुलगा आहे, त्याच्याशी मैत्रीही करायची नाही. आमचं वैर फार प्राचीन आहे आणि प्राचीन वस्तू अतिशय पवित्र असतात. म्हणून या पवित्र वैराला कलंक लावू नका, कधी एकमेकांना भेटू नका, बोलू नका.

पण शेवटी मुलं ती मुलंच! म्हाताऱ्यांनी त्यांना बिघडवण्याचा प्रयत्न केला तरी ती एकदम बिघडत नाहीत. मुलांनासुद्धा बिघडायला वेळ लागतो. म्हातारे तर जन्मापासूनच त्यांना बिघडवण्याच्या प्रयत्नाला लागलेले असतात. पण बिघडायला सुद्धा वेळ हा लागतोच. मुलं थोडे दिवस बिघडतच नाहीत, नाही म्हणतात. प्रत्येक मुलामध्ये जेवढी ताकद असते तितके ते आपल्या आई-बापांशी झगडतात – नाही बिघडवू शकणार आम्हाला असं म्हणत. पण बहुतेक वेळा आई-वडील जिंकतात आणि मुलं हरतात. आजपर्यंत तरी असंच होत आलं आहे. मुलं कधीच जिंकलेली नाहीत. तरीही मनात आशा बाळगायला हवी की, कधीतरी अशी वेळ येईल की, आई-बाप हरतील आणि मुलं जिंकतील. कारण जोपर्यंत मुलं आई-बापांशी जिंकत नाहीत तोपर्यंत जगातील जुनाट रोग संपणार नाहीत. ते चालूच राहतील. कारण आई-बाप त्या रोगांचं विष मुलांमध्ये घालत राहतील.

ते म्हातारे पुजारीही मुलांना सांगायचे की, चुकूनसुद्धा तिकडे पाहू नका. पण मुलं ती मुलंच. कधी-कधी चोरून मारून, वेळ काढून, लपूनछपून ती एकमेकांना भेटायची, चोरून भेटावं लागायचं. हे जग इतकं वाईट आहे की, चांगली कामसुद्धा चोरून करावी लागतात. अजूनपर्यंत उघडपणे चांगलं काम करण्याचा प्रसंग आलेला नाही. मुलांना चोरून भेटावं लागायचं. पण एके दिवशी एका पुजाऱ्यानं पाहिलं की, त्याचा मुलगा दुसऱ्या मुलाला रस्त्यावर भेटला. पुजारी भडकला.

जर त्याचा मुलगा मुसलमान मुलाला भेटत असेल तर हिंदू बाप भडकतो. आणि मुलाला मुलगा भेटत असेल तर भडकणं थोडं कमी असतं, मुलीला मुलगा भेटत असेल तर ही आग फारच भडकते. कारण दोन मुलगे भेटणं फारसं धोकादायक नसतं. पण एक मुलगा आणि एक मुलगी भेटणं फारच धोक्याचं असतं. इतकं धोक्याचं की, त्यात हिंदू आणि मुसलमान दोघेही वाहून जाऊ शकतात. म्हणून मुलीला मुलगा भेटणं यावर कडक बंदी आहे.

पुजाऱ्यानं पाहिलं तसा तो रागानं लाल-पिवळा झाला. त्यानं मुलाला बोलावलं आणि विचारलं, तू त्याच्याशी काय बोलत होतास? मी किती वेळा सांगितलं आहे, त्याच्याशी बोलायचं नाही.

त्या मुलानं सांगितलं, आज मलाही तुमचं म्हणणं पटलं आहे की, त्याच्याशी बोलायला नको. कारण आज मी हरून परतलो आहे. मी त्या मुलाला विचारलं कुठे

चालला आहेस तर त्यानं उत्तर दिलं, जिथं वारा घेऊन जाईल तिथं! आणि मी एकदम चकितच होऊन गेलो. त्यानं इतकी तात्त्विक, आध्यात्मिक गोष्ट सांगितली – जिथं वारा घेऊन जाईल तिथं. मग पुढे काय म्हणावं ते मला सुचलंच नाही.

पुजारी म्हणाला, ही फार धोक्याची गोष्ट आहे. आजपर्यंत आम्ही कधीच त्या मंदिरातल्या कोणा माणसाशी हरलेलो नाही. हा पहिला पराजय आहे, उद्या त्या मुलाला हरवावं लागेल. तू उद्या पुन्हा जाऊन त्याला विचार, कुठे चालला आहेस? आणि जेव्हा तो म्हणेल जिथे वारा नेईल तिथे, तेव्हा तू म्हण, आणि जर वारा वाहायचा थांबला, वाहिलाच नाही तर मग कुठे जाशील की नाही? मग तो घाबरून जाईल.

तो मुलगा असं तयार उत्तर घेऊन रस्त्यावर जाऊन उभा राहिला. तयार उत्तर!

असं तयार उत्तर हे बुद्धिहीनतेचं लक्षण आहे. ज्या कोणा माणसाजवळ तयार उत्तर आहे त्याच्यापेक्षा अधिक मूर्ख, अधिक जड बुद्धीचा माणूस शोधून सापडणार नाही. उत्तर तयार असणं हे सामान्य बुद्धीचं, मनाचं लक्षण आहे. बुद्धिमान माणसाकडे उत्तरं कधीच तयार नसतात. तो प्रश्नांना सामोरा जातो आणि आपोआप उत्तरं जन्म घेतात, उत्तरं तयार नाही होत!

पण त्या मुलानं उत्तर तयार करून घेतलं होतं आणि मग तो रस्त्यावर जाऊन उभा राहिला. आता तो आपलं तयार उत्तर घेऊन उभा आहे की, कधी तो मुलगा येतो आणि कधी मी त्याला विचारतो.

पंडित असेच असतात. सर्व उत्तरं तयार असतात.

तो मुलगा आला रस्त्यावर. तयार उत्तरवाल्या मुलानं विचारलं, मित्रा कुठे चालला आहेस?

त्याला प्रश्न विचारण्यात काही स्वारस्य नव्हतं. त्याला स्वारस्य होतं स्वतःचं उत्तर देण्यात. प्रश्न विचारण्यात उत्सुकता असणारे लोक फार थोडे असतात. खूप लोक असे असतात, ज्यांना आपल्या उत्तरामध्ये अधिक उत्सुकता असते आणि ज्या लोकांना उत्तरामध्ये अधिक उत्सुकता असते त्यांचं विचारणं नेहमी खोटं असतं.

त्या मुलानं म्हटलं, कुठे चाललो आहे? पाय नेतील तिथे. आता आली का पंचाईत? – उत्तर तर तयार होतं. आता काय करावं आणि काय करू नये. तेच उत्तर देणं व्यर्थ होतं. खूप राग आला - स्वतःचा नाही, त्या मुलाच्या बेईमानीचा. आपलं म्हणणं बदलतो! काल म्हणत होता, वारा जिथे घेऊन जाईल तिथे. आज म्हणतो, पाय घेऊन जातील तिथे. बेईमान कुठचा!

पण परत येऊन त्यानं आपल्या गुरूला सांगितलं, तो मुलगा फारच बेईमान निघाला. गुरू म्हणाला, त्या मंदिरातले लोक नेहमी बेईमानच असतात. नाहीतर आमचं भांडण कशाला झालं असतं? ते उत्तर बदललं का? सांगितलं, हो तर, बदललंच. जे बुद्धिहीन असतात, त्यांच्या मनातही कधी असा विचार येत नाही की,

आयुष्य रोज बदलत असतं. आयुष्य फार बेईमान असतं. फक्त प्रेतं बदलत नाहीत, जीवन बदलत राहतं. फुलं बदलतात, त्यांच्या पायाशी असलेले दगड तसेच पडून राहतात. ते अजिबात बदलत नाहीत. ही फुलं फार बेईमान आहेत असं त्या दगडांच्या मनात येत असेल. सकाळी उमलतात, दुपारी गळायला लागतात. केवढी बेईमानी आहे ही! काय बदलणं हे! सकाळी एक, दुपारी एक; संध्याकाळी एक रूप असतं यांचं. आम्हा दगडांना पाहा बघू, जसे सकाळी असतो तसेच संध्याकाळी असतो. वैदिक काळापासून आजपर्यंत आम्ही दगडच राहिलो आहोत. या फुलांचा काही भरवसा नाही. या फुलांचा काही ठावठिकाणा दिसत नाही. या फुलांना काही आत्मा नाही, खुशाल बदलत राहतात.

त्या मुलानं सांगितलं, तो तर बदलला. आता मी काय करू? त्याच्या गुरूनं सांगितलं, त्या मुलाला हरवणं आवश्यकच आहे. मी तुला पुन्हा उत्तर सांगतो, तू ते उत्तर तयार करून पुन्हा जा.

पण त्याच्या हे लक्षात आलं नाही की, तयार उत्तर हरतं. गुरूला वाटलं की, ते उत्तर हरलं. हरलं होतं ते तयार उत्तर, पण गुरूला वाटलं की, ते विशिष्ट उत्तर हरलं तर दुसरं उत्तर उपयोगी पडेल. त्याला हे कळलं नाही की, तयार उत्तरं नेहमीच हरतात. तयार उत्तर हरतं, कोणतंही उत्तर हरतं असं नाही.

दुसऱ्या दिवशी त्यानं सांगितलं, आता जेव्हा तो म्हणेल, पाय नेतील तिथे, तेव्हा असं म्हण, देव करो आणि तसं न होवो पण पायानं लंगडा झालास तर? लंगडा झालास तर कुठं जाशील की नाही?

तो मुलगा खूश होऊन पुन्हा त्या रस्त्यावर जाऊन उभा राहिला. इकडे तिकडे पाहतो आहे, वाट बघतो आहे. दुसरा मुलगा मंदिरातून निघाला. यानं विचारलं, मित्रा कुठे चालला आहेस?

मुलानं उत्तर दिलं, भाजी आणायला बाजारात जातो आहे. हा आमचा देश तयार उत्तरांनी पिडलेला आहे, इथे सगळी उत्तरं तयार आहेत. कोणीही माणूस आयुष्याच्या कोणत्याही प्रश्नाचा स्पष्ट सामना करायला तयार नाही. ही उत्तरं बुद्धानं तयार केलेली असोत, महावीरानं केलेली असोत. कृष्णानं किंवा अलीकडे गांधींनी – ही सर्व उत्तरं आमच्याकडे तयार असतात आणि आम्ही तीच उत्तरं धरून बसलेलो असतो. यामुळेच या देशाचा आत्मा अविकसित राहिला आहे. या देशाचा आत्मा दगड झाला आहे. कारण त्यानं फूल बनण्याचा गुण हरवून टाकला आहे. त्यानं बदलण्याची क्षमता हरवून टाकली आहे. हा आत्मा एकाच ठिकाणी अडकून राहिला आहे.

ही तयार उत्तरं सोडून द्या, टाकून द्या असं जर कुणी सांगितलं तर आपण म्हणतो, आमच्या महात्म्यांना हिरावून घेता? आमच्या गुरूंना हिरावून घेता? आमच्या तीर्थंकरांना हिरावून घेता? आमचे शत्रूच आहात की!

वैचारिक क्रांतीची आवश्यकता । ८१

कोणी तुमचे तीर्थंकर हिरावून घेत नाही, कोणी तुमचे महात्मे हिरावून घेत नाही; तुम्हीच त्यांना कोणी हिरावून घेईल या भीतीनं अगदी घट्ट धरून ठेवलं आहे. पकडून ठेवलं की, भीती वाटायला लागते, कुणी हिरावून तर घेणार नाही? पकडून ठेवणं सोडून द्या, कोणी तीर्थंकर हिरावून घेणार नाही, कोणी महात्मा हिरावून घेतला जाणार नाही. ते आपल्या स्वत:च्या कर्तृत्वानं कोणीतरी महान बनले आहेत; तुमच्या पकडून ठेवण्यानं नव्हे. तरी आपण त्यांना घट्ट पकडून ठेवलं आहे. आपण त्यांना आधार मानून बसलो आहोत.

गांधींनी काही उत्तरं दिली होती आणि गांधी खरोखरच विलक्षण माणूस होता. गांधींनी हिंमत केली होती, त्यांच्या जवळ तयार उत्तरं नव्हती, असं माझं मत आहे. गेल्या दोन हजार वर्षांत हिंदुस्तानातल्या जीवनाला कुणी चालना दिली असेल तर ती गांधींनी आणि ही चालना देण्याचं एकमात्र कारण होतं की, त्यांच्या जवळ तयार उत्तरं नव्हती. हिंदुस्तानातील इतर नेत्यांजवळ तयार उत्तरं होती, गांधींच्या जवळ तयार उत्तरं नव्हती. म्हणून गांधी हिंदुस्तानच्या जीवनात अगदी अयोग्य ठरले.

हिंदुस्तानचे सगळे नेते गांधींमुळे त्रासलेले असायचे. हिंदुस्तानच्या मोठमोठ्या नेत्यांनी गांधींच्या अपरोक्ष त्यांची चेष्टा केली, त्यांना हसले. म्हणाले, हा माणूस गडबडीचा आहे; तो कधी काय म्हणेल, कधी काय करेल याचा काही भरवसा नाही. हा माणूस बदलत राहतो. तो सकाळी एक म्हणतो, संध्याकाळी एक म्हणतो. मागच्या वर्षी काहीतरी म्हणाला होता, या वर्षी वेगळंच काहीतरी सांगायला लागतो आहे. याच्यावर विश्वास ठेवणं योग्य नाही. पण हजारो, लाखो महात्मे एकत्र येऊन देऊ शकले नसते एवढी गती गांधींनी – त्या एकट्या माणसानं या देशाला दिली.

कशी दिली गती या माणसानं?

या माणसाचं गती देण्यामागचं मूलभूत सूत्र एकच होतं आणि ते म्हणजे त्याच्या जवळ तयार उत्तर नव्हतं. या माणसानं जीवन जगण्याचा प्रयत्न केला, जीवनाचा सामना करण्याचा प्रयत्न केला. जीवनाशी लढून जे उत्तर आलं ते या माणसानं दिलं आणि तरीही ते उत्तर अखेरचं, अंतिम उत्तर आहे असं त्यानं मानलं नाही. आता एवढंच सुचतं आहे, उद्या दुसरंही काही सुचू शकेल; परवा आणखी काही सुचू शकेल एवढंच सांगितलं.

हिंदुस्तानातल्या कोणत्याही महात्म्यानं या प्रकारची भाषा वापरली नव्हती. हिंदुस्तानचे महात्मा नेहमी टोकाची भाषा बोलतात. ते सांगतात, हे शेवटचं उत्तर आहे, हे सर्वज्ञाचे बोल आहेत. बस्स याच्यापुढे काही असत नाही. हाच शेवट आहे.

गांधींनी मोठ्या धैर्यानं सांगितलं की, ही सर्वज्ञाची वाणी नाही. एका शोधकाचे बोल आहेत, शोधणाऱ्याचे बोल आहेत. म्हणूनच त्यांनी आपल्या पुस्तकाला नाव

दिलं, 'सत्याचे प्रयोग' 'सत्याची प्राप्ती' नव्हे 'एक्स्पेरिमेंट्स विथ ट्रुथ!' प्रयोगात चूक होण्याची शक्यता असते. या शक्यतेचा त्यांनी स्वीकार केला आहे.

या माणसानं एक विलक्षण काम केलं आहे आणि आपण आता ते विलक्षण काम संपवून टाकावं, नष्ट करून टाकावं म्हणून त्या माणसाच्या पाठी लागलो आहोत. आपण म्हणतो आहोत की, गांधींचा वाद तयार करू, उत्तरं तयार करून ठेवू. गांधींनी जे उत्तर दिलं होतं, तेच आपण पुढेही देणार आहोत - झालं, गांधींची हत्या सुरू झाली. गांधींचा वाद म्हणजे गांधींची हत्या. ज्या माणसाचा वाद बनवाल त्याची हत्या होऊन जाईल आणि लोक म्हणतात, मी गांधींचा शत्रू आहे. गांधींचा शत्रू कोण आहे? जेवढे लोक गांधींचं लेबल लावून उभे आहेत ते सगळे गांधींचे शत्रू आहेत. गांधींच्या लेबलाची बिलकूल जरुरी नाही, गांधींचं जीवन समजून घेण्याची जरुरी आहे आणि जर हे जीवन समजून घेतलं तर अगदी पहिली गोष्ट लक्षात येईल की, गांधींच्या जवळ तयार उत्तर नव्हतं. आपल्याजवळही तयार उत्तर असता कामा नये. आपणही या आयुष्याला समजून घेतलं पाहिजे, ओळखलं पाहिजे.

साऱ्या जगात हिंदुस्तान मागासलेला राहण्यामागचं एक मूलभूत कारण हे आहे. जगातल्या कोणत्याही समाजानं आपल्या जवळ तयार उत्तरं ठेवलेली नाहीत. त्यांनी उत्तरं सोडून देऊन नव्या उत्तरांचा शोध सुरू केला आहे आणि आपण? कधीही एखादा प्रश्न समोर आला की, आपण पळालोच कृष्णाकडे, महावीराकडे – याचं उत्तर काय आहे असं विचारत. आपला काही आत्मा नाही? आपलं आपल्याजवळ काही विकसनशील मन नाही? आपण आपले स्वत:चे प्रश्न समजून घ्यावेत आणि त्यांची उत्तरं शोधावीत, अशी आपल्या देशाची स्वत:ची काहीही क्षमता नाही.

नाही, पण यात एक भीती असते, नव्या उत्तरात एक धोका असतो, चूक होऊ शकते. जुन्या उत्तरात काही धोका नसतो, चूक होणं शक्य नसतं.

पण लक्षात ठेवा, जो समाज चूक करण्याची क्षमता गमावून बसतो तो समाज मरून जातो. चूक करण्याची क्षमता हे जिवंतपणाचं लक्षण आहे. म्हणून मी सांगत असतो की, रोज चुका करा, चुका होतील म्हणून घाबरू नका. होय – एकच चूक दुसऱ्यांदा नक्कीच होऊ देऊ नका – कारण तीच चूक झाली की, उत्तरही तेच मिळेल म्हणजे पुन्हा तयार उत्तरच झालं. जीवन हे एक साहस आहे, एक शोध आहे; एक साहसाचा शोध आहे, एक मोहीम आहे, त्यात खूप चुका होतील. या चुकांमधूनच आपण शिकू आणि पुढं जाऊ. जर आपण चुकाच केल्या नाहीत तर आपण शिकणारही नाही आणि पुढेही जाणार नाही.

आणि म्हणूनच सुरक्षित राहू पाहणारे आपण लोक कुणाला तरी पकडतो आणि सांगतो तुझी उत्तरं कायमची झाली, आता आम्ही नवी उत्तरं शोधणारच नाही. नव्या उत्तरांमध्ये धोका असतो, असुरक्षितता असते, चूक होऊ शकते. महात्म्यानं

दिलेलं उत्तर आहे, त्याला घट्ट धरून राहा. महात्म्यांनी दिलेले ताईतही आपण घट्ट पकडून ठेवत होतो, पण ते इतकं धोकादायक नव्हतं. कारण ते ताईत अगदी कुचकामी असत. त्यापासून काही धोका नसतो. पण महात्म्यांनी दिलेली उत्तरं जर देशानं पकडून ठेवली तर देशाचा विकास अडेल, देश पुढे जाऊ शकणार नाही.

मी गांधींचा शत्रू नाही. माझं गांधींवर जितकं प्रेम आहे तितकं फार थोड्या लोकांचं असेल. पण प्रेम व्यक्त करण्याचा फक्त एकच मार्ग आपल्याला ठाऊक असतो – त्या व्यक्तीची दगडाची मूर्ती बनवायची आणि तिला फुलं वाहायची. प्रेमाचा एकच मार्ग आपण जाणतो – पूजा करणं, प्रेम करणं म्हणजे त्या माणसाला देव बनवून टाकायचं, झालं प्रेम; एवढंच आपल्याला करता येतं. मला तुम्हाला हे सांगायचं आहे की, ही प्रेम करण्याची पद्धत नाही, ही त्या माणसापासून दूर पळण्याची युक्ती आहे.

ज्या माणसापासून स्वतःचा बचाव करायचा असेल त्याला देव बनवून टाका. भगवान झाला की, आपल्या कटकटीतून मोकळा झाला. आपण माणसं राहिलो; तो देव होऊन बसला. मग आपण आणि तो यांच्यात काही संपर्क राहिला नाही, काही साधन राहिलं नाही, काही संवाद राहिला नाही; काही माध्यम राहिलं नाही. आपण याआधीही चांगल्या माणसांपासून अशीच स्वतःची सोडवणूक करून घेतली आहे. कृष्णाला देव बनवून टाकलं, विषय संपला. महावीराला तीर्थंकर बनवून टाकलं, विषय संपला. मग महावीरानं जे केलं ते तो तीर्थंकर आहे, म्हणून करू शकला असं आपण सहज म्हणू शकतो. आपण सामान्य माणसं. आपण काय करू शकणार? आपण फक्त पूजा करू शकतो.

कृष्ण? कृष्ण देवाचा अवतार आहे. राम देवाचा अवतार आहे. ते काहीही करू शकतात. सर्व त्यांचीच लीला आहे. आपण? आपण सामान्य माणसं, आपण काय करू शकणार? रामापासून बचाव करण्याची युक्ती पाहिलीत? कृष्णापासून बचाव करण्याची युक्ती पाहिलीत? मोठ्या चलाखीनं, धूर्तपणे शोधलेला मार्ग आहे हा! चलाखी अशी की, माणसाला देव बनवून टाकायचं, आपल्या मर्यादेच्या बाहेर घालवायचं. त्याला माणूसपणाच्या कक्षेबाहेर काढायचं. जो माणूसपणाच्या बाहेरचा आहे; त्याच्याशी आपलं काय देणं-घेणं? एकच देणं-घेणं फक्त पूजा करायची, वर्षातून एखादा दिवस एखादा उत्सव साजरा करायचा; दंगा, गडबड, गोंधळ करायचा, बस्स झालं काम. त्या माणसाशी आपलं काही कामच राहत नाही.

गांधींना देव बनवायचं नाही, एवढंच मी तुम्हाला सांगतो आहे. गांधी देव बनणार नाहीत यासाठी खूप प्रयत्न करावे लागणार आहेत. देव बनले नाहीत तरच त्यांचा देशाला काही उपयोग होणार आहे. गांधींना माणूसच राहू द्यायचं आहे. पण गांधींच्या मागून चालणारे लोक त्यांना देव बनवण्याच्या प्रयत्नात आहेत. देव

बनवलं की, आपण त्यांच्यापासून मुक्त होऊ. कोणत्याही माणसाची पूजा करणं म्हणजे तो 'माणूस' नाही, हे मान्य करणं आणि आपण 'माणसं' आहोत. आम्ही माणसं आहोत आणि हा 'माणूस' नव्हता, असं म्हटलं की झालं. बोलणंच खुंटलं.

हिंदुस्तानानं आपल्या सर्व श्रेष्ठ पुरुषांची देव म्हणून स्थापना करून टाकली आहे. म्हणूनच हिंदुस्थानातला माणूस मोठा होऊ शकलेला नाही. हिंदुस्थानातल्या माणसाला पाहिलं आहे? ज्या देशात इतके मोठे थोर पुरुष होऊन गेले, तिथला माणूस इतका लहान, इतका हीनदीन आहे का? कधी या गोष्टीचा विचार केला आहात तुम्ही? जिथं महावीर जन्मतात, जिथं बुद्ध आपली पावलं उमटवतात, जिथं गांधींसारखा विलक्षण माणूस उमलतो, जिथं कोटी कोटी विलक्षण माणसं निर्माण होऊ शकतात, तिथं आज माणूसपणाची स्थिती काय आहे? तिथला माणूस इतका हीनदीन, इतका धुळीत लोळणारा असा का आहे?

आम्ही बुद्ध, महावीर आणि राम, कृष्ण यांच्या देशातले लोक आहोत असं म्हणायला आपल्याला लाजही वाटत नाही. आपल्याला पाहून खरंच कधी राम झाला होता का, बुद्ध झाला होता का, कृष्ण झाला होता का अशी शंकाच वाटेल. हे खरंच होऊन गेले, याचा पुरावा आपल्याकडे बघून नाही मिळत. आपल्याला बघितलं की, वाटतं या सगळ्या कल्पनेनं रचलेल्या कहाण्या आहेत. काय पुरावा मिळतो आपल्याला पाहून? आपल्यामध्ये महावीर जन्मले याचा पुरावा मिळतो? नाही साहेब, महावीरामुळे तुम्ही नाही मोठे होऊ शकत, तुमच्यामुळे महावीर लहान होऊ शकतात. कारण तुम्ही खूप जण आहात, महावीर अगदी एकच आहेत.

पण हे दुर्भाग्य घडलं कसं?

ज्या लोकांमुळे हे माणूसपण उच्चपदाला जाऊ शकलं असतं, त्यांना आपण माणूसपणाच्या परिघाबाहेर घालवलं म्हणून हे दुर्भाग्य घडलं आणि मग आपण आपल्या मनुष्यपणाच्या वर्तुळात छोटं होऊन राहण्यातच सुख मानायला लागलो, छोटं राहण्यातच संतुष्ट व्हायला लागलो; छोटं राहणं हे आपलं नशीब बनून गेलं. काही लोकांचं नशीब थोर होणं हे असतं, आपलं छोटं होणं हे नशीब आहे.

आपल्या सर्व देवांना खाली उतरवून माणसाच्या भूमीवर उभं करणं हिंदुस्थानला भाग पडणार आहे. महावीराला आपल्यामध्ये आणून उभं करावं लागणार आहे. यामुळे महावीर लहान नाही होणार, आपण मोठे होण्याचा संभव वाढतो.

जिथं इतके विलक्षण लोक होऊन गेले, तिथला माणूस इतका लहान असावा हे या देशाचं फार मोठं दुर्भाग्य आहे. याचं कारण काय आहे?

कधी-कधी माझ्या मनात येतं, हे थोर लोक इतके मोठे दिसतात, याचं कारण आपण फार लहान आहोत हे तर नसावं? जसं शाळेत काळा फळा असतो आणि मास्तर त्यावर पांढऱ्या खडूनं लिहितात, पांढऱ्या भिंतीवर नाही लिहीत. पांढऱ्या

भिंतीवर लिहिलं तर लिहिलं जाईल पण दिसणार नाही. काळ्या फळ्यावर पांढऱ्या खडूनं लिहिलेलंच दिसेल. हे महात्मा आपल्या काळ्या फळ्यावर इतके थोर महात्मा दिसतात, याचंही हेच कारण तर नसेल? या इतक्या बहुसंख्य हीनदीन लोकांच्या गर्दीत एक थोर माणूस एकदम दिसून येतो. कारण तो पांढरा आणि आम्ही काळा फळा – यामुळे तो खूप मोठा होऊन जातो.

आपल्या इथं जितके महापुरुष जन्म घेतात, तितके जगातल्या दुसऱ्या कोणत्याही देशात जन्म घेत नाहीत. यात नक्कीच काहीतरी संशयास्पद आहे. यात पहिली संशयाची गोष्ट अशी आहे की, आपलं माणूसपण फार खालच्या थराचं आहे. म्हणून एखादा माणूस थोडासा जरी वरच्या पायरीला गेला तरी तो खूप मोठा वाटायला लागतो आणि आम्ही इतकी क्षुद्र झालेली माणसं असतो की, आपण लगेच त्याचं खूप गुणगान करायला लागतो, का? कारण त्याचं गुणगान करतानाही आपण आपला अहंकार तृप्त करण्याचाच प्रयत्न करत असतो.

गोलमेज परिषदेसाठी गांधीजी इंग्लंडला गेले होते. त्यांचे एक सेक्रेटरी बर्नार्ड शॉला भेटायला गेले. तिथं त्यांनी शॉला विचारलं...

शिष्य नेहमीच असं विचारत असतात – आमच्या महात्म्याच्या बाबतीत तुमचं काय मत आहे? यात महात्म्याची काळजी नसते. काळजी एवढीच असते की, जर आमचा महात्मा मोठा ठरला तर आम्ही मोठ्या महात्म्याचे मोठे शिष्य ठरू. ही काही वेगळीच गंमत असते.

सेक्रेटरीनं बर्नार्ड शॉला विचारलं, ''महात्मा गांधींबद्दल तुमचं मत काय आहे? तुम्ही त्यांना महात्मा मानता का?'' बर्नार्ड शॉ फारच विलक्षण माणूस होता. तो म्हणाला, ''महात्मा? महात्मा मानतो, पण दोन नंबरचा, एक नंबरचा मी आहे.''

''काय माणूस आहे'', असं म्हणत सेक्रेटरी चक्रावून गेले. हा म्हणतो आहे, ''नंबर एकचा मी आहे आणि नंबर दोनचे गांधी आहेत आणि जगात फक्त दोनच महात्मे आहेत, जास्त नाहीत; परंतु ते नंबर दोन आणि मी नंबर एक.''

खूप उदास होऊन ते परतले आणि त्यांनी गांधींना सांगितलं की, ''बर्नार्ड शॉ हा माणूस फारच चमत्कारिक आहे, अहंकारी आहे. मी विचारलं तर म्हणाला, मी नंबर एक आहे आणि तुम्ही नंबर दोन.'' गांधीजी म्हणाले, ''तो खरं बोलतो आहे, प्रामाणिक माणूस आहे. सगळ्यांच्याच मनात हे असतं की, मी नंबर एक आहे. पण हे स्पष्ट सांगण्याची हिंमत फारच थोडे लोक करू शकतात. त्यानं बरोबरच सांगितलं आहे.''

आणि गांधींना दोन नंबर म्हटल्यामुळे या माणसाला का दु:खं झालं? दु:ख याचं झालं की, ते नंबर दोनच्या महात्म्याचे शिष्य ठरले, जेव्हा माणसाच्या जवळ काही राहत नाही तेव्हा तो मोठं होण्यासाठी खोटे पर्याय शोधायला लागतो. आम्ही

ओरडत असतो की, आमचा बुद्ध, आमचा महावीर महान आहे. का? कारण तो आमचा आहे आणि आमचा आहे म्हणजे आम्हीही त्याच्याबरोबर महान होण्याची चैन करतो. माणूस स्वतःचा अहंकार पोसण्यासाठी काय युक्ती करतो पाहा.

एक माणूस पॅरिस विश्वविद्यालयात तत्त्वज्ञानाचा प्राध्यापक होता. याचं बोलणं मला फार आवडायचं. एके दिवशी सकाळीच त्यानं त्याच्या वर्गातल्या विद्यार्थ्यांना विचारलं, ''तुम्हाला कळलं का, या जगात माझ्याहून थोर माणूस दुसरा कुणी नाही.'' विद्यार्थ्यांना वाटलं, त्याच्या डोक्यात बिघाड झाला आहे. एक म्हणजे डोक्यात गडबड असलेले लोकच तत्त्वज्ञानाच्या बाजूला जातात आणि त्यातूनही डोकं कधी बिघडेल ही भीती असतेच. जे डोकं वापरतच नाहीत त्यांचं डोकं बिघडण्याचं कारणच नसतं. विद्यार्थ्यांना वाटलं, डोक्यात गडबड झालेली दिसते, गरीब बिचारा प्रोफेसर, तो जगातला सर्वांत मोठा माणूस कसा होणार?

राजकारणी लोक जर जगात सांगत फिरायला लागले की, आमच्याहून मोठं दुसरं कुणी नाही, तर कुणी चिंता करत नाही. कारण त्यांचं डोकं फिरलेलंच असतं. पण तत्त्वज्ञानाचा प्राध्यापक असं सांगायला लागला तेव्हा मुलांनी विचारलं, ''हे तुम्ही सांगता आहात? जगातला सर्वांत मोठा माणूस मी आहे असं?''

त्यानं सांगितलं, ''मी हे नुसतं म्हणत नाही, मी हे सिद्ध करून दाखवू शकतो. मी सिद्ध करता आल्याशिवाय काहीच सांगत नाही कधी.''

मुलं म्हणाली, ''मग कृपा करून तुम्ही हे सिद्ध करून दाखवाच.''

मुलांना प्रश्न पडला होता की, तो हे कसं सिद्ध करणार? पण त्या प्रोफेसरनं फार मोठी चेष्टा केली होती; विनोद केला होता हे त्यांना माहीत नव्हतं. जगातले काही चांगले लोक मोठे विनोद करून जातात; आपल्याला त्याचा पत्ताच नसतो.

तो माणूस, तो प्रोफेसर भिंतीवर लटकवलेल्या जगाच्या नकाशाजवळ गेला आणि त्यानं विचारलं, या जगात सर्वांत श्रेष्ठ देश कोणता आहे? सगळे फ्रान्सचे नागरिक होते, त्यांनी सांगितलं, फ्रान्स – साहजिकच आहे. फ्रान्समध्ये राहणारा माणूस असंच म्हणणार की, फ्रान्स हा सर्वश्रेष्ठ देश आहे. कारण ज्या देशात तो राहतो आहे तो देश सर्वश्रेष्ठ नाही, असं तो कसं म्हणणार? जिथे तो राहतो तो देश श्रेष्ठ असलाच पाहिजे. एवढा मोठा माणूस राहतो ना तिथे; त्यामुळे फ्रान्स सर्वांत श्रेष्ठ देश आहे.

त्या प्रोफेसरनं म्हटलं, ''म्हणजे उरलेल्या जगाचा विचार करायला नको. आता जर फ्रान्समध्ये मी सर्वश्रेष्ठ आहे हे सिद्ध केलं की, मी जगातला सर्वांत मोठा माणूस आहे हे सिद्ध होईलच.''

तरीही त्याचा रोख विद्यार्थ्यांच्या लक्षात आला नाही. मग त्यानं विचारलं, ''फ्रान्समधलं सर्वश्रेष्ठ शहर कोणतं?'' आता विद्यार्थ्यांच्या मनात शंका निर्माण

झाली. ते सगळे जण पॅरिसचे रहिवासी होते. त्यांनी सांगितलं पॅरिस. आता त्यांना वाटायला लागलं की, काहीतरी गडबड आहे. प्रोफेसरांनी विचारलं, "आणि पॅरिसमधलं सर्वश्रेष्ठ स्थान कोणतं?"

"अर्थात विद्येचं स्थान, विश्वविद्यालय; युनिव्हर्सिटी." मग तो म्हणाला, "म्हणजे आता फक्त विश्वविद्यालय शिल्लक आहे आणि विश्वविद्यालयात सर्वांत श्रेष्ठ विषय कोणता आहे?"

"फिलॉसॉफी – तत्त्वज्ञान."

यावर तो म्हणाला, "मी तत्त्वज्ञानाचा विभागप्रमुख आहे. मी या जगातला सर्वांत मोठा माणूस आहे."

माणसाचा अहंकार कोणकोणत्या वाटा शोधून काढतो! जेव्हा तुम्ही म्हणता की, हिंदू धर्म सर्वांत मोठा आहे, तेव्हा चुकूनसुद्धा असं समजू नका की, तुमचं हिंदू धर्माशी काही देणं-घेणं आहे. तुमचा स्वार्थ स्वत:पुरताच आहे. तुम्ही हिंदू आहात आणि हिंदू धर्माला सर्वश्रेष्ठ मानून तुम्ही स्वत: मोठं होण्याचा मार्ग शोधता आहात आणि जेव्हा तुम्ही म्हणता की, आमचा देव सर्वांत मोठा आणि आमचा महात्मा सर्वांत मोठा; तेव्हा तुम्हाला देवाशी काही देणं-घेणं नसतं आणि महात्म्याशीही नसतं. तुम्ही असं म्हणत असता की, हा माझा महात्मा आहे. मी इतका मोठा माणूस आहे की, माझा महात्मा छोटा कसा असू शकेल?

हा जो जगातला हिंदू-मुसलमानांचा, ख्रिश्चनांचा, जैनांचा, बौद्धांचा, शिखांचा झगडा चालू आहे, तो महात्म्यांचा झगडा नाही, तर या महात्म्यांच्या आधारावर मोठं होऊ पाहणाऱ्या लोकांच्या अहंकाराचा हा झगडा आहे.

म्हणून मी जेव्हा म्हणतो की, महात्मा गांधींना खाली उतरवायचं आहे. त्यांना स्वर्गात जाऊ द्यायचं नाही, त्यांचा पृथ्वीवरच खूप उपयोग होणार आहे; त्यांची मुळं पृथ्वीतच रुजलेली ठेवायची आहेत, नाही जायचं स्वर्गात – जेव्हा मी म्हणतो, महावीराला पृथ्वीशी बांधायचं आहे, तेव्हा आपल्याला फार दु:ख होते. कारण ते आकाशात आहेत असं समजून आपणही आकाशातच असल्याचं जे स्वप्न पाहत होतो ते स्वप्नच विरून जातं.

नाही, मी गांधींचा वैरी नाही. गांधी या पृथ्वीचं मीठ बनावेत अशी माझी इच्छा आहे. गांधींबद्दल आपण विचार करावा असं मला वाटतं. गांधींकडून आपण काही शिकावं असं मला वाटतं. गांधींना फक्त मानायचं नाही, त्यांच्याकडून शिकायचं आणि गांधींकडून शिकण्यासारखं, सर्वांत महत्त्वाचं असं जर काही असेल तर ते हेच आहे की, आयुष्य रोज नवं उत्तर मागत असतं, आयुष्य रोज नवी चेतना मागत असतं, आयुष्य बंदिस्त अशा वाटांवर थांबायला नसतं. जो समाज थांबतो तो जीवनाच्या मागे पडतो आणि मग मरून जातो.

भारत एक मेलेला देश आहे. आपलं अस्तित्व मरणानंतरच आहे. आपण हजारो वर्षे मुडद्यासारखं जगत आलो आहोत. आपण आयुष्याची प्रवाहिता हरवून बसलो आहोत. रशियन मुलांना जाऊन विचारा – काय करता आहात? तर ते विचार करत असतील, चंद्रावर कशी वस्ती करता येईल? अमेरिकन मुलांना विचारा, तर ते विचार करताहेत अंतरिक्षाचा.

आणि आमची मुलं? आमची मुलं रामलीला बघत बसली आहेत. नजर मागे खिळलेली आहे.

राम अतिशय प्रिय आहे. पण रामलीला पाहत जो समाज खिळून राहतो तो मरून जातो. अजून खूप रामलीला होतील. भविष्यात आणखी नवे राम निर्माण होतील, जुन्या रामांपेक्षा खूप नवे. ईश्वर दमलेला नाही. तो आणखी नवे राम जन्माला घालेल आणि ईश्वर कधीही जुनी गोष्ट तशीच पुन्हा निर्माण करत नाही, तिच्याहून सुधारित नवी गोष्ट निर्माण करत राहतो. आता आणखी किती नव्या रामलीला आकाशातल्या कोणकोणत्या ताऱ्यांवर कोणकोणत्या ग्रहांवर होतील, कुणास ठाऊक. पण त्या रामलीला अमेरिका आणि रशियातली मुलं बघतील. आपल्या मुलांना ते भाग्य लाभणार नाही. आपली मुलं तृप्त आहेत, भूतकाळातली रामलीला बघूनच ती शांत होतात.

हा भूतकाळात नजर लावून बसलेला देश भविष्यकाळाकडे तोंड वळवलेला देश व्हावा, अशी माझी इच्छा आहे. ही नजर जी भूतकाळात रुतून बसली आहे ती पुढे पाहायला लागावी, अशी माझी इच्छा आहे.

आपले डोळे समोरच्या बाजूला लावण्यात देवानं मोठीच चूक केली आहे. ते डोळे जर त्यानं मागे लावले असते, तर आपण अगदी खूश झालो असतो. कारण आपल्याला पुढे पाहायचंच नाही. आपल्याला मागे, रस्त्यावरची धूळ कशी उडते ते पाहायचं आहे, जे रथ पुढे निघून गेले त्यांची धूळ. ज्या गोष्टी घडून गेल्या आहेत. जे सगळं काही घडून गेलं आहे तेच अजून आपल्या नजरेत आहे. जे होणार आहे ते आपल्याला दिसतच नाही.

किती दिवस आपण असं पाठच्याला पकडून बसणार आहोत? गांधी होऊन गेले. आता त्यांना धरून बसणं पुन्हा रामलीलेत गुंतून राहण्यासारखंच आहे.

नाही. आपण आणखी गांधी निर्माण करू, आपण आणखी राम निर्माण करू; आपण आणखी महावीर निर्माण करू. आपला आत्मा अजून मेलेला नाही, आपली निर्माण करण्याची क्षमता अजून खूप शिल्लक आहे. आपण मागे अडकून नाही पडणार, आपण पुढच्या दिशेला मोहरा वळवू.

जेव्हा मी असं बोलतो तेव्हा लोकांना वाटतं की, मी मागे होऊन गेलेल्यांचा शत्रू आहे. मी त्यांचा शत्रू नाही. तुम्ही त्यांचे शत्रू आहात कारण तुम्ही त्यांना पकडून

ठेवलं आहे आणि त्यांना पकडून ठेवल्यामुळेच ते आणखी निर्माण होऊ शकले नाहीत. नजर भविष्याकडे असायला हवी.

येत्या तीन दिवसांमध्ये हा भविष्याभिमुख समाज कसा निर्माण होईल, या समाजाच्या निर्मितीची सूत्रं काय असतील, या क्रांतीचे आधार कोणते असतील, यासंबंधी मी बोलेन. आता तर मी अगदी प्राथमिक गोष्टी सांगितल्या. या प्राथमिक गोष्टी समजण्यामध्येच जर गडबड झाली तर फार कठीण होईल. मी आणखी काही गोष्टीही सांगेन. पण त्या समजून घेण्याचा प्रयत्न करा, एवढीच माझी प्रार्थना आहे. त्या मान्य करण्याची काही जरुरी नाही. मी कोणी गुरू नाही की कोणी नेता नाही. नेता होण्याइतका मी वेडा नाही. माझी तर खातरी आहे की, ज्या लोकांना काही कमीपणाची भावना मनात असते, तेच लोक नेता बनण्याची इच्छा धरतात. फक्त अशाच लोकांना नेता व्हायचं असतं आणि आजकाल या देशात नेता होणं इतकं सोपं, सरळ झालं आहे की, कुणालाच नेता व्हावंसं वाटणार नाही.

एक छोटी गोष्ट सांगून मी माझं बोलणं पुरं करणार आहे. मी ऐकलं आहे – एक गाढव वर्तमानपत्र वाचायला शिकलं होतं. मलाही खूप आश्चर्य वाटलं होतं की, गाढव वर्तमानपत्र वाचायला कसं शिकलं असेल? पण नंतर मला कळलं की, गाढवं वर्तमानपत्रं वाचण्याखेरीज दुसरं काही करूच शकत नाहीत, तर हे गाढव वर्तमानपत्र वाचायला लागलं तसं ज्ञानी झालं. पुष्कळ गाढवं वर्तमानपत्र वाचूनच ज्ञानी होतात. आता वृत्तपत्र वाचायला शिकलं तसं ते गाढव भाषण द्यायलाही शिकलं. कारण जो वृत्तपत्र वाचू शकतो तो भाषणही देऊ शकतो. भाषण द्यायचं म्हणजे आणखी काय करायचं असतं? वृत्तपत्र आपल्या डोक्यात जे भरवेल ते तोंडावाटे बाहेर काढायचं. गाढवाकडे तर चांगलं मजबूत तोंड आहे. शास्त्रीय कला आहे. ते भाषण द्यायला लागलं. आता भाषण देता यायला लागल्यावर त्याला वाटलं, या लहानसहान गावांमध्ये कशाला राहू? दिल्लीला जायला पाहिजे. गाढवांना बोलता यायला लागलं, वृत्तपत्र वाचता यायला लागलं की, ती थेट दिल्लीलाच जायला निघतात. ते गाढवही दिल्लीला पोहोचलं. गाढवांना दिल्लीला जाण्यापासून रोखणं हेही फार कठीण आहे. कारण त्या गाढवानं आजूबाजूची पाच-पन्नास गाढवं जमा केली होती. ज्याच्याजवळ गर्दी आहे तो नेता असतो. ते गाढव दिल्लीला पोहोचलं.

ही गोष्ट जरा जुनी आहे, तेव्हा पंडित नेहरू जिवंत होते. ते गाढव थेट पंडित नेहरूंच्या घरी पोहोचलं. दारावर शिपाई होता; पण तो माणसांना अडवण्यासाठी, गाढवांना अडवण्यासाठी नव्हता. त्यानं गाढवाकडे लक्षच दिलं नाही. शिपाई गाढवांकडे लक्ष देत नाहीत म्हणून मग गाढवं खुशाल महालांमध्ये घुसू शकतात. ते गाढवही आत घुसलं. पंडित नेहरू सकाळच्या वेळी आपल्या बागेत फिरत होते. गाढव त्यांच्या मागे जाऊन म्हणालं, ''पंडितजी!''

पंडितजी घाबरले कारण त्यांचा भूताखेतांवर विश्वास नव्हता आणि देवावरही नव्हता. त्यांनी चमकून चारी बाजूंना पाहिलं. हे काय चाललं आहे? आवाज कुठून येतो आहे? ते म्हणाले, माझा तर भूताखेतांवर विश्वास नाही. मग कोण बोलत आहे? गाढव घाबरलं आणि म्हणालं, ''तुम्ही नाराज व्हाल अशी मला भीती वाटते. मी एक बोलणारं गाढव आहे. तुम्ही रागावला नाहीत ना?''

पंडित नेहरू म्हणाले, ''मी रोज बोलणाऱ्या गाढवांना इतका वेळ भेटतो की, रागावण्याचा काही प्रश्नच नाही. कशासाठी आला आहेस?''

गाढव म्हणालं, ''तुम्ही भेटाल की नाही याची मला खूप चिंता वाटत होती. मला भेटीसाठी वेळ देऊ शकाल का? आपली मोठी मेहरबानी होईल. मी एक गाढव आहे. मला वेळ मिळू शकेल का?''

पंडित नेहरू म्हणाले, इथे गाढवांखेरीज दुसरं कोण भेटायला येतं? बरं झालं आलास. काय काम होतं?

गाढव म्हणालं, ''मला नेता व्हायचं आहे –''

पंडित नेहरू म्हणाले, ''अगदी योग्य. नेता व्हावंसं वाटणं हेच गाढवाचं लक्षण आहे.''

हा सगळाच्या सगळा देश नेता बनण्याच्या प्रयत्नात आहे. या देशाला नेत्यांची गरज नाही. या देशाला अनुयायांची, गर्दीचीसुद्धा जरुरी नाही. या देशाला आता विचार करणाऱ्या लोकांची गरज आहे. जे विचारांची बीजं फेकू शकतात अशा माणसांची गरज आहे. या देशाच्या झोपलेल्या विचाराला जागं करू शकतील अशा लोकांची गरज आहे. या देशाला एका वैचारिक क्रांतीची जरुरी आहे. या देशाला राजकारणाची गरज नाही, एका आत्मिक क्रांतीची जरुरी आहे.

मला राजकारणात रस नाही, मला नेत्यांमध्येही रस नाही; मला रस आहे तो या देशाच्या झोपलेल्या आत्म्यामध्ये आणि त्या आत्म्याला मी जितकं दुःख देऊ शकेन तितकं मी देत राहणार आहे. तुम्ही शिव्या द्या, रागवा; मी ते सगळं स्वीकारीन. पण या देशाच्या आत्म्याला कसं ना कसं दुःख देण्याचा, जीवन विकसित करण्याचा मी प्रयत्न करीत राहीन. कुठून तरी हा देश जागा झाला पाहिजे, या जगाच्या शर्यतीत आपण मागे पडू नये, असा विचार करायला लागला पाहिजे. आपण फार मागे पडलो आहोत.

या तीन दिवसांत जीवन आणि समाज यातल्या क्रांतीच्या काही सूत्रांवर मी बोलणार आहे. आपण आज माझ्या या प्राथमिक गोष्टी शांतपणानं आणि प्रेमानं ऐकल्यात याबद्दल मी आभारी आहे आणि शेवटी सर्वांच्या अंतरात वसणाऱ्या परमात्म्याला मी प्रणाम करतो. माझ्या प्रणामाचा स्वीकार व्हावा.

■

समाज परिवर्तनाच्या चौरस्त्यावर

माझे प्रिय आत्मन्,

'समाज परिवर्तनाच्या चौरस्त्यावर' याविषयी मी तुमच्याशी काल थोडं बोललो आहे. आज अगदी सुरुवातीला मला तुम्हाला सांगायचं आहे की, समाज नंतर बदलतो, आधी माणसाचं मन बदलतं आणि आपलं दुर्भाग्य असं आहे की, आपला समाज परिवर्तनाच्या जवळ जाऊन पोहोचतो आहे, पण आपलं मन मात्र बदलायला अजिबात तयार नाही. समाज बदलण्याचं पहिलं सूत्रच हे आहे की, प्रथम मन बदलेल; नाहीतर समाजाला बदलणार कोण?

प्रथम चेतना बदलते आणि मग व्यवस्था बदलते. पण आमची चेतना बदलायलाच तयार नाही – अजिबात आणि जे लोक समाज बदलण्यासाठी अतिशय उत्सुक झालेले आहेत तेही चेतना बदलायला तयार नाहीत, हे पाहून अतिशय आश्चर्य वाटतं. कदाचित त्यांना माहीतच नसेल की, चेतना बदलल्याशिवाय समाज कसा बदलेल? आणि चेतना न बदलता जर समाज बदलला तर ते एखाद्या माणसानं मनातून न बदलता फक्त वरचं वस्त्र बदलावं तसं होईल. हा बदल अगदी वरवरचा होईल आणि आपल्या आतली, प्राणांमधली विचारधारा मात्र तशीच जुनी राहील.

या देशाचं मन आधी समजून घेतलं पाहिजे. तेव्हाच ते मन

बदलण्याची गोष्ट आपण बोलू शकू. कारण जे बदलायचं आहे ते आधी नीटपणे समजून घेणं जरुरीचं आहे. या देशाचं मन आजवर कसं होतं? कारण त्या मनामुळेच हा देश आज जसा आहे तसा बनला. या देशात पाच हजार वर्षांत काही बदल घडून आला नसेल, या देशात कसलीही क्रांती घडून आली नसेल तर त्याचं कारण असं आहे की, त्याच्या चेतनेमध्ये अशी काही तत्त्वं होती ज्यांच्यामुळे क्रांती घडून येणं अशक्य होत होतं आणि ती तत्त्वं आजही अस्तित्वात आहेत. म्हणून जोवर ही तत्त्वं आतून तुटूनफुटून निघत नाहीत, तोवर क्रांतीची गोष्ट सफल होऊ शकत नाही.

या देशाचं मन-मानस, प्रतिभा सर्व काही भूतकाळाच्या इतिहासात, विचारांवर नव्हे तर विश्वासावर आधारलेली अशी राहिली आहे आणि जो देश, जे मन, जी चेतना विश्वासावर आधारलेली असते ती अनिवार्यपणे आंधळी होऊन जाते, त्याची विचार करण्याची क्षमता क्षीण होत जाते. आपण ज्या अवयवांचा उपयोग करतो ते अवयव चांगल्या प्रकारे विकसित होतात आणि ज्या अवयवांचा उपयोग करत नाही ते अवयव नि:शक्त, अपंग होत जातात. हा माणसाच्या शरीरधर्माचा एक वैज्ञानिक भाग आहे. एखाद्या नुकत्याच जन्मलेल्या मुलाचे पाय आपण बांधून टाकले आणि वीस वर्षांनंतर सोडले तर ते पाय मरून गेलेले आपल्याला आढळतील. ते मूल त्या पायांनी कधीही चालू शकणार नाही आणि वीस वर्षांनंतर आपण त्या मुलाला सांगितलं, तुला चालता येत नाही म्हणूनच तर आम्ही तुझे पाय बांधून टाकले असंही होऊ शकेल आणि मग तोही आपल्या शब्दावर विश्वास ठेवायला लागेल कारण चालायला जाईल तर पडेल. जर वीस वर्षे डोळे बंद ठेवले तर दृष्टी जाईल. आपण ज्या भागाचा उपयोग करणं बंद करू तो भाग संपूनच जाईल. आपण ज्या भागाचा जेवढा अधिक उपयोग करू तेवढा तो भाग अधिक विकसित होत जातो हा जीवनाचा मूलभूत नियम आहे.

एखाद्या माणसानं सायकल चालवावी ना तसं हे आयुष्य आहे. जोवर तो पॅडल मारत असतो तोवर सायकल चालत असते. पॅडल थांबवलं की, सायकलही थांबते. असं होत नाही की दोन तास पॅडल मारलं आहे, आता पॅडल मारण्याची काही आवश्यकता नाही. पॅडल मारतच राहावं लागतं.

मनुष्याची प्रतिभा विचारांमुळं विकसित होते आणि विश्वासामुळे कुंठित होते. भारताचं मन आजही विश्वासपूर्ण आहे आणि फक्त म्हातारा माणूसच विश्वास ठेवणारा आहे असं नाही. आपण ज्याला तरुण म्हणू तोही तितकाच विश्वास ठेवणारा आहे. हे बघितलं की, काय होणार असा विचार येऊन फार निराशा वाटते.

तरुण माणसं इतकं बंड करताना दिसतात पण ते बंड अगदी वरवरचं असतं. त्या बंडात खोलवर रुजलेला प्राण नाही. कारण त्या तरुणाच्या मनात अजूनही

विश्वासाचं जग तितकंच घट्टपणाने उभं आहे.

मी एका इंजिनिअरच्या घराचं उद्‌घाटन करायला गेलो होतो. मोठा सुशिक्षित, जर्मनीहून शिकून आलेला माणूस आहे. पंजाबातल्या एका मोठ्या शहरात त्यानं घर बांधलं आहे. मी येऊन घराचं उद्‌घाटन करावं म्हणून सगळे थांबले होते. मी गेलो, घराची फीत कापली. समोर बघतो तर एक हंडी टांगली होती. तिच्यावर केस लावले होते आणि माणसाचा चेहरा रंगवला होता.

मी विचारलं, "हे काय आहे?"

त्यानं सांगितलं, "घराला दृष्ट लागू नये म्हणून."

मी म्हटलं, "जर्मनीहून इंजिनिअर होऊन आला आहेस. घराला दृष्ट लागते का?" तो म्हणू लागला, "माझा नाही विश्वास, पण बाकी सगळ्यांचा आहे ना, म्हणून मग मी म्हटलं, काय हरकत आहे?"

मी म्हटलं, "फार मोठी हरकत आहे. कारण जर्मनीहून शिकून आलेला इंजिनिअर जेव्हा घराला दृष्ट लागू नये म्हणून काहीतरी उपाय करतो, तेव्हा आजूबाजूच्या ग्रामीण माणसानं काय करावं? त्याचा या सगळ्यावरचा विश्वास आणखी मजबूत होईल. तू शिक्षित असून, अशिक्षितांच्या विश्वासाला मान्यता देतो आहेस."

मी कलकत्त्याला एका डॉक्टरकडे पाहुणा म्हणून गेलो होतो. संध्याकाळी मला घेऊन ते बाहेर पडत होते. तेवढ्यात त्यांच्या मुलीला शिंक आली; म्हणाले, एक मिनिट थांबा.

मी त्यांना म्हटलं, "तुम्ही डॉक्टर आहात आणि तुम्हाला हे चांगलं माहीत आहे की, तुमच्या मुलीच्या शिंकेशी माझा काही संबंध नाही आणि मुलीला शिंक आली, म्हणून कोणीच थांबायची जरुरी नाही. शिंक येण्याची काय कारणं असतात, हेही तुम्हाला चांगलं ठाऊक आहे."

डॉक्टर म्हणाले, शिंक का येते हे मला ठाऊक आहे, पण थांबायला काय हरकत आहे?

आपलं जे खोल अंतर्मन आहे ते अशा समजुती शोधत असतं, तडजोड शोधत असतं. आता या डॉक्टरचं जागृत मन जाणत असतं की, शिंकेचा अर्थ काय आहे. पण त्याचं जे निद्रित मन आहे ते त्याला समाजानं दिलेलं आहे. ते म्हणतं, थांब जरा, दोघांमध्ये तडजोड कर. शिंक का येते याचं ज्ञान आहे, पण हे ज्ञान होण्याच्या आधी जो समज करून घेतला होता तोही काम करतोच आहे. तो नाहीसा झालेला नाही.

विद्यार्थी आंदोलन करील, मोर्चा काढेल, हरताळ पाळेल, विरोध करील, काचा फोडेल, बसगाड्या जाळेल आणि परीक्षेच्या वेळी हनुमान मंदिरासमोर उभा

असलेलाही दिसेल. परीक्षेच्या वेळी हात जोडून प्रार्थना करायलाही सुरुवात करील. परीक्षेच्या वेळी पुन्हा त्याचा देवावर विश्वास बसेल.

आपलं वरचं मन शिक्षित झालं आहे, त्यानं थोडा विचार करायला सुरुवात केली आहे, पण खोलवरचं मन अजूनही विश्वासात बुडालेलं आहे. त्या खोल अंतर्मनाला बदलल्याखेरीज हा समाज बदलू शकणार नाही. का? कारण विश्वासाचे आपले नियम असतात आणि विचाराचे आपले वेगळे नियम असतात. विचारामध्ये नेहमीच विद्रोह लपलेला असतो. विचार विद्रोही असतात. तुम्ही विचार केलात तर तुम्हीही विद्रोही बनून जाल. विचार केलात तर तुम्हाला खूपशा गोष्टी चुकीच्या आहेत, असं दिसायला लागेल आणि एकदा चूक दिसली की, तिच्या शेजारी उभं राहणं अशक्य होऊन जाईल.

म्हणून जगातले सारे शोषक - मग ते राजकारणी नेते असोत की धर्मगुरू असोत - माणसाच्या मनाला विचार करण्यापासून दूर ठेवण्याची सगळी व्यवस्था करत असतात. कारण विचार विद्रोह घेऊन येतो. आज नाही तर उद्या, विचारांच्या पाठोपाठ विद्रोहाची सावली येणारच आहे. म्हणून विचाराचाच नाश करा; म्हणजे विद्रोह येणारच नाही आणि विचारांच्या जागी विश्वासाचं बीज पेरा – कारण विश्वास कधीही विद्रोह करत नाही, करूच शकत नाही. जेवढं विश्वास ठेवणारं मन आहे तेवढं ते अविद्रोही, प्रतिगामी, प्रतिक्रियावादी; जुन्याला पकडून ठेवणारं असतं.

आपण अजूनही विश्वास ठेवणारे आहोत, म्हणून हा समाज बदलणार नाही. समाजाची वस्त्रं बदलतील, आत्मा नाही. आत्मा जुना असेल आणि वस्त्रं मात्र नवी असतील तर एक कमालीची बेचैनी येते; कारण त्या वेळी समाजाचं व्यक्तिमत्त्व दुभंगून जातं. त्याचे दोन तुकडे होतात आणि समाजात एकाच वेळी असे हिस्से पडायला लागतात तेव्हा एक कमालीचा आंतरिक तणाव, विरोध, द्वंद्व निर्माण होऊन त्रास व्हायला लागतो.

ही आपली स्थिती आहे. आपण स्किझोफ्रेनिक, दुभंग मनानं, तुकडे-तुकडे झालेले, परस्परविरोधी तुकड्यांमध्ये वाटले गेलेले, असे झालो आहोत. जुनं मन आपल्या सूत्रांनुसार काम करतं आहे आणि नव्या मनाचा एक थर त्याच्यावरच चढतो आहे. जुन्या मनात मनू आहे. याज्ञवल्क्य आहे. तर नवीन मनात मार्क्स आणि फ्रॉईड आहे. हे सगळे एकत्र आहेत; त्यामुळे भारताच्या मनात एक विलक्षण खिचडी झालेली आहे. त्यात स्पष्टता नाही, स्वच्छता नाही; स्पष्ट निर्णय नाही आणि या मनाकडे स्पष्ट आकृतीचं व्यक्तित्वही नाही. या मनाजवळ बैलगाडीच्या युगात निर्माण झालेले विश्वास आहेत आणि जेट युगात निर्माण झालेले विचार आहेत. हजारो शतकांचा काळ एकाच वेळी अस्तित्वात आहे. आपल्या रस्त्यांसारखी आपल्या मनाची स्थिती आहे. रस्त्यावरून बैलगाडी जात असते, मोटारही जात

असते, म्हैसही जात असते, उंटही जात असतो; माणूसही चालत जात असतो आणि वरून विमानही जात असतं.

सुरतच्या रस्त्यावर हजारो शतकं एकाच वेळी पाहायला मिळू शकतात. आपलं मनही असंच आहे. त्यातही हजारो शतकं आणि प्रत्येक शतकानं दिलेले वेगवेगळे विश्वास, विचार हे सगळं एकत्र झालेलं. या मनाला समजून घेणं आवश्यक आहे, नाहीतर ते बदलणं कठीण होऊन बसेल.

म्हणून मी तुम्हाला पहिली गोष्ट अशी सांगू इच्छितो की, जर समाजात परिवर्तन घडवून आणायची इच्छा असेल – आणि तशी इच्छा असल्याशिवाय चालणारच नाही – तर आपल्या मनाचे, विश्वासाचे आधार काढून टाकावे लागतील, विचार करायला सुरुवात करावी लागेल.

विचार करणं कष्टाचं आहे, विश्वास ठेवणं सोपं आहे, सोयीचं आहे. कारण विश्वास ठेवायचा म्हणजे आपल्याला काहीच करायचं नसतं, फक्त विश्वास ठेवायचा असतो. विचार करायचा म्हणजे आपल्याला पुष्कळ काही करावं लागतं. विचार करताना आपल्यालाच निर्णयापर्यंत पोहोचावं लागतं. विचार म्हणजे एक प्रवास आहे, विश्वास म्हणजे एक विश्राम आहे.

म्हणजे भारताचं मन विश्रांती घेत आहे. हजारो वर्षांपासून विश्वासाच्या सावलीत डोळे बंद करून पहुडलं आहे. विश्वास ठेवला आहे म्हणून शोध घेण्याची जरुरी उरलेली नाही. म्हणूनच भारतात विज्ञान निर्माण होऊ शकलं नाही. सर्वांत आधी होऊ शकलं असतं. साऱ्या पृथ्वीवर सर्वांत आधी ही भूमी सुसंस्कृत झाली, सर्वांत आधी पृथ्वीवर या देशानं भाषेला जन्म दिला. सर्वांत आधी या भूमीवर गणिताचं ज्ञान झालं.

ज्यांच्याजवळ सारी सूत्रं सर्वांच्या आधी आली ते आज सर्वांच्या पाठीमागे आहेत – एक चमत्कारच आहे. गणित आपण शोधून काढलं. हे एक, दोन, तीनपासून नऊपर्यंतचे अंक आपल्यामुळे साऱ्या जगात पसरले. हे आपल्यामुळे साऱ्या जगाला मिळालेलं आहे. पण आपण आइनस्टाइन नाही निर्माण करू शकत, आइनस्टाइन दुसरं कोणीतरी निर्माण करतं. आपण न्यूटन नाही निर्माण करू शकत, दुसरंच कोणीतरी करतं. ज्यांनी सर्वांत आधी गणित जन्माला घातलं, ते गणिताला उंचीवर का नेऊ शकले नाहीत? ज्यांनी सर्वांत आधी भाषा निर्माण केली, ते विचारांच्या उंचीवर का जाऊ शकले नाहीत?

आजपासून साधारण पाच हजार वर्षांपूर्वी आपण सर्वप्रथम संस्कृतीला जन्म दिला. पण आपण पाया भरून काम सोडून दिलं. वरचा महाल नाही बनवला. तो महाल दुसऱ्याच कोणीतरी बांधला. आज आपण त्यांच्याच समोर भीक मागत उभे आहोत.

जगातल्या जवळ-जवळ सगळ्या भाषा संस्कृतमधून जन्मलेल्या आहेत. रशियन भाषेमध्ये जवळपास वीस टक्के शब्द संस्कृतचे आहेत. लिथियानियनमध्ये साधारण पंचाहत्तर टक्के शब्द संस्कृतचे आहेत. ग्रीक, रोमन, इंग्रजी, जर्मन – सगळ्या भाषा संस्कृतमधून उधार घेतलेल्या आहेत.

गणित आपल्याकडे जन्मलं आणि जगभर पसरलं. पण आपण विचार करू शकलो नाही, विश्वासाच्या फेऱ्यात अडकत गेलो. विश्वासानं जे झालं तेवढं घेऊन बसलो. मग पाच हजार वर्षांत काही पाऊल टाकलं नाही. आपलं संस्कृतचं पुस्तक घेऊन पाठांतर करत बसलो. पुन:पुन्हा पाठ करत राहिलो. पुन:पुन्हा म्हणत राहिलो. जेवढं मिळालं होतं तेवढ्याचंच गुणगान करत बसलो.

पण लक्षात ठेवा, जे मिळालं आहे ते वाचवण्यासाठी सुद्धा रोज काहीतरी नवं मिळवत राहावं लागतं. जे आपल्याला मिळालं आहे, त्याचं रक्षण करण्यासाठी सुद्धा रोज नवं मिळवण्याची जरुरी आहे. एखादा माणूस पैसे मिळवतो. त्यानं जर दहा हजार रुपये मिळवले असतील, तर त्याला हे पक्कं ठाऊक असतं की, अकरावा हजार मिळाल्याखेरीज ते दहा हजारही शिल्लक राहणार नाहीत. ते दहा हजार वाचवायचे असतील तर अकरावा हजार मिळवत राहणं जरुरीचं आहे. नाहीतर ते दहा हजारही संपून जातील.

या जगात पुढे जा किंवा मागे जा, एकाच ठिकाणी उभं राहण्याचा काही मार्ग नाही. इथे थांबून राहू शकत नाही तुम्ही. अगदी आपल्याच जागेवर उभं राहायचं असेल तरीही पुढच्या दिशेनं धावत राहावंच लागतं. जर कुणी असा विचार केला की, जिथे उभं आहोत तिथंच उभं राहावं तर पुढे जाणं बंद होतं आणि लगेच मागे जाणं सुरू होतं. कारण जगात दोनच गती आहेत. पुढे चला किंवा पडा. थांबणं शक्य नाही.

एडिंग्टननं आपल्या आठवणींमध्ये एक मोठी विलक्षण गोष्ट लिहिली आहे. त्यानं लिहिलं आहे की, सगळी भाषा धुंडाळून मी एक अगदी खोटा शब्द शोधून काढला आणि तो शब्द आहे रेस्ट – विश्रांती. विश्रांती अशी स्थिती जगात कुठलीही नाहीच. कोणतीही गोष्ट क्षणभरापुरतीही थांबलेली नसते. पुढे तरी जात असते नाहीतर मागेतरी जात असते – जात असते.

बुद्ध तर म्हणत असत, 'आहे' हा शब्दच चुकीचा आहे. कारण प्रत्येक गोष्ट असते. या स्थितीमध्ये कोणतीच गोष्ट नसते.

आपण म्हणतो, नदी आहे. चूक – नदी वाहत आहे.

आपण म्हणतो, म्हातारा आहे. चुकीचं म्हणतो;
म्हातारा होत आहे.

आपण म्हणतो, तरुण आहे. चूक; तरुण होत आहे.

प्रत्येक गोष्ट होत असण्याच्या स्थितीत आहे. आहेच्या स्थितीमध्ये कोणतीच गोष्ट नसते. कोणतीही गोष्ट थांबलेली नाही, सर्व गोष्टी होत आहेत; परंतु भारत विश्वासाला पकडून राहून, होण्याच्या प्रक्रियेला सोडून देऊन आहेच्या प्रक्रियेत विश्रांती घ्यायला लागला. होय – विश्वास ही एक गोष्ट मात्र अशी आहे की, जी आहे. मला जर एडिंग्टन भेटला असता तर मी त्याला सांगितलं असतं की, तुझं चुकतं आहे. रेस्टच्या स्थितीत कायम राहणारी एक गोष्ट आहे आणि ती म्हणजे बिलीफ – विश्वास. ती कधी होत नसते; आहे तिथेच राहते.

विश्वास हा कायम थांबलेला असतो. त्याला कोणतीही गती नाही, हालचाल नाही, पुढे-मागे काही नाही, तो जिथे असतो तिथेच असतो कायम; म्हणून विश्वास ही वस्तू जगातली सर्वांत मेलेली गोष्ट आहे. जिवंतपणाचं लक्षण आहे असणं. मृत्यूचं लक्षण आहे, न असण्याच्या स्थितीत जाणं. विश्वास ही मेलेली वस्तू आहे. पण मेलेल्या वस्तू सोयीच्या असतात. आपल्या घरात जर दहा माणसं जिवंत असतील, तर अनेक प्रकारचे त्रास होऊ शकतील आणि दहा माणसं मेलेली असतील तर कसलाच त्रास होणार नाही. स्मशानात कसला त्रास असतो? कसलाच नाही.

जीवनाबरोबर त्रास आहे, मरणाबरोबर काही त्रास नाही. कदाचित आपल्याला असं वाटत असेल की, विश्वास असेल तर शांतपणे, सोयीस्कर असं जगता येईल. तसं नाही – मी सांगतो – विश्वासाबरोबर सोयीस्कर असं मरता येईल. जगायचं असेल तर सोयीस्करपणे काही जगता येत नाही. जगायचं तर श्रम करावेच लागतील, जगायचं तर बदलावंच लागेल; जगायचं तर संघर्ष होणारच.

विचाराबरोबर विद्रोह आहे, विश्वासाबरोबर संतोष आहे. विचाराबरोबर गती आहे, विश्वासाबरोबर मृत्यू आहे. विश्वासाबरोबर भूतकाळ आहे, विचाराबरोबर भविष्यकाळ आहे.

आपल्याला भारताच्या मनातून विश्वास मुळासकट उपटून काढून फेकून देता आला, तरच आपण विचारांची बीजं पेरू शकू नाहीतर ते अशक्य आहे. जर विश्वासाची मुळं तशीच राहू दिली आणि वरून विचारांची बीजं पेरली तर भारताचं हे सखोल, विश्वास ठेवणारं मन विचारांवरही विश्वास ठेवायला लागेल.

माझ्या जवळही विश्वास ठेवणारे लोक गोळा होतात. ते माझ्यावरच विश्वास ठेवतात. आता माझ्यासारखा माणूस बिलकूल भरवशाचा नाही. त्याच्यावर विश्वास ठेवता कामा नये. पण माझ्याकडेसुद्धा कोणी कोणी येऊन म्हणतो की, आम्ही आपलं सांगणं मानतो. आपण अगदी खरं सांगता आहात. आपल्यावर आमची फार श्रद्धा जडली आहे. हे फार धोक्याचं आहे. मी श्रद्धा उपटून टाकण्याचा प्रयत्न करतो आहे, ते माझ्यावरच श्रद्धा ठेवत आहेत. ते जे त्यांच्या अंतरातलं विश्वास ठेवणारं

मन आहे ते त्यांना सांगत आहे, ठीक आहे, तो विश्वास सोडून दे, यालाच पकड.

म्हणून या देशात विचार करणारे लोक जन्मलेच नसतील असं नाही, पण या देशातला विश्वास इतका खोल, इतका गाढ आहे की, तो विचार करणाऱ्या माणसाला स्वत:त बुडवून टाकतो, पिऊन टाकतो.

बुद्ध जन्माला आले. बुद्धासारखा विचार करणारा माणूस पृथ्वीवर क्वचितच दुसरा कुणी असेल. आपण बुद्धालाही पिऊन टाकलं. बुद्धानं सांगितलं, कोणी ईश्वर वगैरे नाही. आपण म्हटलं, 'तुम्हीच ईश्वर आहात.' बुद्धानं सांगितलं, 'कसलीही मूर्ती बनवू नका, कोणाचीही पूजा करू नका; कोणीही पूज्य नाही. आपण बुद्धाच्या जितक्या मूर्ती बनवल्या, तितक्या दुसऱ्या कोणत्याही माणसाच्या नसतील. आज जगात बुद्धाच्या एक-एका मंदिरात दहा-दहा हजार मूर्ती सापडतील.

बुद्धाच्या इतक्या मूर्ती बनल्या की, जगाला मूर्ती म्हणजे काय ते बुद्धाच्या मूर्तीमुळेच कळलं. जेव्हा प्रथम हिंदुस्तानाच्या बाहेर मूर्ती गेल्या, त्या बुद्धाच्याच मूर्ती होत्या. अरबस्तान आणि इराकमध्ये पहिल्या वेळी मूर्ती गेल्या, त्या मूर्ती बुद्धाच्याच होत्या. त्यांनी विचारलं, 'हे काय आहे?' तेव्हा लोकांनी सांगितलं, हे बुद्ध आहेत. म्हणून तर मूर्ती या अर्थाचा त्यांचा शब्द आहे बुत्. बुत् हे 'बुद्ध'चं अपभ्रष्ट रूप आहे. त्यांना वाटलं की, हे बुत् आहे. बुद्ध हाच त्यांचा मूर्ती या शब्दाचा पर्यायवाचक शब्द बनून गेला. बुत् हे 'बुद्ध'चं बिघडलेलं रूप आहे. बुतपरस्तचा अर्थ आहे – बुद्धपरस्त आणि बुद्धानं सांगितलं होतं, माझ्या मूर्ती बनवू नका.

हा देश फारच चमत्कारिक आहे. याच्या अचेतन मनातला विश्वास इतका गाढ असतो की, त्या विश्वासानंच सांगितलं, बुद्ध हा इतका चांगला माणूस आहे, त्यानंच आपल्याला शिकवलं आहे की, मूर्ती बनवू नयेत. मग आपण आता कमीतकमी त्याची तरी मूर्ती बनवलीच पाहिजे. त्याची पूजा केलीच पाहिजे.

बुद्धानं सांगितलं, 'कोणाच्याही आश्रयाला जाऊ नका कारण जो कुणाचाही आश्रय घेतो तो स्वत:चाच घात करून घेत असतो.' आपण म्हटलं, 'बुद्धं शरणं गच्छामि!' आपण बुद्धाच्याच आश्रयाला जातो. कारण तुम्हीच आम्हाला ज्ञान देऊन जागं केलंत. आता आम्ही तुमच्या आश्रयाला येतो.

हे फोडून काढायला हवं. आपण पाहतो की, पंचवीस शतकांमध्ये असं नाही झालं की, आपल्याकडे विचारवंत जन्मालाच आले नाहीत. विचारवंत जन्माला आले, पण विश्वासाच्या समुद्रात विचारांचे थेंब हरवून गेले; पडले आणि हरवून गेले, पडले आणि हरवून गेले आणि आपण त्यांना आत्मसात करत गेलो.

दुसऱ्या देशांनी विचारांना आत्मसात नाही केलं. दुसरे देश विचारांशी लढले आणि लढताना त्यांना बदलावं लागलं. ग्रीसनं सॉक्रेटिसला सुळावर चढवलं,

आपण बुद्धाची पूजा केली. आता मी असं म्हणेन की, जर बुद्ध ग्रीसमध्ये झाले असते तर त्यांनी बुद्धालाही सुळावर चढवलं असतं. कारण ते म्हणाले असते, हे चुकीचं आहे. आम्ही विश्वास ठेवणारे लोक आहोत, आम्ही विचाराचा सल्ला नाही मानणार – पण इथं विचाराचा प्रवास सुरू झाला. जर आपण बुद्धांना म्हटलं असतं की, आम्ही श्रद्धाळू लोक आहोत, आम्ही तुमचं म्हणणं मान्य करणार नाही, तरी चांगलं झालं असतं. कारण मान्य न करण्यासाठीसुद्धा विचार करावाच लागतो. आपण म्हटलं, 'आम्ही विश्वास ठेवणारे लोक आहोत, तुम्ही विश्वासाच्या विरुद्ध जे काही म्हणता आहात तेही आम्ही मान्य करू, आम्ही तुमचीही पूजा करू.'

आपण एका तीर्थंकराला गोळी मारली नाही की, एका बुद्धाला सुळावर चढवलं नाही. कारण आपण त्यांना आत्मसात करून टाकलं.

ग्रीसनं सॉक्रेटिसला विष पाजलं. जेरुसलेमनं येशूला क्रुसावर चढवलं. खूप लढले ते. त्यांनी म्हटलं, 'आम्ही विश्वास ठेवणारे लोक आहोत, आम्ही तुमचं सांगणं कसं मान्य करू?' पण या भांडणासाठी त्यांना विचार करावा लागला आणि ग्रीसमध्ये विज्ञानाचा जन्म झाला. ग्रीसने सॉक्रेटिस अजून पचवला नाही. पण आपण पचवून मोकळे झालो सर्वांना. हेच आमचं दुर्भाग्य आहे. बुद्धासारख्या माणसाला आपण अवतार बनवून टाकलं; म्हटलं, तुम्ही ईश्वर आहात, तुमचीही पूजा करू, बसा मंदिरात. आम्हाला त्रास देऊ नका. आम्ही जसे आहोत तसेच राहणार आहोत.

ही विचार पचवून टाकण्याची जी आमची प्रतिभा आहे, तिच्याकडे लक्ष द्यावं लागेल. ही फार महाग पडली आहे. हिला नष्ट करावं लागेल, हिला संपवावं लागेल; हिला मुळापासून उखडून काढावं लागेल. पण ज्यांचे स्वार्थी हितसंबंध यामध्ये गुंतलेले (वेस्टेड इंटरेस्ट) आहेत त्यांच्या फायद्याची होणार आहे ही गोष्ट. त्यांना हे फार फायद्याचं ठरणार आहे, आवडणार आहे. अनुयायानं विचार करावा असं नेत्याला कधीही वाटत नाही कारण जर अनुयायी विचार करायला लागला तर नेता काय शिल्लक राहील? ज्या दिवशी अनुयायी स्वत: विचार करायला लागतो त्या दिवशी नेत्याला कुठेच जागा राहत नाही. खरं म्हणजे अनुयायी विचार करत नाही, म्हणूनच नेत्याला विचार करण्याची संधी मिळते, नेतृत्व मिळतं. ज्या दिवशी अनुयायी विचार करील, त्या दिवशी तो नेत्याला सांगेल, तुम्ही जा. तुम्ही जे काम आमच्यासाठी करत होतात ते काम आता आम्हीच करायला सुरुवात केली आहे. जर धार्मिक माणसानं विचार करायला सुरुवात केली, तर धर्मगुरूचं काय होईल? म्हणून जगात जे 'वेस्टेड इंटरेस्ट'मध्ये गुंतलेले आहेत, ते स्वार्थी विश्वासाचं शोषण करत आहेत.

मी नेहमी एक गोष्ट सांगत असतो. मला ती फार आवडते. तुम्हालाही सांगतो ती गोष्ट. मी असं ऐकलं आहे की, एका गावात एका तेल्याच्या दुकानात एका

सकाळी एक विचारवंत गेला. तो तेल विकत घेत होता तेव्हा त्याला दुकानाच्या मागे चालू असलेला तेलाचा घाणा दिसला. त्या घाण्याचा बैल कोणी हाकत नसताना आपला आपण घाणा ओढत होता. विचारवंत मोठ्या विचारात पडला.

आपण गेलो असतो, आपल्याला काही विचार पडला नसता, आपल्याला दिसलंच नसतं. हे काय चाललं आहे याचा आपल्याला पत्ताही लागला नसता. आपण प्रश्नही केला नसता. कारण विश्वास ठेवणारा माणूस कधीच प्रश्न विचारत नाही. विश्वास ठेवणाऱ्या माणसाजवळ तयार उत्तरं असतात, प्रश्न कधीच नसतात.

त्या विचारवंतानं म्हटलं, ''केवढं आश्चर्य आहे, हा बैल तू कुठून आणलास? हा बैल हिंदुस्तानातला दिसत नाही. हिंदुस्तानात शिपायापासून राष्ट्रपतीपर्यंत कोणीतरी पाठीमागून हाकत असल्याखेरीज कोणीही चालत नाही. हा बैल तुला कुठे मिळाला? कुठून शोधून आणलास? याला कोणीही हाकत नाही आणि तरी हा घाणा फिरवतो आहे.''

तेल्यानं उत्तर दिलं, ''नाही, तुम्हाला कळलं नाही. यालाही आम्हीच चालवतो आहोत, पण युक्त्या जरा सूक्ष्म आणि वळणाच्या आहेत. इनडायरेक्ट आहेत.'' विचारवंत म्हणाला, ''मलाही हे ज्ञान दे. काय युक्ती आहे?'' त्या तेलाच्या घाण्याच्या मालकानं, तेल्यानं सांगितलं, ''जरा नीट निरखून बघा, बैलाच्या डोळ्यांवर पट्ट्या बांधल्या आहेत. मागून कोणी हाकत आहे की नाही हे बैलाला कळतच नाही. डोळ्यांवर पट्ट्या बांधलेल्या आहेत.'' जेव्हा कोणाकडून कोल्हू चालवून घ्यायचा असेल तर पहिला नियम हा की, त्याच्या डोळ्यांवर पट्टी बांधून टाका. विश्वास म्हणजे डोळ्यांवर पट्टी बांधणं आहे. डोळे उघडू नका. जो डोळे उघडेल, तो नरकात जाईल. जो डोळे बंद ठेवील त्याच्यासाठी स्वर्गात आणि बहिश्तात सगळी व्यवस्था केलेली आहे. डोळ्यांवर पट्टी बांधून टाका. भीती दाखवा की, डोळे उघडलेस तर वाट चुकशील. डोळे बंद ठेवा. म्हणून ग्रंथांमध्ये सांगितलं गेलं आहे, संशय घ्याल तर वाट चुकाल. विश्वास ठेवा.

विचारवंत म्हणाला, ''हे मला समजलं. पण कधीतरी थांबून बैलही पाहू शकेल की – मागे हाकणारं कुणी आहे की नाही ते?''

त्या तेल्यानं उत्तर दिलं, ''बैल जर इतका शहाणा असता तर त्यानं पहिल्यांदा डोळ्यांवर पट्टी बांधूच दिली नसती आणि दुसरी गोष्ट अशी की, बैल इतका शहाणा असता तर तो तेल विकायला बसला असता आणि आम्ही कोल्हू चालवत असतो. आम्ही यावर पुष्कळ विचार केला आहे म्हणूनच तर बैल कोल्हू चालवतो आणि आम्ही दुकान चालवतो आहोत. आम्ही बैलाच्या गळ्यात घंटी बांधली आहे. बैल चालत असतो तोवर घंटी वाजत राहते आणि मला कळत राहतं की, बैल चालतो आहे. घंटी वाजायची थांबली की, आम्ही उडी मारून जातो आणि पुन्हा बैलाला

हाकलतो. बैलाला कळतच नाही पाठीमागे कुणी आहे की नाही ते; घंटी बांधलेली असते.''

विचारवंतानं विचारलं, ''ठीक आहे. घंटी मलाही ऐकू येते आहे. एक शेवटचा प्रश्न! तुझा बैल कधीही नुसता उभा राहून डोकं हलवून घंटी वाजवत राहत नाही का?''

तेली म्हणाला, ''महाराज थोडं हळू बोला. बैलानं ऐकलं तर! आणि तुम्ही आता दुसरीकडून तेल विकत घ्या. हा सौदा मला महाग पडणार आहे. अशा माणसांचं इथं येणं-जाणं ठीक नाही. आमचं दुकान अगदी छान चाललं आहे. कुठून फालतू गोष्टी करत बसतात कुणास ठाऊक! काय माणूस आहे? काहीतरीच विचारत बसतो.''

काही माणसं असतात, – माणूस आंधळा राहणं त्यांच्या फायद्याचं असतं. काही माणसं असतात – माणसाचे डोळे न उघडणं हे त्यांच्या स्वार्थाचं असतं आणि मजा अशी की, ज्यांच्यावर आपण विश्वास ठेवतो तेच नेते, गुरू, मंदिर, मशीद, तेच ते – ज्यांच्या पायाशी आपण पडलेले असतो. त्यांचाच स्वार्थ असतो की, माणसाच्या मनात विचार निर्माणच होऊ नयेत. म्हणून ते विचारांची हत्या करत राहतात. ते जितकी जोरात हत्या करतात, तितक्याच जोरानं आपण त्यांचे पाय धरत असतो. आपण जितक्या जोरानं पाय धरतो, तितक्याच जोरानं हत्या होत राहते. हेच चालत राहतं. हे मोडून काढण्याची तयारी भारताला करायला हवी. ज्या चौरस्त्यावर आपण उभे आहोत, तिथून आपण जर विश्वास घेऊनच पुढे चालायला लागलो तर आपल्याला काही भविष्य नाही. या चौरस्त्यावरून आपल्याला विचार घेऊनच पुढे जायचं आहे.

विचार आणि विश्वासाच्या प्रक्रियांमध्ये निश्चितच मूलभूत फरक आहे. म्हणून प्रक्रियांमधला हा भेद समजून घेतला पाहिजे.

आइनस्टाइनच्या मृत्यूपूर्वी काही दिवस त्याला कुणीतरी विचारलं, एक विचारवंत आणि एक विश्वास ठेवणारा यांच्यात काय फरक आहे असं तुम्ही मानता? तेव्हा आइनस्टाइननं उत्तर दिलं, मी थोडासाच फरक आहे असं मानतो. विचारवंताला शंभर प्रश्न विचारले तर नव्याण्णव प्रश्नांना तो उत्तर देईल की, मला माहीत नाही आणि ज्या एका प्रश्नाला तो उत्तर देणार असेल त्यातही तो असं म्हणेल, मला या बाबतीत जेवढं माहिती आहे तेवढं मी सांगतो आहे. हे उत्तर शेवटचं नाही, अंतिम नाही. उद्या याबद्दल आणखी काही माहिती मिळू शकेल. तेव्हा हे उत्तरही बदलेल.

विचार करणाऱ्याजवळ बांधलेली अशी अंतिम उत्तरं असूच शकत नाहीत. आयुष्य खूप गुंतागुंतीचं आहे, आयुष्य हे एक फार मोठं रहस्य आहे आणि

आयुष्यात पुष्कळशा गोष्टी अज्ञात असतात, अनंत असतात. विचार करणाऱ्याला स्पष्ट दिसून येतं की, अज्ञान खूप मोठं आहे, ज्ञान अगदी लहानसं आहे. जणू काही अमावास्येच्या रात्री हातात घेतलेली एक छोटीशी पणती. चोहीकडे काळामिट्ट अंधार आहे आणि छोटीशी पणती आहे. तिच्यातली ज्योतसुद्धा क्षणोक्षणी थरथरत असलेली. वाऱ्याची झुळूक येते, ज्योत मंदावत जाते, अंधार वाढायला लागतो. चारीही बाजूंनी अंधारानं ज्योतीला वेढलेलं आहे आणि गंमत अशी की, त्या अंधारात त्या ज्योतीखेरीज दुसरं काहीच दिसत नाही.

विचाराजवळ अंतिम उत्तर नसतंच, त्याच्याजवळ जास्तीतजास्त म्हणजे कामचलाऊ उत्तर असू शकतं आणि विचाराजवळ सर्वच उत्तरं असू शकत नाहीत. विश्वासाकडे सर्व उत्तरं असतात आणि तीही कामचलाऊ नाही, तर अंतिम; शेवटची उत्तरं असतात. विश्वासाला सर्व माहीत असतं, कोणतीच गोष्ट अज्ञात नसते, कोणतंच रहस्य नसतं. त्याला ईश्वराचा घराचा पत्ता ठाऊक असतो. स्वर्ग आणि नरकाची लांबी, रुंदी, खोली सगळं ठाऊक असतं. त्याला सगळंच ठाऊक असतं.

विश्वास ठेवणारा परम ज्ञानी असतो आणि विचार करणारा परम अज्ञानी असतो. म्हणून आपला अहंकार विश्वासामध्ये सुखावतो आणि विचारामध्ये त्रासतो. कारण विश्वास ठेवला की, आपणही परम ज्ञानी होऊन जातो, विश्वास ठेवल्यामुळे आपल्याला सर्व उत्तरं मिळतात, प्रत्येक गोष्टीचं उत्तर मिळतं आणि विचार करायला लागलं की, आपली जी तयार बंदिस्त उत्तरं असतात तीही हातातून निसटायला लागतात आणि हळूहळू हात रिकामे होत जातात.

पण लक्षात ठेवा, खोटी परम उत्तरं, खोटी अंतिम उत्तरं खऱ्या कामचलाऊ उत्तरांपेक्षाही अधिक व्यर्थ आहेत. त्यांना काही किंमत नाही. म्हणून हिंदुस्तानला सगळं माहीत आहे आणि काहीही माहीत नाही. परमात्मा माहीत आहे, ब्रह्म माहीत आहे, माया माहीत आहे; गहू पिकवणं माहीत नाही. स्वर्ग, नरक सगळं माहीत आहे. सायकलचं पंक्चर काढायचं माहीत नाही, छोट्या-छोट्या गोष्टी माहीत नाहीत आणि मोठ्या-मोठ्या गोष्टी मात्र माहीत आहेत? शंकाच वाटते. कारण छोट्या गोष्टींच्या शिडीवरून वर चढल्यानंतरच मोठ्या गोष्टी समजू शकतात.

पण मोठ्या गोष्टी माहीत असण्याचं फक्त एकच कारण आहे आणि ते म्हणजे या गोष्टी तपासून बघायचा काही मार्ग नाही, या गोष्टींची प्रयोगशाळेत परीक्षा करता येत नाही. तुमचं ब्रह्म कुठे आहे? किंवा तुमचा स्वर्ग कुठे आहे? यांची काही परीक्षा करता येत नाही. म्हणूनच तर खुशाल म्हणता येतं की, आम्हाला माहीत आहे आणि ज्याला जे माहिती आहे...

मुसलमानांना स्वतःची माहिती आहे, हिंदूंना स्वतःची, जैन लोकांना स्वतःची! महावीराचे अनुयायी त्या वेळी म्हणत असत, तीन नरक आहेत. बुद्धाचे अनुयायी

म्हणत असत, सात नरक आहेत आणि मग बुद्धाचे अनुयायी महावीराच्या अनुयायांना म्हणायचे, तुमचा तीर्थंकर अजून पुरेसा खोलात जाऊ शकलेला नाही, त्याला फक्त तीनच नरकांचा शोध लागला आहे. मक्रवली गोशालाचे अनुयायी म्हणतात, तुमचे दोघांचेही तीर्थंकर जास्त खोलात गेलेले नाहीत, सातशे नरक आहेत. आमचे गुरू सातशे नरकांपर्यंतचा शोध घेऊन आले आहेत.

आता गंमत अशी आहे की, तीन आहेत की सात आहेत; सातशे आहेत की सात हजार याची परीक्षा होऊ शकत नाही. हा पोरखेळ झाला. हे गोष्टी रचणं झालं. अशा गोष्टी रचल्या जातात आणि हजारो वर्षं चालू शकतात. पण त्यांच्यामुळे आयुष्याचं काही हित होत नाही.

ज्ञानही पायऱ्या-पायऱ्यांनीच प्रवास करतं आणि ज्ञानही प्रथम अतिशय सूक्ष्म गोष्टींचं ज्ञान करून घेतं. तेव्हा त्याला सर्वांत मोठ्या गोष्टी समजून घेता येतील. जे जवळ आहे ते जाणून घेण्यापासून विचाराची प्रक्रिया सुरू होते आणि जे दूर आहे त्यावर विश्वास ठेवण्यापासून विश्वासाची प्रक्रिया सुरू होते. जे हाताशी आहे ते जाणून घेण्यापासून विचाराची प्रक्रिया सुरू होते आणि जे अंतहीन आहे, अतिशय दूरवरच्या कोपऱ्यात उभं आहे, त्याला मानण्यापासून विश्वासाची प्रक्रिया सुरू होते. त्याची परीक्षा करण्याचा कोणताही मार्ग नसतो.

म्हणून विश्वास ठेवणारा समाज प्रयोग करणारा होऊ शकत नाही. कारण प्रयोग हातानं हाताजवळ करायचा असतो. दूरच्या गोष्टीवर प्रयोग होऊ शकत नाही. विचार करणारा समाज प्रयोग करणारा समाज होऊ शकतो. प्रयोगातून विज्ञानाचा जन्म होतो. आपण विज्ञानाला जन्म नाही देऊ शकलो आणि विज्ञानाशिवाय या देशाला कोणतंही भविष्य नाही.

पण एक मूलभूत प्रश्न सामोरा येईल, नीट समजून घ्या. वैज्ञानिक मन आणि विज्ञानाच्या साहाय्यानं शिक्षित झालेलं मन या दोघांत खूप फरक आहे. वैज्ञानिक मन वेगळं आणि विज्ञानाचं शिक्षण घेतलेलं मन वेगळं – अगदी वेगळं. तो फक्त तंत्रज्ञ असतो. एखाद्या माणसानं एम.एस्सी. केलं, पीएच.डी. केलं, अगदी विज्ञानाची शेवटची पदवी मिळवली तरी तो वैज्ञानिक नाही बनत. त्याच्याजवळ फक्त माहिती असते, संग्रह असतो; पण मनानं वैज्ञानिक असणं ही फार वेगळी गोष्ट आहे.

हा माणूस विश्वास ठेवणारा आहे आणि विश्वास ठेवतच राहील, विज्ञानाच्या पुस्तकांवरही विश्वास ठेवेल असंही होऊ शकतं. जे काही त्याला शिकवलं जाईल ते तो मान्य करायला लागेल – आर्किमिडीज बरोबर आहे, न्यूटन बरोबर आहे. आइनस्टाइन बरोबर आहे असं म्हणायला लागेल. काल म्हणत होता, कृष्ण बरोबर आहे, बुद्ध बरोबर आहे, महावीर बरोबर आहे. ज्या प्रकारे त्यांचा श्रद्धेनं स्वीकार करत होता, तशाच श्रद्धेनं आइनस्टाइनचा स्वीकार करायला लागला तर तो

विज्ञानाचा पदवीधर होईल, वैज्ञानिक नाही होणार.

म्हणून आपण या हिंदुस्तानात एका फार मोठ्या घोटाळ्यात सापडलो आहोत. हिंदुस्तानला वैज्ञानिक मनाची जरुरी आहे आणि आपण म्हणतो आहोत की, विद्यापीठांमधून विज्ञानाचे पदवीधर बाहेर काढून आपण हे काम पुरं करू. पण असं हे काम पुरं होण्यासारखं नाही. कारण तो जो विज्ञानाचा पदवीधर आहे तोसुद्धा विद्यापीठातून बाहेर पडून घोड्यावर बसून नवरदेव बनतो. तोसुद्धा बँडबाजा लावून लग्न करतो. तोही जन्मकुंडली दाखवून तिथी काढून घेतो. तोसुद्धा हातावरच्या रेषा दाखवून विचारतो, मी परीक्षेत पास होईन की नाही? पैसा मिळेल की नाही?

तर हा जो माणूस आहे तो पदवीधर होईल, विज्ञानाची परीक्षा पास होईल. पण वैज्ञानिक? वैज्ञानिक होणं ही फार दूरची गोष्ट आहे आणि विज्ञानाच्या पदवीधरांमुळे देश नाही बदलणार, वैज्ञानिक मनामुळे देश बदलेल. वैज्ञानिक मन याचा अर्थ आहे तर्क करणारं मन, प्रश्न विचारणारं मन – लगेच उत्तर मान्य करणारं मन नव्हे – जितका वेळ विचारता येईल तितकं विचारत राहणारं मन – विचारतच राहणारं मन.

पण आपण हजारो वर्षे असं मन ठार मारत आलो आहोत. मी असं ऐकलं आहे की, जनकानं एक खूप मोठी सभा भरवली होती. त्या काळातल्या सर्व ज्ञानी लोकांना एकत्र केलं होतं. त्या दिवशी या देशाच्या भाग्याचा निर्णय झाला होता. या चौरस्त्यावर तो निर्णय पुन्हा एकदा बदलण्याची वेळ आलेली आहे. जनकाच्या काळात जितके ज्ञानी होते, त्या सर्वांना त्यानं एकत्र केलं होतं. त्यानं एक हजार गायी आपल्या दारात उभ्या केल्या होत्या. त्या गायींच्या शिंगांवर सोनं चढवलेलं होतं, हिरे जडवलेले होते. त्यानं सांगितलं, 'जो सर्वांत अधिक ज्ञानी असेल त्याला या सर्व गायी मिळतील.' मोठमोठे ज्ञानी आले, मोठमोठे पंडित आले, विचारवंत आले; सभेत मोठा वादविवाद झाला. ही बातमी कळल्यावर काही काळानंतर याज्ञवल्क्यही आला. तो आपल्या शिष्यांना घेऊन आला होता. दरवाजातून आत आल्याबरोबर त्यानं शिष्यांना सांगितलं, घेऊन जा या सगळ्या गायी घरी; नंतर बघू काय करायचं ते. गायी उन्हात उभ्या राहून थकून गेल्या असतील.''

सारी सभा घाबरून गेली. जनकही काही बोलू शकला नाही. पण कुणालाही असं वाटलं नाही की, इतक्या अहंकाराची भाषा बोलणारा माणूस ज्ञानी असूच शकत नाही. याज्ञवल्क्य मोठ्या ऐटीत आत गेला, त्यानं सर्वांना हरवलं. मग एक स्त्री-गार्गी उभी राहिली आणि गार्गीनं याज्ञवल्क्याला प्रश्न विचारायला सुरुवात केली. याज्ञवल्क्य त्या प्रश्नांनी घाबरा व्हायला लागला. कारण गर्व हा नेहमी अज्ञानावरच उभा असतो, प्रश्नांना घाबरत असतो; श्रद्धेची मागणी करत असतो.

गार्गी विचारतच राहिली. शेवटी याज्ञवल्क्य म्हणाला, ''जे काही आहे ते सगळं ब्रह्म आहे.'' गार्गीनं विचारलं, ''ब्रह्म कशावर आधारित असतं ते मला

जाणून घ्यायचं आहे.'' याज्ञवल्क्य म्हणाला, ''गार्गी आता तोंड बंद कर, नाहीतर तुझं डोकं उडवण्यात येईल.'' आणि त्या सभेतले सगळे लोक गुपचूप बसून ऐकत राहिले. जनकही गप्प होता. त्या स्त्रीनं योग्य प्रश्न विचारला होता. त्या स्त्रीकडे वैज्ञानिक बुद्धी होती. पण याज्ञवल्क्याकडे विश्वास ठेवणारी बुद्धी होती. तो म्हणाला, ''आणखी प्रश्न विचारलेस तर तुझं डोकं जमिनीवर पडेल. हा फारच आगाऊ प्रश्न झाला. हे मर्यादेच्या बाहेर जाणं आहे, ब्रह्माचा आधार विचारू नकोस.''

बस. जेव्हा आपण म्हणतो की, हे फार प्रश्न झाले, तेव्हा वैज्ञानिक मन मरून जातं. खरं म्हणजे वैज्ञानिक मनाला कोणताच प्रश्न आगाऊ वाटत नाही. जो विचारता येणार नाही असा प्रश्नच नसतो आणि जर असा एखादा प्रश्न असेलच, जो विचारता येणार नसेल तर मग तो सर्वांत आधी विचारला जायला हवा. कारण जो विचारता येत नाही, तो प्रश्न नक्कीच आयुष्याबद्दल एखादा सखोल प्रश्न असणार.

गार्गी गप्प झाली. सगळी सभा गप्प झाली. याज्ञवल्क्य सर्व गायींना गोळा करून निघून गेला. त्या दिवसापासून आज पाच हजार वर्षे झाली, आपण जास्त प्रश्न विचारले नाहीत आणि असे जास्त प्रश्न न विचारल्यामुळे आपलं धैर्यही कमी कमी होत गेलं. मग आपण प्रश्न विचारणंच बंद करून टाकलं आणि आपण उत्तरांमध्ये गुंतून राहिलो. आता आपल्याकडे सर्व उत्तरं आहेत, प्रश्न एकही नाही. प्रत्येक गोष्टीचं उत्तर आहे, प्रश्न अजिबात नाहीत आणि गावागावांत गुरू बसले आहेत, नगरानगरांत गुरू फिरत आहेत. साधू आहेत, संन्यासी आहेत, मुनी आहेत. हे सगळे लोकांना सांगताहेत – श्रद्धा ठेवा, श्रद्धा ठेवा, श्रद्धा ठेवा. ते लोकांना झोपवीत आहेत. यापेक्षा विष पाजलं असतं तरी चांगलं झालं असतं. श्रद्धेहून कमी धोकादायक ठरलं असतं. माणूस मेला असता तरी बरं झालं असतं. माणूस जिवंत आहे, पण आत्मा मरून गेला आहे. प्रश्न विचारल्यानं जो तेजस्वीपणा येतो, संघर्ष करण्यानं विचारांमध्ये जे बळ येतं, प्रश्नांच्या आगीत तापून जी झळाळी येते ते सगळं हरवून गेलं, मंदावून गेलं.

या चौरस्त्यावर मी पुनःपुन्हा म्हणेन – याज्ञवल्क्य जर कुठून ऐकत असतील तर त्यांना सांगू इच्छितो की, आता गार्गी खूप प्रश्न विचारेल आणि याज्ञवल्क्य, त्या गायी परत करा. आता हे चालणार नाही. खूप प्रश्न विचारले जातील. अतिशय प्रश्न विचारण्यामुळे विज्ञानाचा जन्म होतो. पण आपण कोणताच प्रश्न विचारत नाही. विचार प्रश्न विचारतो, विश्वास उत्तर स्वीकारतो.

लक्षात ठेवा, प्रश्न विचारल्यावरही उत्तरं मिळतात, पण ती आपली स्वतःची असतात. प्रश्न न विचारताच जी उत्तरं मिळतात ती नेहमीच दुसऱ्याची असतात. दुसऱ्याची उत्तरं कधीच एखाद्या देशाच्या प्रतिभेचा विकास करू शकत नाहीत.

आपलं स्वत:चं उत्तर हवं आणि ज्याच्याजवळ आपला स्वत:चा प्रश्न असतो, त्याच्या जवळच आपलं स्वत:चं उत्तर असतं. ज्याच्याजवळ आपला स्वत:चा प्रश्नच नाही, त्याच्या जवळ आपलं स्वत:चं उत्तर कसं असू शकेल? त्याच्याजवळ उधार घेतलेली, शिळी उत्तरंच जमवलेली असतात, त्यांच्या खाली छाती दडपून जाते आणि माणूस बुडून जातो.

हिंदुस्तान आपल्या शिळ्या रेडिमेड उत्तरांमध्ये दबून मरून गेला आहे, बुडून गेला आहे. आपली प्रतिभा तेजस्वी नाही. धार नाही आहे आपल्या प्रतिभेला. ही धार निर्माण करायला हवी. म्हणून पहिलं सूत्र मी आपल्याला सांगतो– विश्वास नको, विचार हवा; श्रद्धा नको, संदेह हवा; बिलीफ नको, डाऊट हवा.

संदेह जितक्या जोरानं आपल्याला पकडेल, जीवनाच्या सर्व प्रश्नांना संदेह जितक्या आवेशानं पकडेल, तितक्या जोरानं आपण विचार करायला लागू. गंमत अशी आहे की, जेव्हा आपल्याला संदेह घेरतो तेव्हा विचार करावाच लागतो. त्यापासून वाचण्याचा काही उपाय नाही, काही पळवाट नाही; पळण्याचा मार्गच नाही. संदेहानं घेरलं की, विचार करावाच लागेल आणि संदेह निर्माण झाला नाही तर विचारांची काही जरूरच पडत नाही. विचार अनावश्यक ठरतो, व्यर्थ श्रम केले असं होतं.

आपण एकेका मुलाला श्रद्धा शिकवतो आहोत. बाप आपल्या मुलाला सांगतो आहे की, विश्वास ठेव, कारण मी जे सांगतो आहे, ते बरोबरच असणार आहे. कारण मी वयानं मोठा आहे, मी जास्त अनुभवी आहे. असाल अनुभवी, नक्कीच असाल, बाप आहात, वयानं मोठे आहात; पण आयुष्य जो सगळ्यात मोठा धडा शिकवत होतं तिथं तुम्ही चुकलात. तो धडा असा की, कुणावरही श्रद्धा लादू नका, नाहीतर विचाराचा जन्म होऊ शकणार नाही. त्याच्यावर श्रद्धा लादतो आहे. बाप लादतो आहे, आई लादते आहे. त्यांना हे सोपं आहे कारण मुलांचे प्रश्न संकटात टाकतात. प्रश्न वाढत राहतात. उत्तरं दिलीत तर ती मुलं आणखी खोलवर प्रश्न विचारतात. म्हणून बाप आधीच सावध होतो आणि मला उत्तर माहीत नाही, अशा गोष्टी मुलानं विचारूच नयेत, याची काळजी घेतो. आधीच छडी हातात घेऊन ठेवतो आणि म्हणतो– बस, आता आणखी काही विचारायचं नाही. बोलणं बंद कर. आम्हाला सगळं माहीत आहे आणि वय झालं, अनुभव मिळाला की तुलाही सगळं माहीत होईल. मुलं प्रश्न विचारत येतात, म्हातारे उत्तरं घेऊन मरून जातात. सगळी मुलं पुन्हा प्रश्न विचारू पाहतात, तेच प्रश्न, जे जगात पहिल्यांदा मुलांनी विचारले असतील; पण आपण त्यांचा गळा दाबून टाकतो.

आणि आपलं शिक्षण त्यांना शंका घ्यायला शिकवत नाही. आपलं शिक्षण त्यांना फक्त उत्तरं शिकवतं. गुरूसुद्धा हातात छडी घेऊन ठोकून-ठोकून त्यांना उत्तरं

शिकवीत राहतो. आपली सगळी शिक्षण पद्धतीच उत्तरं शिकवण्याची पद्धती आहे. आपण कॉम्प्युटरला माहिती भरवावी तशी माणसालाही भरवीत राहतो. प्रत्येक गोष्टीचं उत्तर शोधून देतो. टिंबक्टू कुठे आहे? इथं आहे. आफ्रिका कुठे आहे? इथं आहे. पाणी कसं तयार होतं? असं होतं. सगळी उत्तरं देऊन टाकतो आणि वीस-पंचवीस वर्षे अत्यंत अमानुष अशा शिक्षणक्रमातून पार पडल्यानंतर – यात आई-वडील, भाऊ, कुटुंब, शिक्षक सगळे सामील असतात – मग मुलाची प्रश्नबुद्धी प्रश्न विचारणंच बंद करून टाकते; ती बुद्धी प्रश्न विचारतच नाही. उत्तरं तयार करून बसून राहते. म्हणजे तो माणूस मेला.

खरी गोष्ट अशी आहे की, आपण खूप आधीच मरून जातो, दफन नंतर होतं एवढंच. मरणं आणि दफन करणं यात खूप काळ जातो. ज्या दिवशी मेले त्याच दिवशी दफन केले गेलेले भाग्यवंत फार थोडे आहेत. कोणी तिसाव्या वर्षी मरतो, कोणी पंचविसाव्या वर्षी मरतो. दफन केलं जातं – कोणाचं सत्तराव्या वर्षी, कोणाचं ऐंशीव्या वर्षी.

अलीकडे अमेरिकेतल्या हिप्पींनी एक छोटीशी घोषणा केली आहे; मला ती फार आवडली. अगदी वेगळीच घोषणा आहे. त्यांची घोषणा अशी आहे की, तीस वर्षांच्या वरच्या माणसाचा काही भरवसा धरू नका, कारण तीस वर्षांनंतर तो जिवंत असतो याचा काही पुरावा मिळत नाही. सर्वसाधारणपणे तो मेलेला असतो.

ही खरी गोष्ट आहे. यात काही खोटेपणा आढळत नाही; खरीच गोष्ट आहे ही, मारूनच टाकतो आपण. ही प्रक्रिया आपल्याला बदलावी लागणार आहे. घराघरांत प्रश्नांना जागं करावं लागेल. प्रश्नांना उभं करण्यात सगळे जण सहभागी होऊ शकतील आणि जर मुलांचे प्रश्न उभे केले आणि त्यांच्या मनात शंकेला जागा करून दिली, तर शिक्षणाला सुरुवात करताना मुलं मोठमोठे प्रश्न विचारत राहतील आणि शिक्षण संपवून परतताना सुद्धा मोठमोठे प्रश्न विचारतच येतील, तर मग या देशाचं झोपी गेलेलं मन जागं होऊ शकेल. आज जागं होऊ शकेल, काही कारण नाही.

पण त्यात खूप त्रास आहे. जे विश्वासावर जगताहेत त्यांचं काय होईल? आणि विश्वासावर खूपच गोष्टी जगताहेत. जे विश्वासामुळेच टिकून आहेत, त्यांचं काय होईल? विश्वासामुळेच खूप काही टिकून आहे. विश्वास हेच ज्यांचं शोषण आहे, त्यांचं काय होईल?

या सगळ्यांच्या मनात खूप बेचैनी निर्माण होते. या सगळ्यांची फारच पंचाईत होऊन जाते. म्हणून ते शंका काढणाऱ्या लोकांना घाबरत असतात, भिऊन असतात. शंका काढल्याच जाऊ नयेत असं त्यांचं म्हणणं असतं. कारण शंकांबरोबरच बंडखोरी येत असते. म्हणून ते लोकांना संतुष्ट राहणं शिकवीत असतात. संतोष

बंडाला मारक असतो.

आता रासायनिक शोधही खूप लागले आहेत. एलएसडी आहे, मॅस्कलिन आहे आणि आणखीही पुष्कळ प्रकारची औषधे शोधून काढली गेली आहेत, अशी एक रासायनिक प्रक्रियाही कल्पनेत आलेली आहे की, ज्यामुळे माणसाच्या मनातला असंतोष दूर करता येणं शक्य होईल. आपण गावाच्या पाणीपुरवठ्यातच अशी काही रसायने मिसळून देऊ की, गावातले लोक आपापल्या घरातल्या नळाचं पाणी पितील, त्यांना काहीही कळणार नाही. पण त्यांच्या मनातला असंतोष संपून जाईल – असा दिवसही काही फार दूर नाही.

मी अलीकडे रासायनिक क्रांतीवरचं एक पुस्तक वाचत होतो. त्यात मी असं वाचलं की, माणसाच्या मनातली अशांती, असंतोष, विद्रोह नष्ट करणारी द्रव्यं शोधून काढण्यात आली आहेत. माझ्या मनात आलं की, या लेखकाला पत्र लिहून टाकावं की, तुम्ही आता हे शोध लावले आहेत, पण हे खूप जुने शोध आहेत; भारतानं पाच हजार वर्षांपूर्वी हे शोध लावलेले आहेत.

पण आपण आध्यात्मिक युक्त्या शोधल्या, भौतिक युक्त्या नाही. आपण एखाद्या माणसाला इंजेक्शन देऊन त्याच्या मनात संतोष निर्माण करू इच्छित नाही. आपण संतोषाची आणखी चांगली सोय केली होती. लहानपणापासूनच संतोष पाजत आलो आपण. या देशाला संतुष्टच ठेवलं. ज्या ठिकाणी असंतोष सुरू होतो तिथपर्यंत आपण जाऊच दिलं नाही. कारण एकदा असंतोष सुरू झाला की, मग त्याचा उकळण्याचा क्षण दूर राहत नाही. मग असंतोष उकळायला लागतो आणि क्रांती होते. असंतोष म्हणजे आग आहे. वाढत गेली तर पाण्याची वाफ बनेल, उंच उडी घेईल; क्रांती होईल.

म्हणून आम्ही संतोष शिकवत राहतो. आम्ही म्हणतो, संतोष हा सर्वांत मोठा धर्म आहे; पण संतोषाहून दुसरा मोठा अधर्म नाही. कारण जर धर्माचा अर्थ गती असा असेल, धर्माचा अर्थ विकास असा असेल, धर्माचा अर्थ प्रगती असा असेल, धर्माचा अर्थ रोज पुढे जाणं असा असेल, तर संतोष हा धर्म होऊच शकत नाही. असंतोष हा धर्म होऊ शकेल.

ज्याला संतोष मिळाला त्याला सगळं काही मिळालं, असं आपण शिकवतो. नाही, अगदी उलट आहे. ज्याला संतोष मिळतो त्याला सगळं नाही मिळत. हो, ज्याला सगळं मिळालं त्याला संतोष मिळू शकेल, पण आपण आधीच संतोष पाजून टाकतो. मग सगळा प्रवास थांबूनच जातो. डबकं बनून जातं.

एखादी नदी संतुष्ट झाली तर तलाव बनू शकेल, समुद्र नाही बनू शकणार. कशी बनेल समुद्र? नदी संतुष्ट झाली की कशाला कुठे जाईल? डोंगर का फोडेल? दगडांशी का लढेल? रस्ता का बनवेल? अनोळखी, अपरिचित दऱ्या-खोऱ्यांमधून

का फिरेल? समुद्रांचा काय भरवसा? समुद्र आहे हे तरी कशावरून? समुद्र खूप दूर आहे. गंगा आहे गंगोत्रीमध्ये आणि समुद्र खूप दूर! किती प्रचंड अंतर, कसलाही मार्ग नाही. पक्के सिमेंटचे रस्ते नाहीत, दगड फोडायचे आहेत, अनोळखी अपरिचित जागेतून रस्ता काढायचा आहे; ज्याचा पत्ता ठाऊक नाही, अशा ठिकाणी जायचं आहे. कोण जाणार?

गंगेनं संतोष मानला तर ती गंगोत्रीच राहील. गंगा नाही बनू शकणार. आपल्याला ठाऊक आहे, गंगोत्रीला गंगा फार मोठी नाही. असूच शकत नाही. ती तर समुद्राला मिळते त्याच ठिकाणी मोठी होते.

ॲमेझॉन नदी जगातली सर्वांत मोठी नदी आहे. ॲमेझॉन नदीमध्ये जगात सर्वांत अधिक पाणी आहे. पण ॲमेझॉन जिथून निघते, ती जागा सर्व भारतीयांना दाखवून आणण्यासारखी आहे. मग त्यांना आणखी दुसऱ्या कोणत्याही ठिकाणी घेऊन जाण्याची जरुरी नाही. सर्व भारतीयांना एकदा ॲमेझॉनच्या उगमापाशी नेऊन उभं केलं पाहिजे. जिथून ॲमेझॉन उगम पावते, तिथून फक्त एक-एक थेंब पाणी टपकत असतं आणि दोन थेंबांच्या टपकण्याच्या मध्येही वीस सेकंदांचा वेळ जातो. एक थेंब पडतो, मग वीस सेकंदांच्या नंतर दुसरा थेंब पडतो. हा ॲमेझॉन नदीचा उगम आहे.

ही नदी इथेच तृप्त झाली असती, संतुष्ट झाली असती तर किती नशीबवान ठरली असती. मग ही नदी एका थेंबाएवढीच राहिली असती. कदाचित तेवढा थेंबही राहिला नसता. पण ही ॲमेझॉन समुद्र बनते. असंतोषाचा प्रवास करते – आणखी पुढे, आणखी पुढे; आणखी पुढे धावतच राहते.

भारताची बुद्धी एका थेंबाइतकीच राहिली आहे. समुद्र बनू शकलेली नाही. संतोषानं पकडून ठेवलं आहे. जे आहे त्याचा गुपचूप स्वीकार करा. आपले सारे शिक्षक शिकवतात की, तुमच्या गरजा कमी करा. आपले सारे शिक्षक शिकवतात, आटून जा, संकोचून जा. आटून जा, अगदी थेंबभरच शिल्लक राहा. आपले शिक्षक सांगतात, सगळं आवरून घ्या. जीवन सांगतं, पसरा; जीवन म्हणतं, विस्तार करा, जीवन म्हणतं, जा दूर जा, अनंतापर्यंत जा आणि आमचे शिक्षक म्हणतात, लहान व्हा, सीमा लहान करा, आणखी लहान करा; जी आहे तीसुद्धा मोठीच आहे, आणखी लहान व्हा, आणखी लहान व्हा आणि मरून जा. कबरीत पोहोचलात की, परम स्थिती प्राप्त होईल.

जीवन म्हणजे विस्तार आहे. जीवनाचं सूत्र आहे विस्तार. इथे सगळंच मोठं असतं. एक बीज पेरलंत तर त्याचा मोठा वृक्ष होतो. एक छोटसं बीज इतका मोठा वृक्ष बनतं की, त्याच्या खाली हजार बैलगाड्या विश्रांती घेऊ शकतील आणि त्या छोट्याशा बीजातून तयार झालेल्या त्या वृक्षावर कोट्यवधी बीजं तयार होतात.

केवढा विस्तार केला एका बीजानं? एक छोटंसं बीज मोठं होत होत कोट्यवधी बीजं झाली. ही कोट्यवधी बीजं पेरा – विस्तारतच जातील; वाढतच जातील. जीवन म्हणजे विस्तार आहे.

माझ्या मतानं ब्रह्माचा एकच अर्थ आहे. त्या शब्दाचाही तोच अर्थ आहे. ब्रह्म शब्दाचा अर्थ आहे विस्तार, पसारा. जो वाढतच जातो, थांबतच नाही, जो थांबतच नाही, ज्या विस्ताराला अंत नाही. ब्रह्म शब्दाचाही हाच अर्थ आहे. ब्रह्माचा अर्थ आहे द एक्स्पांडिंग.

आता आइनस्टाइनच्या नंतर असा शोध लागला आहे की, हे जे विश्व आहे, ब्रह्मांड आहे ते विस्तारतं आहे, वाढत चाललं आहे; ते थांबलेलं नाही. सर्व तारे दर सेकंदाला खर्व-निखर्व मैलांच्या वेगानं पसरत चालले आहेत. आपण एखाद्या रबरी फुग्यामध्ये हवा भरतो तेव्हा तो वाढत वाढत जातो तसं! असं हे आपलं विश्व थांबलेलं नाही, वाढतं आहे; त्याच्या सीमा रोज मोठ्या होताहेत. हा अंतहीन विस्तार आहे. ज्या माणसाला पहिल्यांदा ब्रह्म हा शब्द सुचला असेल तो माणूस विलक्षणच असेल. कारण ब्रह्माचा अर्थ आहे पसरणं. पसरतच राहणं, पण ज्या लोकांनी ब्रह्म शब्द शोधून काढला त्यांनीच संकोच करण्याचं तत्त्वज्ञान शोधून काढलं ही केवढी आश्चर्याची गोष्ट आहे, बघा. ते सांगतात, लहान होत राहा, अपरिग्रह, अनासक्ती, त्याग, वैराग्य, लहान व्हा, सोडून द्या, जे आहे त्यापासून दूर पळा आणि संकोचत राहा, लहान होत राहा, जोवर पूर्णपणे मरून जात नाही तोवर लहान होत राहा.

संतोष याचा आधार बनला, संकोच करणं याची पद्धत बनली आणि भारताचा आत्मा संकोचून लहान होत गेला आणि संतुष्ट होऊन गेला. आता त्याचा विस्तार करण्याची जरुरी आहे. या चौरस्त्यावर विस्तार करण्याचा निर्णय घ्यावा लागेल. संतोष सोडा असंतोष आणा, नवे असंतोष आणा. दूरच्या गोष्टी जिंकण्याची, दूरच्या गोष्टी प्राप्त करण्याची, दूरच्या गोष्टी उपलब्ध करण्याची आकांक्षा निर्माण करा. अभीप्सेला जागं करा – जे काही मिळवण्याजोगं आहे ते मिळवूच, जे मिळवण्यासारखं नाही तेही मिळवू. तेव्हाच या देशाच्या बुद्धीमध्ये प्राण येईल, तेव्हाच या देशाच्या अंतरात काही चलबिचल होईल. कारण जेव्हा काहीही जागं होतं तेव्हा ते विस्तारण्यासाठी धडपडतं आणि तुम्हाला विस्तारायचं नसेल तर मग झोपी जाण्याखेरीज दुसरा उपाय शिल्लकच राहत नाही. सगळंच झोपी जातं.

अभीप्सा जागवायची आहे, असंतोष, ऑगस्टीननं कुठेतरी लिहिलं आहे, मला ते फार आवडतं. त्यानं लिहिलं आहे, धार्मिक असंतोष; डिव्हाईन डिसकंटेंट लिहिलं आहे. पवित्र असंतोष; खरोखरच असंतोषाहून अधिक पवित्र असं दुसरं काहीच नाही. कारण असंतोष म्हणजे गती आहे, विकास आहे, परिवर्तन आहे;

क्रांती आहे.

म्हणून आजच्या चर्चेत हे दुसरं सूत्र पुन्हा एकदा सांगतो आणि बोलणं पुरं करतो. विश्वास नको, विचार पाहिजे. आंधळेपणा नको, शंका पाहिजे. अंध विश्वासाच्या बेड्या नकोत, वैज्ञानिक चिंतन पाहिजे. संतोष नको, असंतोष पाहिजे. स्थैर्य नको, गती पाहिजे. अभीप्सा पाहिजे अनंताला जिंकण्याची, विस्तार पावण्याची.

भारताच्या मनात अनंताची ही अभीप्सा जागृत झाली, तर आपण आपल्या निद्रित आत्म्याला पुन्हा जागं करू शकू आणि लक्षात ठेवा, या चौरस्त्यावरून कुठे जायचं याचा निर्णय जागा झालेला भारतच घेऊ शकेल. झोपलेला भारत तर याच चौरस्त्यावर अफू खाऊन झोपून राहील. अफूला आपण चांगली चांगली नावं दिली आहेत. एका अफूच्या पुडीवर लिहिलं आहे राम-नाम! एका पुडीवर लिहिलं आहे देवाचं भजन. आणखी एखाद्या अफूच्या पुडीवर असंच आणखी काहीतरी, दुसऱ्या पुडीवर आणखी वेगळं काहीतरी – अफूच्या पुड्या तयार आहेत. भक्तगण अफूच्या पुड्या घेऊन चौरस्त्यावर झोपले आहेत आणि तुम्ही विचारता आहात – समाज परिवर्तनाच्या चौरस्त्यावर आहे? समाज अफू खाऊन झोपलेला आहे. कसलं परिवर्तन? कुठला चौरस्ता? कुठे जायचं आहे? नसत्या भानगडीत पडू नका – अफू खा; झोपून जा. झोपण्याइतकं सरळ सोयीस्कर दुसरं काहीच नसतं.

या संबंधी जे काही प्रश्न असतील ते लिहून द्या. उद्या सकाळी आपण त्यांची चर्चा करू.

माझं बोलणं इतक्या शांतपणे आणि प्रेमानं ऐकलंत, आपला आभारी आहे आणि शेवटी सर्वांच्या अंतरात वसणाऱ्या परमात्म्याला प्रणाम करतो. माझे प्रणाम स्वीकारावेत.

■

संतती नियमन

माझे प्रिय आत्मन,

संतती नियमन किंवा परिवार नियोजन यासंबंधी मी तुम्हाला काही सांगण्याआधी दोन-तीन गोष्टी सांगू इच्छितो.

पहिली गोष्ट, जी मला तुम्हाला सांगायची आहे ती ही की, मनुष्य हे असं जनावर आहे की, ते इतिहासाकडून काहीही शिकत नाही. इतिहास लिहितो, इतिहास घडवतो, पण इतिहासाकडून काही शिकत मात्र नाही. म्हणून सर्वांत आधी मला हे सांगायचं आहे की, इतिहासाच्या साऱ्या संशोधनामधून सिद्ध झालेली सर्वांत मोठी गोष्ट अशी आहे की, या पृथ्वीवरील प्राण्यांच्या अनेक जाती फार वाढल्यामुळे नष्ट झालेल्या आहेत. या जमिनीवर फार ताकदवान प्राणी होते, पण स्वत:ची अमर्याद वाढ झाल्यानं ते नष्ट होऊन गेले.

आजपासून पाच लाख वर्षांपूर्वी – या माझ्या म्हणण्याला शास्त्रीय संशोधनाचा आधार आहे – पृथ्वीवर हत्तीहूनही मोठ्या पाली होत्या. आता तुमच्या घरातली पाल एवढाच त्यांचा वंश शिल्लक आहे. हा अतिशय ताकदवान प्राणी होता. सगळ्या पृथ्वीवर ही जात पसरलेली होती, त्यांचे सांगाडे मिळालेले आहेत. अचानक नाहीसा कसा झाला? त्यांनी इतकी पिल्लं जन्माला घातली, संख्या इतकी वाढवली की, त्यांना राहायला, पोसायला जमीन असमर्थ बनली. हा प्राणी कोणत्या युद्धात नाही मेला किंवा त्याच्यावर कोणी ॲटम बॉम्बही नाही पाडला.

त्याच्या संख्येच्या आंतरिक स्फोटानंच त्यांचा नाश केला आणि पृथ्वीवर असे शेकडो प्राणी होऊन गेले, त्यांनीही आपली संख्या वाढवली आणि त्यांचा नाश झाला.

मनुष्य जातही त्या स्थानाशी येऊन ठेपते आहे – जिथे ती स्वत:ला वाढवून नष्ट होऊ शकते. बुद्धाच्या काळात या देशाची लोकसंख्या दोन कोटी होती. लोक आनंदात होते. याचं कारण काही सत्ययुग होतं वगैरे नाही तर जमीन होती भरपूर आणि माणसं होती थोडी. आपण भूतकाळातल्या संपन्नतेच्या ज्या आठवणी जपल्या आहेत, त्या संपन्नतेच्या आठवणी नाहीत; त्या आठवणी आहेत जमीन भरपूर असण्याच्या, माणसं कमी असण्याच्या. अन्न खूप होतं, माणसं कमी होती म्हणून संपन्नता होती.

जर आपण बुद्धकाळाच्याही मागे दोन हजार वर्षे गेलो तर म्हणजे आजपासून पाच हजार वर्षांपूर्वी सगळ्या पृथ्वीवरच्या माणसांचीच संख्या होती दोन कोटी. आज पृथ्वीवरील लोकसंख्या साडेतीनशे कोटींहून अधिक आहे. पृथ्वी तेवढीच आहे, लोकसंख्या मात्र साडेतीनशे कोटींहून अधिक आहे आणि आम्ही दररोज त्या संख्येत भर घालतो आहोत. ही संख्या आपण इतक्या वेगानं वाढवतो आहोत की, रोज साधारण दीड लाख लोक वाढतात. मी इथं एक तासभर बोलतो आहे; तोवर मनुष्य जात स्वस्थ बसणार नाही. त्या तासाभरात हजारो लोक वाढणार आहेत. हे शतक पुरं होईतो – जर दुर्दैवानं माणसाला शहाणपणा सुचला नाही तर – हे शतक पुरं होईतो – म्हणजे आजपासून तीस वर्षांनंतर, जमिनीवर कोपर हलवण्याइतकीही जागा राहणार नाही. तेव्हा सभा भरवण्याची जरूरच पडणार नाही. आपण चोवीस तास सभेमध्येच असू.

हे नाही होऊ शकणार. हे नाही होऊ शकणार, कुठलं ना कुठलं सौभाग्य – युद्ध – महामारी – कोणतं तरी सुदैव – असं मी मुद्दाम म्हणतो आहे – असं होऊ देणार नाही. पण जर हे युद्ध किंवा महामारीमुळे घडून आलं तर मनुष्याच्या बुद्धीला फार मोठा कलंक लागणार आहे. ज्या डायनासोरची मी गोष्ट सांगितली, हत्तीहून मोठ्या असलेल्या पालींबद्दल सांगितलं – ज्या आता शिल्लक नाहीत, त्यांच्याजवळ बुद्धी नव्हती, शरीर खूप मोठं होतं; त्यामुळे त्या पाली काही उपाय करू शकल्या नाहीत, काही विचार करू शकल्या नाहीत – त्या मरून गेल्या.

आपण नेहमीच असं समजत आलो आहोत की, माणूस हा विचार करणारा प्राणी आहे. – पण माणूस या गोष्टीचा पुरावा मात्र कधीच देत नाही आणि गेल्या पन्नास वर्षांत माणसाला समजून घेण्याचे जे प्रयत्न झाले आहेत, तेवढाच जुना विश्वास कमजोर झाला आहे. तो जो रॅशनल बीईंगचा विचार होता, तो कमकुवत झाला आहे. माणूस हा विचार करणारा प्राणी वाटेनासा झाला आहे. कारण तो जे

काही करतो आहे ते अगदी विचारहीन आहे आणि सर्वांत मोठा अविचार आज आपण जे करतो आहोत तो आहे आपली संख्या वाढतच नेण्याचा. आज जो माणूस एखाद्याची हत्या करतो त्याला फारसं वाईट म्हणता येणार नाही, फार मोठा गुन्हेगार म्हणता येणार नाही. कदाचित माणसाच्या भविष्यासाठी तो चांगलंच काम करत असेल, कुणास ठाऊक! म्हणजे मी कोणी हत्या करावी असं सांगत नाही. कोणा खुन्याला खून करायला सांगत नाही. पण आज एका नव्या बाळाला जन्म देणं हा जेवढा मोठा अपराध आहे, तेवढा कुणाचा खून करणं हा मोठा अपराध ठरत नाही. कारण हत्या केली तर एकच माणूस मरेल आणि एका मुलाला जन्म देण्याची प्रक्रिया चालू राहिली तर सगळी मनुष्य जातच मरू शकेल.

इतकी लोकसंख्या होईल ही जी शक्यता निर्माण झाली आहे, ती शक्यता माणसानं स्वतः लावलेल्या शोधांचाच परिणाम आहे. इथिओपियामध्ये खूप लोक रोगांमुळे मरतात. हे रोग दुसऱ्या देशांमध्ये शिल्लक नाहीत. इथिओपियाचा सम्राट हेल सिलासीनं अमेरिकेहून डॉक्टरांचं एक लहानंसं पथक बोलावलं होतं; इथिओपियामधल्या रोगराईला कसा आळा घालता येईल याची पाहणी करण्यासाठी. त्यांनी पाहणी केली आणि अहवाल दिला. अहवालामध्ये लिहिलं होतं, इथिओपियातले लोक जे पाणी पितात ते अनेक संक्रमक जंतूंनी भरलेलं आहे. इथिओपियाचे लोक रस्त्याशेजारच्या खड्ड्यांमध्ये साठलेलं पावसाचं पाणीसुद्धा पिण्यासाठी वापरत होते. त्या पाण्यात जनावरंही स्नान करतात, पाणी पितात; तेच पाणी माणसंही पितात. त्या पथकानं सल्ला दिला की, "पिण्याच्या पाण्याच्या स्वच्छतेची काळजी घेतली तर इथिओपियातले बरेच रोग नाहीसे होतील."

सम्राटानं पथकाचा अहवाल ठेवून घेतला आणि म्हटलं, "तुमच्या संशोधनाबद्दल आभारी आहे. पण मी हे काम कधीच करणार नाही." पथकानं म्हटलं, "हे तुम्ही काय सांगता आहात? लोक मरताहेत." त्या सम्राटानं सांगितलं, पहिल्यांदा मी त्यांना वाचवण्याची व्यवस्था करायची आणि उद्या पुन्हा त्यांना समजवायला जायचं की, मुलं होऊ देऊ नका. ही दुहेरी कटकट झाली. इकडे मी त्यांना रोगराईपासून वाचवायचं आणि तिकडे मुलं अधिक व्हायची. मग पुन्हा ठिकठिकाणी लिहावं लागेल – "कम बच्चे होते हैं अच्छे!" त्या सगळ्या पंचाईतीत मी पडणार नाही. ते आपले आपणच कमी होत राहतील."

दुष्टपणा वाटतो इथिओपियाच्या राजाचं बोलणं म्हणजे; पण आपणा सर्वांना पाहून असं वाटतं की, कदाचित त्या माणसाचं बरोबर होतं. माणसानं मृत्यूचा दर कमी करून टाकला आणि समतोल बिघडवला. आजपासून दीडशे वर्षांपूर्वी, दोनशे वर्षांपूर्वी दहा मुलं व्हायची, त्यातली नऊ मरायची भीती असायची. आज दहा मुलं होतात त्यातली नऊ वाचतील अशी शक्यता असते आणि तो जो एक मरतो

तोसुद्धा आपल्या काहीतरी मूर्खपणानं मरतो; नाहीतर त्याला मरण्याचं काही कारण नसतं आणि दोनशे वर्षांपूर्वी दहा मुलांमधला जो एक वाचायचा तो देवाच्या कृपेमुळे वाचायचा, आपल्या शहाणपणामुळे नाही. नऊ मरायचे ते आपल्या शहाणपणामुळे.

तर एकेका माणसाला वीस-पंचवीस मुलं व्हायची. कारण वीस-पंचवीस मुलं जन्माला घालूनही दोन मुलं वाचली तर खूप झालं. ही जुनी सवय आहे. वीस-पंचवीस मुलं जन्माला घालायची आपली आजसुद्धा इच्छा आहे, पण आता वीस-पंचवीस मुलंही जगतात.

मनुष्यानं मृत्यूच्या संख्येला आळा घातला आहे, रोगराईला आळा घातला आहे. पाच हजार वर्षांपूर्वीच्या ज्या कबरी सापडल्या आहेत, त्यात जी हाडं सापडली आहेत त्यांच्या निरीक्षणाचे निष्कर्ष फार विलक्षण आहेत. हा निष्कर्ष असा आहे की, पाच हजार वर्षांपूर्वी पंचवीस वर्षे हे माणसाचं आयुर्मान होतं. पंचवीस वर्षांहून मोठ्या वयाचं एकही हाड मिळालं नाही. पंचविसावं वर्ष म्हणजे आयुष्याचं शेवटचं वर्ष असणं...!

आज कितीतरी देशांमध्ये माणसाचं वय सत्तर, ऐंशी, पंचाऐंशीपर्यंत जाऊन पोहोचलं आहे. रशियामध्ये आज दीडशे वर्षांच्या आसपास वयाचे हजारो लोक आहेत आणि आपलं विज्ञान जेवढं वाढतं आहे त्यावरून हे वय अनंत काळाइतकं वाढेल अशी शक्यता वाटायला लागली आहे.

ही आपली शक्यता वाढली आहे. विज्ञानानं मृत्यूला मागे हटवलं आहे. पण जन्म देण्याची, निर्माण करण्याची जी आपली सवय आहे ती अवैज्ञानिक आहे. ही सवय ज्या काळात विज्ञान नव्हतं, त्या काळातली आहे. निसर्ग जो आहे तो काही चूकभूल होऊ नये म्हणून खूप मोठ्या प्रमाणावर प्रयोग करत असतो. खूप मोठ्या संख्येनं प्रयोग करत असतो. जिथे एक गोळी मारून काम भागेल तिथं निसर्ग हजार गोळ्या मारतो. कारण हा आंधळ्यांचा खेळ आहे. हजारात एखादी लागली तरी खूप झालं. पण आता माणूस निशाणबाज झाला आहे. आता तो एकच गोळी मारू शकतो, पण त्याची सवय जुनी आहे.

निसर्गाच्या या बहुसंख्येला समजून घेणं आवश्यक आहे. तुम्ही एक बीज पेरता, त्यातून हजार-लाख बीजं तयार होतात. या लाख बीजांमधून कमीतकमी एक तरी रोप निर्माण व्हावं म्हणून हा प्रयत्न असतो. एक पुरुष आपल्या सर्वसाधारण निरोगी आयुष्यात चार हजार वेळा संभोग करू शकतो – सहज! चार हजार. जर प्रत्येक संभोगातून एक मूल निर्माण होऊ शकलं तर एकेक माणूस चार हजार मुलांचा बाप बनू शकेल. पण हे चार हजार होऊ शकत नाहीत कारण स्त्रीची क्षमता फार कमी आहे. ती वर्षात एकाच मुलाला जन्म देऊ शकते. म्हणून ज्या देशात

मुलांची जास्त जरुरी होती – उदाहरणार्थ मुसलमान देशांमध्ये – कारण त्यांना युद्ध करायचं होतं आणि माणसं मरतात. म्हणून मोहम्मदानं चार-चार लग्नं करण्यास परवानगी दिली. पुरुष कमी असतील आणि स्त्रिया जास्त असतील तर काही भीती नाही. कारण एक पुरुष पन्नास स्त्रियांकडून मुलं निर्माण करू शकतो. पण जर स्त्रिया कमी झाल्या आणि पुरुष कितीही असले तरी काही फरक पडत नाही कारण स्त्रीची क्षमता फार मर्यादित असते. ती वर्षात एका मुलाला जन्म देऊ शकली तरी खूप झालं.

चार हजार – मी सांगतो आहे – प्रत्येक संभोगातून एक मूल जन्माला आलं तर एक पुरुष चार हजार मुलं निर्माण करू शकतो. पण एका संभोगात जितके शुक्राणू जातात त्यातून एक कोटी मुलं निर्माण होऊ शकतात. एका संभोगात एक कोटी शुक्राणू जातात. जर हेही हिशेबात घेतलं तर एक कोटी गुणिले चार हजार, चार हजार कोटी मुलं एका पुरुषापासून निर्माण होऊ शकतात. आपल्या सर्वसाधारण आयुष्यात एक पुरुष या पृथ्वीवर जितकी माणसं आहेत त्यांच्याहून शंभर टक्के अधिक शुक्राणू निर्माण करतो. आता साडेतीनशे कोटी लोक आहेत. एक माणूस चार हजार कोटी मुलांचा बाप बनू शकतो – खरा बनतो तीन-चार, सहा-सात किंवा आठ मुलांचा. पण चूकभूल होऊ नये म्हणून निसर्ग फार अतिरेकाची व्यवस्था करून ठेवतो.

तर आपण मृत्यूच्या संख्येला आळा तर घातला आहे. आता निसर्गाची जी अतिरेकी व्यवस्था आहे ती जर आपण तशीच चालू ठेवली तर मनुष्य आपल्याच संख्येच्या ओझ्याखाली दबून मरून जाईल आणि आता तर आणखी नवीन शक्यता समोर आल्या आहेत. आपल्या ज्या सर्वसाधारण मर्यादा होत्या त्यांच्याही पलीकडे या शक्यता जाऊन पोहोचल्या आहेत. उदाहरणार्थ, आज शुक्राणू सुरक्षित ठेवता येतात. जुन्या काळात ही शक्यता नव्हती. तुम्ही जगात असलात तरच बाप बनू शकत होतात. आता तुमचं असणं आवश्यक नाही. हजार वर्षांनंतरही तुम्ही एखाद्या मुलाचा बाप बनू शकता. तुमचे शुक्राणू सुरक्षित ठेवले जाऊ शकतात.

आता बाप बनण्यासाठी बाप हजर असण्याची जरुरी नाही. आता पोस्ट फादरहुडही शक्य आहे. हजार वर्षांपूर्वी बाप मरून गेला तरी त्याचा शुक्राणू सुरक्षित ठेवता येतो. एका विशिष्ट तपमानामध्ये त्याचा शुक्राणू जिवंत राहू शकतो आणि त्या शुक्राणुचा कधीही उपयोग करता येतो. स्त्रीबीजेही अशीच जपून ठेवता येतात आणि कोणीही कधीही आई बनू शकते. आता आई बनण्यासाठी मुलाला पोटात वागवण्याची अनिवार्य अशी गरज नाही.

या साऱ्या शक्यता आयुष्य वाचवण्याच्या आहेत. मृत्यूला दूर ढकलण्याची शक्यताही वाढली पण आपल्या ज्या सवयी आहेत, आपल्या आयुष्याबद्दलच्या

ज्या कल्पना आहेत त्या सगळ्या विज्ञानपूर्व काळातल्या आहेत. म्हणून आपण मुलं जन्माला घालत राहतो आहोत. कसलाही विचार करत नाही आपण. आजसुद्धा मूल जन्माला आलं की, आपण वाजंत्री वाजवतो. ज्या काळात दहा मुलं व्हायची आणि त्यातली नऊ मरायची त्या काळातली ही वाजंत्री आहेत. बरोबर आहे, तो काळ वाजंत्री वाजवण्याचाच होता. दहा मुलं व्हायची, त्यातलं एक वाचायचं, नऊ मरायची; तर जे मूल वाचायचं त्याच्यासाठी ही वाजंत्री वाजायची. गावात मिठाई वाटली जायची, फुलं वाटली जायची; पताका लागायच्या, स्वागत व्हायचं, हे सगळं साहजिकच होतं.

आपली सवय अजूनही तीच आहे. आता एक मूल होणं धोकादायक आहे. पण तरीही आपण अजून बँडबाजा वाजवतो आहोत, पताका लावतो आहोत. एकाही माणसाला जाणीव नाही की, परिस्थिती पूर्णपणे बदलली आहे. सगळी परिस्थिती पूर्ण बदलली आहे. आता जमिनीवर पाऊल ठेवणारं प्रत्येक मूल सगळ्या मनुष्य जातीचा मृत्यू आणखी जवळ ओढून आणत आहे; झपाट्यानं जवळ ओढत आहे. या मरणाची गडद सावली आपल्या निद्रित अजाण मनात पडते आहे. या सावलीचे परिणाम होणं सुरू झालं आहे. जसं – मोठ्या शहरांमध्ये – कलकत्त्यात – लोकांना वाटतं की, नक्षलवाद म्हणजे काहीतरी कम्युनिझमची गोष्ट आहे. वरवरच्या अर्थानं असंच वाटतं. पण जे खोल जाऊन बघतात त्यांचा निष्कर्ष असा आहे की, माणसांना जर शांततेनं राहायचं असेल तर त्यांच्यामध्ये एक नीट असं अंतर असणं फार आवश्यक आहे, नाहीतर ते शांततेत राहू शकणार नाहीत. एक निश्चित अंतर असणं आवश्यक आहे.

उंदरांवर खूप प्रयोग झाले आहेत. वाघांवर खूप प्रयोग झाले आहेत आणि त्यांचे काही विलक्षण परिणामही आपल्याला मिळाले आहेत. पण अजून माणसावर प्रयोग करण्याची माणसाला हिंमत झालेली नाही. एका वाघाला जिवंत राहण्यासाठी दहा वर्ग मैलांची जागा पाहिजे. जर दहा वर्ग मैलांच्या जागेत पाच-दहा वाघांना ठेवण्यात आलं तर ते वेडे होण्याची शक्यता असते.

जंगलात सहसा कोणतंही जनावर वेडं होत नाही आणि प्राणिसंग्रहालयात बहुधा जनावरं वेडी होतात हे ऐकून तुम्हाला आश्चर्य वाटेल. प्राणिसंग्रहालयात आणि जंगलात फक्त एकच फरक आहे आणि तो म्हणजे जगण्यासाठी लागणारी जागा कमी होते. उलट प्राणिसंग्रहालयात जंगलापेक्षा खूप जास्त सोयी असतात, जास्त शास्त्रशुद्ध खाणं-पिणं असतं, जास्त वैद्यकीय मदत असते. जे जंगलात नाही ते सगळं असतं. जंगलात न कोणी डॉक्टर, न व्यवस्थित खाण्याची सोय, जनावराला उपाशी राहावं लागतं. पण तरीही जंगलातलं जनावर वेडं होत नाही आणि प्राणिसंग्रहालयातलं जनावर वेडं होतं.

जेव्हा मी पहिल्यांदा प्राणिसंग्रहालयाचा अभ्यास केला आणि मला कळलं की, प्राणिसंग्रहालयात जंगलातली जनावरं वेडी होतात; तेव्हा माझ्या मनात विचार आला की, आपण माणसाच्या समाजाला प्राणिसंग्रहालय तर बनवून टाकलं नाही ना? कारण माणूस जेवढा वेडा होतो आहे तेवढं कोणतंही जनावर वेडं होत नाही आणि माणसांची संख्या जेवढी वाढते आहे तेवढं हे वेडं होण्याचं प्रमाणही वाढतं आहे. त्याच प्रमाणात वाढतं आहे.

आजही आदिवासी माणूस आपल्याहून कमी वेडा सापडतो आणि मुंबईही न्यू यॉर्कपेक्षा कमी वेडी दिसते. आज अमेरिकेत रोग्यांसाठी जेवढे बिछाने आहेत, त्यापैकी निम्मे बिछाने मानसिक रुग्णांसाठी आहेत. हे प्रमाण फार विलक्षण आहे. पन्नास टक्के बिछाने अमेरिकेतील मानसिक रुग्णांसाठी आहेत आणि दररोज पंधरा लाख लोक मानसिक उपचारांसाठी चौकशी करत असतात. खरं म्हणजे शरीराचा डॉक्टर अमेरिकेत कालबाह्य ठरला आहे. मनाचा डॉक्टर आधुनिक, अत्याधुनिक चिकित्सक आहे.

हे वेडेपण खूप वेगानं आणि तीव्रतेनं वाढत जाणार आहे. ते वेगवेगळ्या रूपानं प्रकट होणार आहे. कलकत्त्यात किंवा मुंबईत या वेडेपणाचा उद्रेक झाला तर लोक बसगाड्या जाळतात, ट्रामगाड्या जाळतात आणि राजकीय पुढारी आपल्याला सांगतात, हा कम्युनिझमचा प्रभाव आहे, हा अमक्या विचारसरणीचा प्रभाव आहे; हा तमक्या वादाचा प्रभाव आहे. हा सगळा शहाणपणा वर्तमानपत्रातल्या अगदी खालच्या स्तरातल्या बुद्धीमधून निघालेला असतो. यांनी सगळ्या आयुष्यात वर्तमानपत्रापेक्षा जास्त काही वाचलेलं नसतं, विचार केलेला नसतो.

आणि तसं पाहिलं, तर राजकीय नेता होण्यासाठी बुद्धीची काही आवश्यकता नसते. उलट बुद्धी असेल तर राजकारणी नेता होणं जरासं कठीणच जातं. कारण नेता व्हायचं म्हणजे अनुयायांच्या मागून चालावं लागतं आणि मूर्ख अनुयायी असतात, तिथं नेता बुद्धिमान असणं कठीणच असतं. त्याला बुद्धू असावंच लागतं, निष्णात बुद्धूच असावं लागतं. राजकारणी नेता म्हणतो, कम्युनिझम आहे; अमुक आहे, तमुक आहे – ही सगळी वरवरची बडबड आहे. खरी गोष्ट अशी आहे की, आतली जगण्याची जागा कमी व्हायला लागली आहे.

सार्त्रनं एक छोटीशी गोष्ट लिहिली आहे. गोष्ट अशी आहे – नरकासंबंधी मी असं ऐकलं आहे की, तिथं भट्ट्या जळत असतात आणि पापी लोकांना त्या भट्ट्यांमध्ये जाळलं जातं. पण मला कधी खूप भीती वाटली नाही. उलट किती तरी वेळा असं वाटलं की, स्वर्गात जाणं काही ठीक होणार नाही, कंटाळवाणं होईल. आधीच साधू-संत कंटाळवाणे असतात. त्यांच्याबरोबर खूप वेळ राहिलं तर जीव उबून जातो. म्हणून लोक चटकन दर्शन घेऊन निघून जातात. दर्शन घेण्याची पद्धत

याचमुळे पडली असावी. जास्त वेळ त्यांच्या संगतीत राहावं लागू नये – नमस्कार करायचा आणि निघायचं.

साधू-संत कंटाळा आणणारे होऊन जातात. एकच सूर वाजत असेल तर तो कंटाळवाणाच होणार. पापी माणूस थोडा इंटरेस्टिंग असतो, चविष्ट असतो. चांगल्या माणसावर एकही गोष्ट लिहिली जाऊ शकत नाही ही खरी गोष्ट आहे. चांगल्या माणसाची काही गोष्ट नसतेच. गोष्ट फक्त वाईट माणसाची असते. चांगल्या माणसाचं खरं म्हणजे काही चरित्र नसतंच, वाईट माणसाचं असतं.

तर सार्त्रच्या मनात असा विचार आहे की, स्वर्गात काही मजा नसणार. तिथे सगळ्या जगातले कंटाळवाणे लोक एकत्र जमलेले असणार. आपापल्या सिद्ध शिलांवर बसलेले असणार सगळे. तिथं करण्यासारखं काही शिल्लकच राहिलेलं नसेल. नरक मात्र पाहण्याजोगा असेल. सगळ्या जगातले पापी लोक ज्या ठिकाणी एकत्र झाले आहेत तिथलं आयुष्य मोठं चवदार असणार. तिथं मोठमोठ्या घटना घडत असतील, अशा घटना की, लोकांनी पुढची अनेक शतकं त्यांची चर्चा करावी. सगळे पापी लोक एकत्र झालेले.

आणि एका रात्री त्याला स्वप्न पडलं की, तो नरकात गेला आहे. पण तिथं दिवे जळत नव्हते, आगही पेटवलेली नव्हती. तिथं ना कोणाला सडवलं जात होतं, ना कोणाला शिजवलं जात होतं. उलट कधी कल्पनाही केली नव्हती असं एक वेगळंच संकट तिथं होतं. तिथं एक छोटीशी खोली होती. तिला बाहेर जाण्यासाठी दारच नव्हतं, बाहेर जाण्याचं काही साधनच नाही. एक छोटीशी खोली आणि बाहेर जाण्यासाठी दार नाही आणि तीन माणसं आहेत. तीन माणसांना उभं राहण्यापुरतीच जागा आहे. जरासं हललं तरी दुसऱ्याला धक्का लागणार आणि तिघांनाही एकमेकांची भाषा समजत नाही. जागेपणी त्या तिघांना बघत राहा, झोपा तर ते तिघे तुम्हाला बघत राहणार. तिघानींही एकत्रच राहायला हवं. प्रायव्हसी अजिबात नाही. एवढी एक खोली आणि ती तीन माणसं आणि कुणालाच एकमेकांची भाषा कळत नाही. काहीही करा, ते तिघे तिथं आहेतच. पंधरा मिनिटांच्या आत ते तिघे वेडे व्हायला लागतात. कोणी कुणाला काहीही केलं नाही. फक्त जागा कमी पडली – अंतरच नाही दोघांमध्ये आणि जागा नाही म्हणजे प्रायव्हसी संपली. प्रायव्हसीसाठी जागा पाहिजे.

गरीब लोकांचं सर्वांत मोठं दु:ख हे आहे – प्रायव्हसीचा अभाव. जेवण नाही, कपडे नाहीत, गरीब माणसाचं सर्वांत मोठं दु:ख हे आहे की, त्याला खासगी आयुष्यच नाही. तो आपल्या बायकोशी बोलत असला तरी शेजारी ते ऐकत असतो. त्याच्या मुला-बाळांना कळल्याशिवाय त्याला बायकोवर प्रेमही करता येत नाही. गरीब माणसाची सर्वांत मोठी तडफड ही आहे की, तो एकटा असू शकत नाही.

त्याला खासगी अशी कोणतीच गोष्ट नाही.

समृद्धीचं एकमेव सुख हे आहे की, तुम्ही एकटे राहू शकता. जग आणि तुम्ही यांच्यात अंतर निर्माण करू शकता. जागा निर्माण करू शकता, खूप मोठी जागा निर्माण करू शकता. आपण आणि दुसरे यांच्यामध्ये जेवढं अधिक अंतर असेल तेवढं चित्त अधिक शांत होतं. दुसऱ्याचं हजर असणं तणाव निर्माण करतं. दुसरा काहीही करत नाही, नुसता तिथं आहे ही गोष्टसुद्धा तणाव निर्माण करणारी आहे, याची तुम्हाला कदाचित कल्पना नसेल.

तुम्ही रस्त्यावरून चालता आहात, एकटेच – तर तुम्ही वेगळेच होऊन जाता. रस्त्यावर कुणीही नाही. अगदी शांत आहे, तर तुम्ही दुसराच माणूस होऊन जाता. मग तुम्ही कदाचित स्वतःशीच बोलत असाल, मजेत असाल; गाणं गुणगुणत असाल – जे गाणं तुम्ही तुमच्या मुलाला कधीही गुणगुणू दिलं नसेल – ते गाणं. पण दोन माणसं रस्त्यावर आली – बस, तुम्ही बदलून जाता. फक्त दोन माणसांचं अस्तित्व तुम्हाला तणाव देतं. तुम्ही अगदी नीट समजून घेणार असाल तर – द अदर इज द टेन्शन. तो जो दुसरा आहे तोच तणाव आहे. तो जो दुसरा आहे आणि तो दुसरा सतत वाढतो आहे. चारही बाजूंना कुणी ना कुणीतरी आहेच. सगळ्या बाजूंना कोणी ना कोणी आहे. कुठेही जा, कोणीतरी आहेच. एकटं राहण्याचा काही मार्गच नाही. यामुळेच एक खोल तणाव माणसाच्या मनात वाढतो आहे. वाढणाऱ्या लोकसंख्येचा सगळ्यात वाईट परिणाम हा आहे – हा वाढता तणाव.

राजकारण्यांना याचा पत्ताच नाही. कारण हा प्रश्न त्यांना समजतच नाही. त्यांना प्रश्न दिसतात ते अन्न भरपूर हवं, कपडे पुरेसे हवेत असे. नाही पुरेसं झालं तर काय होईल, हा त्यांना पडलेला प्रश्न आहे. माझ्या मनातला प्रश्न आहे तो हा की, संख्या वाढतच राहिली तर माणूस स्वतःचा आत्मा हरवून बसेल. कारण एकांतात आत्मा फुलतो. एकांतातच उमलून येतो, बहरतो.

पण एकांतच नाही. डोंगरावर गेलात तरी पुढे-मागे मोटारींची रांग लागलेलीच असते. समुद्रकिनाऱ्यावर जावं तरी पुढेही मोटारी, मागेही मोटारी. अमेरिकेचा किनारा बघण्यासारखा झालेला आहे. लोक सुटीच्या दिवशी तीस-तीस, चाळीस-चाळीस, पन्नास-पन्नास, शंभर-शंभर मैल धावत जात असतात. पण मोटारी एकापाठोपाठ एक अशा अडकलेल्या असतात. एकांतात जाण्यासाठी पळत असतात. पण असेच पळत असतात एकांतासाठी बाकीचे खूप लोक आणि किनाऱ्यावर पोहोचतात तेव्हा लाख माणसं तिथं पोहोचलेली असतात.

गर्दीतून बाहेर पडणंच कठीण होऊन बसलेलं आहे. महावीर आणि बुद्ध तेव्हाच होऊन गेले हे बरं झालं. आज असते तर कळलं असतं. आता ज्याला कळायला हवं त्याला कळायला लागलं आहे की, अडचण काय आहे. राहायला

जागा शिल्लक नाही, एकटा उभा राहू शकत नाही. एकटं असणं अशक्य झालं आहे आणि जो माणूस एकटा असू शकत नाही, तो खऱ्या अर्थानं जगूच शकत नाही. तो बाहेरच्या बाहेरच फिरत राहतो. कोणी ना कोणी हजर आहेच, सगळीकडे कोणी ना कोणी हजर आहेच. कुठून ना कुठून, कोणी ना कोणी बघतंच आहे.

हा जो तणाव आहे, जो आंतरिक तणाव आहे; त्याचा विस्फोट होईल. वेगवेगळ्या रूपानं हा विनाशकारी ठरेल. मग दुसऱ्याचा नाश करण्याची इच्छा निर्माण होते. ही इच्छा खूप वेगवेगळी रूपं धारण करील. पहिली गोष्ट म्हणजे ही इच्छा बुद्धिवादी बनेल, बुद्धी शोधेल. गरीब म्हणेल, श्रीमंताला ठार करायचं आहे. कारण या श्रीमंतामुळे आम्हाला शांत होता येत नाही. कम्युनिस्ट म्हणेल, कम्युनिस्ट-विरोधी माणसाला मारायचं आहे, ते केल्याशिवाय आम्ही जगू शकत नाही. हिंदू म्हणेल, मुसलमानाला मारायचं आहे. मुसलमान म्हणेल, हिंदूला मारायचं आहे.

खूप खोलवर विचार केला तर जाणवतं की, आपण दुसऱ्याला नष्ट करू पाहतो आहोत, जागा निर्माण करू पाहतो आहोत. गुजराथी म्हणतो आहे, महाराष्ट्रीयनाला मारायचं आहे. महाराष्ट्रीयन म्हणतो आहे, गुजराथ्याला मारायचं आहे. बंगाली म्हणतो, मारवाड्याला टिकू नाही देणार कलकत्त्यात. हे भांडण मारवाडी, गुजराथी, महाराष्ट्रीयन, हिंदू, मुसलमान यांच्यातलं नाही. ही आपण या तणावाला दिलेली रूपं आहेत, भांडणांना आकार दिले आहेत. खरा झगडा आहे तो दुसऱ्याला दूर करण्याचा, जागा निर्माण करण्याचा. आफ्रिकन म्हणतो आहे – बिगर आफ्रिकनांनी निघून जावं, अमेरिका म्हणते आहे – बिगर अमेरिकनांना घुसू देणार नाही. ऑस्ट्रेलियन म्हणतो आहे – आता पुरे – आता दरवाजा बंद – आता कोणी आत येऊ शकणार नाही. चिनी म्हणतो – कसा बंद कराल दरवाजा? आम्ही इतके जण आहोत – वाढतो आहोत की, सगळे दरवाजे तोडून आत घुसू.

हिंदुस्तानवर हल्ला करणं यात चीनचा फार मोठा दोष नाही, संख्येचा मोठा दबाव आहे. जणू काही एखाद्या पिशवीत जरुरीपेक्षा जास्त गोष्टी भरल्या आहेत आणि ती पिशवी फाटायला लागली आहे – चारही बाजूंनी वस्तू बाहेर पडायला लागल्या आहेत. अशी चीनची अवस्था आहे. सत्तर, पंच्याहत्तर, ऐंशी कोटी – चीनच्या मर्यादेच्या बाहेर गेलं आहे सगळं – पिशवी लहान झाली, माणसं खूप झाली. ती चारही बाजूंनी पडताहेत आणि त्याला काही उपाय नाही.

आज साऱ्या जगावर जे संकट आलं आहे ते हेच, माणसामाणसांमध्ये थोडी जागा हवी आहे. जागा संपून गेली तर फार कठीण होणार आहे. उंदरांवर खूप प्रयोग झाले आहेत. अतिशय विलक्षण अनुभव आलेले आहेत. एका उंदरालासुद्धा राहायला जागा लागते. फक्त राहण्यासाठी नाही – दुसरा उंदीर आणि तो यांच्यामध्ये एक निश्चित अंतर असायला हवं. कधीतरी भेटावं, बोलावं; मग दूर व्हावं – नाहीतर

पंचाईत होते. तर उंदरांची राहण्याची जागा कमी करण्याचे खूप प्रयोग झाले आहेत आणि असं लक्षात आलं की, एखाद्या खोलीमध्ये खूप उंदीर एकत्र ठेवले तर ते वेडे व्हायला लागतात आणि त्यातले काही उंदीर कमी केले, तर लगेच सुधारायला लागतात.

जंगलात गेल्यावर आपल्याला बरं वाटतं. याचं कारण जंगल नाही, तर तिथं माणसं कमी असतात हे आहे. डोंगरावर तुम्हाला चांगलं वाटतं, कारण डोंगर नाही – तिथं द अदर – दुसरा कोणी नाही टक लावून तुमच्या कपड्यांच्याही आतलं बघायला. चारही बाजूंनी, चारही बाजूंना डोळेच डोळे आहेत – ते तिथं नसले तर तुम्हाला हलकं हलकं वाटतं, तुम्ही आडवे होऊ शकता, जे करावसं वाटेल ते करू शकता; हेच आता अशक्य व्हायला लागलं आहे.

मनुष्याचं मन मरण्याआधी साफ वेडं होऊन जाईल. जर या पृथ्वीवर संख्या अशीच वाढत गेली – कोणताही उपाय लागू पडला नाही तर...! आणि आता आपण जो उपाय करतो आहोत, त्यात तर काही आशा दिसत नाही. ते अगदी कमजोर उपाय आहेत. जणू काही एखाद्या छोट्या भांड्यानं समुद्र रिकामा करण्याचा प्रयत्न करावा – ग्लास भरून-भरून पाणी बाहेर ओतावं तसं. काम खूप मोठं आहे आणि सरकार जे काही करतं आहे ते फारच क्षुल्लक आहे. त्यानं काहीच होण्यासारखं नाही – खूप अडचणी आहेत, त्यानं काहीच होण्यासारखं नाही. कारण आपण जो काही उपाय करतो आहोत तो फारच लहान आहे आणि जोवर आपण हे उपाय करून पाच-दहा लाख मुलांचा जन्म होणं थांबवतो तोवर कोटी लोक जन्मलेले असतात. हा इतका मोठा पसरलेला प्रश्न आहे.

हे जग गर्दीमुळं संपून जाण्याआधी, ही गर्दी वेडी होईल. वेडी व्हायला सुरुवात झालीच आहे. आज मानसिकदृष्ट्या ठीक असल्याचं प्रशस्तिपत्र कुणालाही देता येणं कठीण आहे. फार-फार तर असं म्हणता येईल की, हा माणूस अजून वेडा झालेला नाही. असं नाही म्हणता येणार की, हा माणूस ठीक आहे. फक्त पायरीचा फरक राहिला आहे वेडा आणि इतरांमध्ये. मापाचा फरक आहे, दर्जाचा नाही. असं झालं आहे की, कुणी नव्याण्णव अंशावर उकळतो आहे, तर कुणी अठ्ठ्याण्णव अंशावर उकळतो आहे, कुणी पंचाण्णव अंशावर उकळतो आहे, कोणी शंभर अंशावर पोहोचून एका उडीसरशी वेड्याच्या इस्पितळात पोहोचला आहे. तुम्ही नव्याण्णव अंशावर आहात आणि म्हणता आहात बिचारा! तुम्हाला माहिती नाही, नव्याण्णव अंश कोणत्याही क्षणी शंभर अंश होऊ शकतील.

विल्यम जेम्स आयुष्यात एकदाच वेड्यांचं इस्पितळ बघायला गेला, मग दुसऱ्यांदा कधीच नाही गेला. कारण वेड्यांचं इस्पितळ बघून त्या बुद्धिमान माणसाच्या मनात असा विचार आला की, हे सगळे लोक वेडे झाले आहेत. त्यांच्यामध्ये त्याचा

कुणीतरी ओळखीचा मित्रही होता – जो कालपर्यंत ठीक होता. घरी परतल्यावर तो बिछान्यात पडूनच राहिला आणि पत्नीला म्हणाला, आता मी फार घाबरलो आहे. पत्नीनं विचारलं, काय झालं तुला?

त्यानं सांगितलं, कालपर्यंत जो ठीक होता तो आज वेडा झाला आहे. मी आज ठीक आहे, उद्याचा काय भरवसा? आणि मी स्वत:ला असंही नाही समजावू शकत की, तो बिचारा वेडा झाला आहे. कारण कालपर्यंत तोही स्वत:ला समजावत असणार की, बिचारा दुसरा कोणी तरी वेडा झाला आहे. नाही, मी घाबरलो आहे कारण मला कळतं आहे की, माझ्या आतमध्ये असं पुष्कळसं काही आहे की, ज्याचा विस्फोट झाला तर मी वेडा होऊन जाईन.

आपल्या सगळ्यांच्या आत ते सगळं हजर आहे. कधीतरी खोलीच्या एखाद्या एकांत कोपऱ्यात जा, घराची दारं बंद करून घ्या. जे काही मनात येईल ते प्रामाणिकपणे कागदावर लिहा – दहा मिनिटं कोणालाही सांगायचं नाही; नाहीतर प्रामाणिकपणानं नाही लिहू शकणार. तो दुसरा आला की, तुम्ही बेईमान झालातच. मग तो दुसरा म्हणजे तुमची पत्नी असो की तुमचा मुलगा असो. दुसऱ्यासमोर प्रामाणिकपणे बोलणं ही फार कठीण गोष्ट आहे. आपल्या स्वत:च्या समोर इमानदार होणं ही फार कठीण परीक्षा आहे. दहा मिनिटं दरवाजाला कुलूप घाला आणि लिहा मनात काय चाललं असेल ते. जे काही मनात येईल ते – त्यात कसलाही बदल करू नका. दहा मिनिटांनंतर तुम्ही तो कागद कुणालाही दाखवू शकणार नाही आणि दाखवलातच तर कोणीही म्हणेल – हे कोणत्या वेड्यानं लिहिलं आहे सगळं? कोणाच्या डोक्यातून निघालं हे सगळं? आणि हे सगळं आपल्याच मनात खळबळत होतं हे बघून तुम्हीसुद्धा चक्रावून जाल.

चारही बाजूंनी तणाव भरून आला आहे. या तणावाचे खूप परिणाम आहेत. पहिला परिणाम तर असा झाला आहे की, सगळीकडे भांडणं आहेत, विग्रह आहेत; झगडे आहेत. वर्गाच्या नावानं, धर्माच्या नावानं, संप्रदाय, जात, भाषा या सगळ्यांचे फार खोल असे मानसिक कलह आपल्या अंतरात आहेत. ते वाढताहेत आणि वाढतच जाणार आहेत; संख्या वाढेल आणि तो वाढेल. कारण माणसालाही राहायला, जगायला जागा पाहिजे. ती त्याची जगण्याची जागा त्याच्याकडून हिरावली गेली आहे. आपण मृत्यूला थांबवलं आहे, पण जन्माला थांबवायला आपण तयार नाही.

हा जो कलह आहे तो रोज युद्धाच्या रूपानं भडकेल, फुटेल. आपण हायड्रोजन आणि ॲटमबॉम्ब बनवले ही काही अचानक घडलेली गोष्ट नाही. खरं तर या जगात काहीच अचानक घडत नाही आणि या जगात जे काही घडतं त्यामागे खूप सखोल असे नियम काम करत असतात.

उदाहरण द्यायचं तर... आता कशी गंमत आहे बघा – जगात स्त्री-पुरुषांची संख्या जवळजवळ समान आहे. गंमत आहे. याची व्यवस्था कोण करतं? एवढं मोठं जग आहे. पण असं कधीही घडत नाही की, एखाद्या वेळी पुरुषच पुरुष होतात जगभर आणि एखाद्या वेळी बायकाच बायका. एकशे सोळा मुलगे जन्मतात आणि शंभर मुली जन्मतात आणि हे एकशे सोळा मुलगे होण्यातही पुष्कळ नियोजन आहे. कारण लैंगिकदृष्ट्या मोठे होण्याआधीच सोळा मुलगे मरण पावतात आणि मग दोघांचीही संख्या बरोबर होते.

खरं पाहिलं तर मुले मुलींपेक्षा कमजोर असतात. मुलींची प्रतिकारशक्ती जास्त असते. स्त्रियांची प्रतिरोधक शक्ती जास्त असते. त्या आजारपण अधिक सहजपणे सहन करू शकतात, अधिक कष्ट करू शकतात, अधिक त्रास सहन करू शकतात आणि सहजासहजी तुटून-फुटून जात नाहीत. पुरुषाची प्रतिकारशक्ती कमी आहे. म्हणून निसर्ग एकशे सोळा मुलगे निर्माण करतो आणि शंभर मुली. मुली वाचतात, सोळा मुलगे मध्येच बुडून जातात. चौदा-पंधरा वर्षांचं वय होईपर्यंत संख्या समान होऊन जाते.

ही खूपच आश्चर्याची गोष्ट आहे – काही आंतरिक सूत्रं आयुष्यात काम करत असतात. माणसानं त्या आंतरिक सूत्रांवर चारही बाजूंनी हल्ला चढवला आहे आणि त्यांचा समतोल बिघडून गेला आहे. आपण मृत्यूवर हल्ला चढवला आहे – रोगराई होऊ देणार नाही, प्लेग होऊ देणार नाही, महामारी येऊ देणार नाही, मलेरिया होऊ देणार नाही, डास जिवंत सोडणार नाही. आपण त्या बाजूनं सगळी व्यवस्था करून टाकली आहे. मरण्याच्या दिशेनं हल्ला चढवला आहे आणि इकडे जन्माच्या बाबतीत मात्र जे विचार आहेत ते अजून त्या जुन्या काळातलेच चालू आहेत – जेव्हा मलेरियाचे डास होते, प्लेग होता; महामारी होती तेव्हाचे, काळा ताप होता तेव्हाचे.

निसर्ग आपल्या स्वतःच्या नियमांप्रमाणे काम करत असतो. ते त्याचं आंतरिक अनुशासन असतं. ते अनुशासन चालू आहे, पण आपण त्याच्या एका भागात बदल केला आहे. म्हणून मी संतती नियमनाच्या पक्षाचा आहे. दुसरा भागही बदलला गेला पाहिजे. आपण जर मृत्यूला हात लावला आहे, तर जन्मालाही हात लावायला हवा. आता जन्माला निसर्गाच्या आंधळ्या हातांमध्ये नाही सोपवता येणार. पण या संबंधी मला आणखी काही गोष्टी बोलायच्या आहेत.

माझ्या दृष्टीनं हा प्रश्न – अन्न, कपडालत्ता यांचा कमी आणि माणसाच्या आधुनिक विकासाचा अधिक आहे. माझ्या दृष्टीनं प्रश्न आहे तो हा की, साऱ्या मनुष्यजातीला वेडं होण्यापासून वाचवायचं असेल तर संततीवर नियंत्रण ठेवणं जरुरीचं आहे. परिवार नियोजनाला गती द्यावी लागेल. आपण आता जी गती देतो

आहोत तशी नाही चालणार. कारण आपण आता जे करत आहोत त्याचेही वाईट परिणाम होऊ शकतात.

मी या विषयावर तुम्हाला काही सांगेन त्याआधी हेही सांगतो की, मी म्हटलं, निसर्गाची एक आंतरिक व्यवस्था असते. तर ती व्यवस्था आंधळी असते. म्हणून जेव्हा कधी आपण या प्रकारची परिस्थिती निर्माण करतो, तेव्हा ती स्थिती बदलून टाकण्यासाठी आंतरिक समतोलाच्या शक्तींना कामाला लागावं लागतं. म्हणून एका बाजूला आपण मृत्यूला दूर करून टाकलं आणि दुसऱ्या बाजूला सामूहिक मृत्यूला आमंत्रण देत आहोत. तिसरं महायुद्ध समोर उभं ठाकलं आहे. मला वाटतं, लोकसंख्या अशीच वाढत गेली तर तिसरं महायुद्ध टाळता नाही येणार. तिसरं महायुद्ध टाळायचं असेल तर जगाची लोकसंख्या एकदम कमी झाली पाहिजे. नाहीतर तिसरं महायुद्ध होणार आणि तिसरं महायुद्ध हे आधी झालेल्या महायुद्धांसारखं असणार नाही. तिसरं महायुद्ध हे शेवटचं युद्ध असेल.

आइनस्टाइनला मरण्याआधी कोणीतरी विचारलं होतं की, तिसऱ्या महायुद्धाविषयी काहीतरी सांगा. आइनस्टाइन म्हणाला, "तिसऱ्याबद्दल मी काही सांगू शकत नाही. पण चौथ्यासंबंधी काही विचारत असाल तर मी सांगू शकेन.'' तो माणूस म्हणाला, "तिसऱ्याबद्दल काही सांगू शकत नाही तुम्ही आणि चौथ्याबद्दल?'' आइनस्टाइन म्हणाला, "चौथ्याबद्दल एक गोष्ट निश्चित आहे की, ते कधी होणारच नाही. कारण तिसऱ्यानंतर मनुष्य जात शिल्लकच राहणार नाही. मग युद्ध करणार कोण?'' म्हणून त्यानं चौथ्याबद्दल निश्चित काहीतरी सांगितलं – एक गोष्ट नक्की आहे.

तिसऱ्यामध्ये सर्वांच्या विनाशाची शक्यता वाढतच चालली आहे. इकडे माणूस वेडा होतो आहे. इकडे त्याचे तणाव वाढत आहेत. इकडे माणूस मरण्या-मारण्याचे, दुसऱ्याला नष्ट करण्याचे नवनवे मार्ग शोधून काढतो आहे. कधी फॅसिझम, कधी कम्युनिझम, कधी काही, कधी काही – दुसऱ्याला कसं मारावं, कसं कापावं – आणि चांगल्या तत्त्वज्ञानाचा आडोसा घेऊन मारणं, कापणं सोपं होऊन जातं. म्हणून जगात जे विलक्षण प्रकारचे वेडे आहेत ते नेहमी कोणत्या तरी वादाच्या मूलभूत कल्पनांचे वेडे असतात. साधे वेडे तर वेड्यांच्या इस्पितळात कोंडलेले असतात. असामान्य वेडा कधी स्टॅलिन होतो, कधी हिटलर होतो, कधी माओ होतो. तो वर छातीवर चढून बसतो, सिद्धांतांना कवटाळून बसतो आणि सिद्धांताचा आडोसा घेऊन तो वेडेपणा करायला लागला की, मग तो काय करतो आहे याचा हिशेब ठेवणं कठीण होऊन जातं.

हिटलरनं, एकट्या हिटलरनं साधारण साठ लाख लोकांची हत्या केली जर्मनीमध्ये. एकट्या स्टॅलिननं साधारण एक कोटी लोकांची हत्या केली रशियामध्ये. पण स्टॅलिनला कुणी खुनी नाही म्हणणार. ही मजा असते सिद्धांताच्या आडोशाची.

एक कोटी माणसांना मारणारा खुनी नसतो, पण तुम्ही एका माणसाला ठार मारा, तर तुम्ही खुनी ठरता; कारण तो एक कोटी माणसांना सिद्धांतानं मारतो आहे. त्यांच्या भल्यासाठीच त्यांना मारतो आहे. तो म्हणतो, मी तुमचीच सेवा करतो आहे. सिद्धांताला अगदी पक्का – मग सगळं बरोबर होऊन जातं. मग मारलं तर काही हरकत नसते.

तिसरं महायुद्ध अटळ होऊन जाईल – जर दहा वर्षांत संख्या थांबली नाही तर! मग एकोणिसशे ऐंशीच्या पुढे जाणं फार कठीण आहे. तिसरं महायुद्ध अटळ होणं हाच आंतरिक समतोलाचा उपाय होईल, पण हा समतोल फार महाग पडणारा ठरेल. त्यात सर्वनाश होण्याचीच शक्यता आहे आणि म्हणून मला तुम्हाला आणखी एक गोष्ट सांगाविशी वाटते – माझ्या दृष्टीनं मनुष्याला चंद्रावर जाण्याची इतकी तीव्र आस निर्माण झाली आहे, त्याला आज काही कारण नाही – आज! पण आपण जर या इच्छेचं कारण माणसाच्या सखोल निद्रित मनात शोधायला लागलो, तर मला पुन्हा त्या आंतरिक समतोलाची आठवण होते. आता कदाचित येत्या पन्नास वर्षांत पृथ्वीवर राहण्यालायक जागाच शिल्लक राहणार नाही. माणसाला दुसऱ्या ग्रहावर जाण्याशिवाय दुसरा उपाय राहणार नाही.

तुम्ही ख्रिश्चन लोकांची – नोहाची ती जुनी गोष्ट ऐकली असेल. महाप्रलय झाला आणि सगळे लोक मेले. परमेश्वरानं नोहाला सांगितलं की, तू एक नाव घे आणि प्रत्येक प्राणिजातीच्या एक-एका जोडीला नावेत बसव. मग ही नाव घेऊन अशा ठिकाणी जा, जिथं प्रलय झालेला नाही. तिथे इतक्या लोकांना वाचव की, हे जग पुन्हा निर्माण होऊ शकेल.

नोहाची कहाणी खरी आहे की खोटी हे सांगणं फार कठीण आहे! कारण नोहाची गोष्ट जगातल्या सर्व समाजांमध्ये वेगवेगळ्या रूपांमध्ये प्रचलित आहे. जेव्हा जग असं एकत्रित नव्हतं आणि कोणी एकमेकांना ओळखत नव्हतं तेव्हाही ही गोष्ट प्रचलित होती – महाप्रलयाची – कधीतरी महाप्रलय झाला. सगळं बुडून गेलं. फक्त नमुने वाचवता आले. एक माणूस - एक स्त्री, एक गाढव एक गाढवी, एक माकड एक माकडीण असे नमुने वाचवून पुन्हा पहिल्यापासून सगळं सुरू करावं लागलं.

जर पृथ्वीवर तिसरं महायुद्ध झालं, तर पृथ्वीवर वाचण्याचा काहीही उपाय शिल्लक राहणार नाही या गोष्टीची शक्यता आज वाढते आहे. काही लोकांना पृथ्वी सोडून बाहेर जावं लागेल. पण हे सगळं करण्याची जरुरी नाही. हे सगळं थांबवता येईल. हे थांबवण्याची सुरुवात जिथं आपण संतती निर्माण करतो तिथं आहे.

पण आपण वैकल्पिक रूपानं हे थांबवतो आहोत. आपण लोकांना स्वेच्छेनं थांबायला सांगतो आहोत – समजावून सांगतो आहोत की, स्वेच्छेनं समजून घ्या.

नाही, हा स्वेच्छेने समजून घेण्याचा मामला नाही. हे सक्तीचं झालं तरच शक्य आहे. अनिवार्य असलं पाहिजे. स्वेच्छेने नाही, पर्याय नाही – असं नकोच की, आम्ही तुम्हाला समजावून सांगतो आहोत, दोन किंवा तीन मुलं – हे किंवा वापरणंसुद्धा धोक्याचं आहे – हे किंवा अजिबात असता कामा नये मध्ये कारण या किंवाला काही अंतच नसतो. दोन मुलं म्हणजे दोन मुलं. तिसरं मूल म्हणजे नाही आणि हे नाही जर तुमच्या इच्छेवर सोडलं तर हा पेच सुटणार नाही. कारण माणसाची बुद्धी इतकी कमी आहे की, प्रश्न केवढा मोठा आहे याची त्याला कल्पनाच नाही. हे त्याच्यावर सोडून चालणारच नाही. हे अनिवार्य करावं लागेल. हे इतकं मोठं अनिवार्य करावं लागेल – जशी आणीबाणीची अनिवार्यता असते. याच्याहून मोठी दुसरी कोणतीच आणीबाणी असू शकत नाही आणि वैकल्पिक, स्वेच्छेनं, ऐच्छिक असं आपण जे करवून घेतो आहोत त्यापासूनही फार मोठं नुकसान होतं आहे, फार मोठं नुकसान होतं आहे.

गमतीची गोष्ट अशी आहे की, जेव्हा आपण स्वेच्छेनं लोकांना समजवायला लागतो तेव्हा जो समजूतदार, अक्कलवान वर्ग आहे; तो समजून घेतो आणि जो असमंजस वर्ग आहे, तो समजून घेत नाही. म्हणजे बुद्धिमान वर्गाची मुलं कमी होतील आणि मूर्खांची मुलं वाढत राहतील. यात गुणवत्तेच्या, बुद्धीच्या समतोलाचं फार भयंकर नुकसान होईल.

सर्वसाधारणपणे समजूतदार माणूस मुलं अधिक निर्माण होण्याला जबाबदार नाही. सर्वसाधारणपणे जो सुशिक्षित आहे, विचार करणारा आहे आणि ज्याला थोडीशी बुद्धी आहे तो एक वेळ जगाची काळजी नाही करणार, पण त्याला घरात एक रेडिओ हवा असतो, एक रेडिओग्राम हवा असतो किंवा टी.व्ही. हवा असतो; मोटार हवी असते म्हणून त्याला मुलं थांबवावी लागतात. जो थोडा जरी अगदी फक्त स्वत:चाही विचार करत असतो, तो जास्त मुलं नाही होऊ देत.

म्हणून फ्रान्स हा एकच देश असा आहे जिथे जन्माचं प्रमाण घटतं आहे. मला असं वाटतं की, हा त्यांच्या बुद्धिमत्तेचा सर्वांत प्रबळ पुरावा आहे. एकच देश आहे जिथं लोकसंख्या कमी होते आहे, जिथलं सरकार पोस्टर्स लावतं आहे की, बाबांनो, लोकसंख्या थोडी वाढू द्या. कारण भीती अशी आहे की, दुसऱ्यांची संख्या खूप वाढेल आणि फ्रान्समध्ये जागा निर्माण झाली तर चारही बाजूंनी लोक आत प्रवेश करतील आणि फ्रान्स त्यांना रोखू शकणार नाही.

बुद्धिमान देशांची संख्या ठरून गेली आहे. स्वीडन असो, स्वित्झर्लंड असो, नॉर्वे असो की बेल्जियम; ठरून गेली आहे. युरोपची संख्या निश्चित व्हायला आली आहे. आशिया विक्षिप्त व्हायला लागला आहे. म्हणून पश्चिमेला सर्वांत मोठा धोका आहे. तुमच्यासाठी ते संतती-नियमनाची साधनं फुकट पाठवताहेत ते फक्त

उपकार म्हणून नव्हे.

पश्चिमेचं सगळ्यात मोठं संकट हे आहे की, आशिया तिला किड्या-मकोड्यांसारखं बुडवून टाकील. पश्चिमेला या वेळी सर्वांत मोठा धोका आहे. एक म्हणजे पश्चिमेनं संपन्नता प्राप्त करून घेतली आहे, समृद्धी मिळवली आहे; संस्कृती मिळवली आहे. हजारो वर्षांची माणसाची स्वप्नं आज जवळजवळ पुरी व्हायला आली आहेत आणि आशिया इतकी मुले निर्माण करीत आहे की, त्याखाली सारं जग दबून जाईल.

हे राष्ट्रांच्या सीमांचे अडथळे फार दिवस काम नाही करू शकणार, व्हिसा आणि पासपोर्टही हे फार दिवस रोखू शकणार नाहीत. जशी ही संख्या मर्यादेच्या बाहेर जाईल तसे कोणतेही नियम कामाचे राहणार नाहीत. लोक एकमेकांच्या देशात प्रवेश करतील आणि जिथे जागा मिळेल तिथे वस्ती करतील. मरता क्या न करता? आणि मरायचंच असेल तर मग कोणतेच पोलीस रोखू शकत नाहीत, कोणतीच आडकाठी उपयोगी पडत नाही.

आशिया हा सगळ्या जगावरचं संकट होऊन बसला आहे. म्हणून तर सगळं जग काळजीत आहे, मदत पाठवतं आहे. संतती नियमनाची साधनं घ्या, गोळ्या घ्या, सगळी व्यवस्था करा, आम्ही तयार आहोत तुमच्या सेवेसाठी; पण कृपा करून आपण मुलं निर्माण करू नका. तुम्ही स्वत:च स्वत:वरचं संकट बनलाच आहात, आता सगळ्या जगाच्या सोयीवरचंही संकट बनता आहात.

पण आपण जर हे स्वेच्छेवर सोडलं तर आपलं नुकसान होईल. बुद्धिमान माणूस मुलं निर्माण करतच नाही, कमी करतो. सर्वसाधारणपणे बुद्धिमान माणूस कमीच मुलं जन्माला घालतो. जर सगळीच माणसं बुद्धिमान असतील तर दर पिढीला थोडी-थोडी माणसं कमी होत जातील. पण मूर्ख लोक फार झपाट्यानं मुलं निर्माण करतात. ते असं का करतात हे समजून घेणं जरुरीचं आहे. मूर्ख, असमंजस माणूस इतकी जास्त मुलं का जन्माला घालतो? एखादा मजूर किंवा एखादा शेतकरी इतकी मुलं का निर्माण करतो?

याची दोन कारणं आहेत. एक म्हणजे बुद्धिमान माणूस सेक्सव्यतिरिक्त इतरही काही सुखं शोधून काढतो. हे असमंजस माणूस करू शकत नाही. संगीत आहे, साहित्य आहे, धर्म आहे; ध्यान आहे. आनंद मिळवण्याचे इतर मार्गही तो शोधून काढतो आणि जो असमंजस आहे त्याला फक्त एक आनंद माहीत आहे, सेक्सशी संबंधित असलेला आनंद. तो आनंद इतर कशातही नाही. तो एखादी रात्र एखाद्या कादंबरीमध्ये गढून जाऊन पत्नीची आठवण न काढता घालवू शकत नाही. तो एखादा दिवस ध्यान करण्यात घालवू शकत नाही, ना त्याला बासरी ऐकण्यात काही रस आहे. नाही, लैंगिक सुखापेक्षा वरच्या दर्जाचं सुख शोधण्यापर्यंत त्याचं मन पोहोचलेलंच नसतं.

माणूस जितका लैंगिक सुखाच्या वरच्या दर्जाची सुखं शोधून काढतो; तितकी त्याची लैंगिक सुखाची भूक निरंतर कमी होत जाते. एखादा वैज्ञानिक अविवाहित राहतो. तो काही ब्रह्मचर्य साधनेसाठी नव्हे किंवा एखादा संत अविवाहित राहतो तोही काही ब्रह्मचर्य साधनेसाठी नव्हे. त्याचं कारण एवढंच आहे की, त्यांच्या आयुष्यात आनंदाची नवी दारं खुली होतात. ते इतक्या मोठ्या आनंदात जाऊन पोहोचतात की, लैंगिक सुखाचा आनंद अर्थहीन होऊन जातो.

गरिबाजवळ, अशिक्षिताजवळ, ग्रामीण माणसाजवळ, श्रमिकाजवळ मनोरंजनाचं दुसरं कोणतंही साधन नसतं. म्हणून ज्या देशांमध्ये मनोरंजनाची जेवढी कमतरता असते, तितकीच त्या देशांची लोकसंख्या झपाट्यानं वाढत असते. त्याच्याजवळ एकच मनोरंजनाचं साधन आहे – निसर्गानं दिलेलं. मनुष्यनिर्मित असं कोणतंही मनोरंजन त्याच्याजवळ नाही. पण तो ऐकणार नाही, कारण तो ऐकण्याच्या परिस्थितीतच नाही. तो मुलं निर्माण करत राहणार तसेच बुद्धिमान वर्ग ऐकून घेईल आणि गप्प होईल. मुलं जन्माला नाही घालणार. म्हणजेच ज्या देशांमध्ये बुद्धी कमी आहे, त्यांची बुद्धी आणखी कमी होत जाईल, सौंदर्य कमी होत जाईल, आरोग्य कमी होत जाईल; प्रतिभा कमी होत जाईल.

म्हणून मी ऐच्छिक संतती नियमनाच्या अगदी विरुद्ध आहे. संतती नियमनाच्या बाजूचा आहे; परिवार नियोजनाचा पक्का पुरस्कर्ता आहे. पण स्वेच्छेनं संतती नियमन करण्याच्या अगदी विरुद्ध आहे. संतती नियमन असायला हवं अनिवार्य, सक्तीचं. तरच त्याचा काही अर्थ होईल आणि तेव्हा देशाच्या प्रतिभेला वेग देणं शक्य होईल आणि यासाठी आणखी काय काय करायला पाहिजे, त्याबद्दल मी दोन-चार गोष्टी सांगणार आहे.

एक म्हणजे माझ्या दृष्टीने संतती नियमनाचे आणखी खूप अर्थ आहेत. आणखी खूप आंतरगर्भित संबंध आहेत. त्यात खरं म्हणजे गरीब माणूस जास्त मुलं निर्माण करण्यास अधिक उत्सुक असतो. कारण गरिबाला जास्त मुलं हे संकट वाटत नाही, तर त्याला ती सोय वाटत असते. श्रीमंत माणूस जास्त मुलं जन्माला घालू इच्छितच नाही. कारण जास्त मुलं म्हणजे त्याला ती सोय नाही वाटत, गैरसोयच वाटते. माझ्याजवळ लाख रुपये असतील आणि मला दहा मुलं झाली तर दहा-दहा हजार वाट्याला येतील – मी लखपती राहणार नाही. पण जर माझ्याजवळ काहीच नसेल आणि मला दहा मुलं होतील तर ती दहा मुलं संध्याकाळी आठ-आठ आणे आणून मला देतील.

म्हणजे जोपर्यंत आपण गरिबाला – तो जो खाली प्रचंड असा जनसमूह आहे त्याला अशी काहीतरी व्यवस्था देऊ शकत नाही – जिच्यामध्ये जास्त मुलं त्यालाही गैरसोयीचीच वाटतील तोवर तो ऐकणार नाही. पण आज आपलीसुद्धा

चमत्कारिकच स्थिती आहे. हा आपला देश तर – विरोधाभासांची काही गणतीच नाही इथं. एकीकडे आपण लोकांना सांगतो की, कमी मुलं निर्माण करा आणि दुसरीकडे ज्याला मुलं जास्त, त्याला कर कमी लावतो. ज्याला मुलं कमी, त्याला जास्त कर भरायला लावतो. इकडे शिकवतो, मुलं नकोत आणि दुसरीकडे अविवाहित व्यक्तीवर अधिक कर आकारतो, विवाहितावर कमी.

जर वेडेपणाचं जग कुठे असेल तर ते या देशात आहे. जर जन्माचं प्रमाण कमी करायचं असेल तर विवाहितांवर जास्त कर आकारायला हवा आणि अविवाहिताला अशा सवलती द्यायला हव्यात की, तो अधिक काळपर्यंत अविवाहित राहील. जास्त मुलं असतील त्यांच्यावर जास्त कर आकारायला हवा. हे सगळं उलटंच वाटेल कारण आपण असा विचार करतो की, खूप मुलं आहेत, बिचाऱ्याला मदतीची जरूर आहे. जास्त मुलांवर जास्त कर आकारला जायला हवा. प्रत्येक नवं मूल घरावर नवा कर आणायला लागलं तर मुलं होण्याची भीती निर्माण होईल. पण प्रत्येक मुलागणिक घरातला कर कमी व्हायला लागला तर जास्त मुलं होणंच चांगलं असं वाटायला लागेल.

आजच्या काळात ज्यांच्या घरात खूप मुलं आहेत ते चांगले फायद्यात आहेत – ते सगळ्यांची भागीदारी बनवून टाकतात. कर कमी करून घेतात. एकीकडे आपण म्हणतो, मुलं कमी व्हावीत आणि दुसरीकडे जे काही आपण करतो आहोत ते पन्नास वर्षांपूर्वीच्या पद्धतीप्रमाणे – तेव्हा जास्त होण्यात काही धोका नव्हता.

तर संतती नियमन अनिवार्य असायला हवं आणि आयुष्याच्या सर्व पैलूंकडे लक्ष देऊन निश्चित करायला हवं की, मुलं होणं थांबवण्यासाठी कुठे कुठे; काय काय करायला हवं. तिथूनच काळजी घ्यायला सुरुवात करायला हवी.

दुसरी गोष्ट – आपलं आजपर्यंतचं जे आयुष्य होतं – जे आता परत कधीही येणार नाही, येऊ शकणार नाही; त्या जगातून आपण पुष्कळसे नीतिनियम आणि सिद्धांत घेऊन आलो आहोत. ते सगळे सिद्धांत नव्या, येणाऱ्या जगात अडचणीचे ठरणार आहेत, ते आपल्याला मोडून काढावे लागतील. त्यांच्याबरोबर जमवून घेणं शक्य नाही.

आता गांधीजी संतती नियमनाच्या विरुद्ध होते. त्यांनी आयुष्यात ज्या काही चुकीच्या गोष्टी केल्या, त्यातली सर्वांत चुकीची गोष्ट ही आहे. ते संतती नियमनाच्या विरुद्ध होते. ते म्हणायचे, संतती नियमनामुळे अनीती वाढेल. संतती नियमन केलं गेलं नाही तर सगळी मनुष्यजात मरून जाईल याची त्यांना काळजी नव्हती. त्यांना काळजी होती संतती नियमनामुळे कुठे अनीती वाढते की काय? एखाद्या कुमारी मुलीनं एखाद्या मुलाशी संबंध ठेवले तर ते कळून येणार नाहीत ही काळजी.

पण कळून यायची जरूरच काय? ही चोरून बघण्याची वृत्ती फार धोकादायक

आहे. कळून यायची काय जरूर आहे? ही कळून घेण्याची इच्छा अनैतिक आहे. शेजारच्या मुलीचे कोणाशी संबंध आहेत यात रस घेऊन चौकशी करत फिरणारा माणूस असेल तर तो माणूस अनैतिक आहे. हे अशामुळे अनैतिक आहे की, तो दुसऱ्या माणसाच्या आयुष्यात तणाव निर्माण करण्याचा प्रयत्न करतो आहे. त्याचं प्रयोजन काय?

पण जुना नीतिवादी कोण काय करतं आहे ते बघायला फार उत्सुक होता. तो सगळ्यांच्या घरांभोवती फिरत राहतो. जुना महात्मा कोण काय करतं आहे हे बघत फिरतो, मानवता मरते आहे याची काळजी नाही, महात्म्याला या गोष्टीची चिंता लागून राहिली आहे की, कुठे काही अनीती घडू नये आणि महात्म्याच्या चिंता करण्यानं अनीती थांबलेलीच नाही इतर ठिकाणी जे होत होतं, तेच गांधीजींच्या आश्रमातही व्हायचं. होत असेल, होणारच! अगदी गांधीजींच्या नजरेसमोर होणार. त्यात काही फरक पडणार नाही. कारण आपण ज्याला अनीती म्हणतो ते जर स्वभावाच्या विरुद्ध असेल तर स्वभाव टिकून राहील; अनीती नाही टिकणार.

आणि अनीती म्हणजे तरी काय? आपण असा कधी विचार केला नाही की एका स्त्रीला दहा मुलं होतात तेव्हा तिचं सारं आयुष्य बरबाद होऊन जातं. याला आपण अनीती नाही मानलं. आपण म्हटलं की, स्त्रीचं कामच आहे आई होणं हे. आई होणं याचा अर्थ आपण आई होण्याचा कारखाना बनणं असा लावला म्हणजे स्त्रीकडून कारखान्यासारखं काम आपण करून घेतलं. आपण आजपासून चाळीस वर्षांपूर्वीची स्त्री बघितली, आजही गावाकडच्या स्त्रीचं आयुष्य बघितलं तर तिचं आयुष्य कारखान्यासारखं झालेलं दिसतं. प्रत्येक वर्षी ती एका मुलाला जन्म देते आणि लगेच दुसऱ्या मुलाच्या तयारीला लागते.

जसं आपण कोंबडीला वागवतो, तसं स्त्रीलाही वागवतो आहोत. पण ही अनीती नाही. एखादा माणूस आपल्या पत्नीकडून वीस मुलं निर्माण करत असेल, तर जगातला कोणताही ग्रंथ किंवा कोणताही महात्मा त्या माणसाला अनैतिक ठरवत नाही.

हा माणूस अनैतिक आहे. यानं एका स्त्रीची हत्या केली आहे. तिचं काहीही व्यक्तित्व शिल्लक राहिलेलं नाही, ती एक कारखाना बनून गेली आहे. पण हे अनैतिक नाही. हे अनैतिक नाही. आपण कोणत्या गोष्टींना अनैतिक मानतो, कुणास ठाऊक आणि ते सांगतात – गांधीजी, विनोबाजी – ते सांगतात की नाही, ब्रह्मचर्याची साधना करा.

आता हे पाच हजार वर्षे ब्रह्मचर्याचं शिक्षण देत आहेत आणि ते शिक्षण अजूनही हे देतच आहेत; ते सांगतात, संततीनियमन नाही; हा, ब्रह्मचर्य साध्य करा आणि हे ब्रह्मचर्यही कोणी एखाद-दुसरा साध्य करीत असेल नसेल, पण त्यानंही

काही होण्यासारखं नाही. हा प्रश्न इतका मोठा आहे! हा प्रश्न इतका मोठा आहे की, तो ब्रह्मचर्यानं नाही सोडवता येणार. पाच हजार वर्षे साक्षी आहेत; पाच हजार वर्षांचा पुरावा आहे की, पाच हजार वर्षांपासून शिक्षक शिकवून-शिकवून मरून गेले. किती ब्रह्मचारी निर्माण करून गेले? गांधीजींनीही चाळीस-पन्नास वर्षे मेहनत केली, किती ब्रह्मचारी निर्माण करू शकले? खरी गोष्ट तर अशी आहे की, त्यांचा स्वत:च्या ब्रह्मचर्यावरही भरवसा नव्हता – अगदी शेवटपर्यंत नव्हता. म्हणायचे, जागेपणी माझा स्वत:वर ताबा राहतो, पण झोपेत नाही राहत.

नाहीच राहणार. जागेपणी जो दडपेल तो परत येणारच. त्यात त्याची काही चूक नाही. चूक स्वत:ची आहे. दिवसभर सांभाळलं तर रात्री हे सांभाळणं सैल पडतं. म्हणजे दिवसभर जागेपणी जे केलं नाही ते झोपेत करावं लागतं आणि झोपेत करण्यापेक्षा दिवसा करणं नक्कीच चांगलं. कमीतकमी झोपेचं तरी खोबरं होणार नाही.

ब्रह्मचर्यामुळे संख्येला आळा बसेल असं म्हणतात – नाही बसणार. साधू-संतही हेच शिकवत आले आहेत की, यावर तुमचा काही हक्क नाही. देव मुलं पाठवतो, त्याला थांबवण्याचा तुम्हाला अधिकार नाही आणि हेच साधू-संत, रुग्णालयं चालवतात. देव रोगराईही पाठवतो, त्यांना का थांबवता? आणि देव मृत्यू पाठवतो, तर मग रुग्णालयात का धाव घेता? मी आज रस्त्यावरून जात होतो, तेव्हा एक रुग्णालय पाहिलं. आयुर्वेदिक होतं – कोणत्या तरी स्वामीचं नाव लिहिलेलं. अमुक-अमुक स्वामी आयुर्वेदिक हॉस्पिटल. आता हा स्वामी हॉस्पिटल का उघडतो आहे? आयुर्वेदिक पद्धतीनं लोकांनी मरावं म्हणून?

मरण्याच्याही पद्धती असतात. कोणी ॲलोपॅथिक पद्धतीनं मरतं, कुणी आयुर्वेदिक पद्धतीनं, कुणी होमिओपॅथिक पद्धतीनं मरण्याचे शौकीन असतात. म्हणून उघडलं आहे का हे हॉस्पिटल?

नक्कीच लोकांना वाचवण्यासाठी उघडलं असणार. मग ईश्वर मुलं देत असेल तर मरण कोण देतं? मग मरणाशी लढणं वैज्ञानिक आहे आणि मुलं निर्माण करण्यासाठी महात्मा आशीर्वाद देत राहणार.

अशा गोष्टी बोलणारे खरोखर गुन्हेगार आहेत. जर जन्मावर बंदी घालायला परमात्म्याचा विरोध असेल, तर मग सकाळी रुग्णालयं बंद करा. मृत्यूवरही बंदी घातली जायला नको. मात्र आपला आपण समतोल राखला जाईल. मग काहीच त्रास राहणार नाही.

पण मोठं आश्चर्य आहे. म्हणून तर मी म्हणतो आहे, आपला देश परस्परविरोधांनी भरलेला आहे.

नाही. मृत्यूला जसं वागवलं तसंच जन्मालाही वागवावं लागेल आणि तसं

नसेल करायचं तर दोघांच्याही बरोबर तसं करू नका. मग डास वाढू देत, मलेरिया पसरू दे, प्लेग... मग सगळं ठीक होईल. मग संतती नियमनाची जरुरीच पडणार नाही. पण त्याची जरुरी अशासाठी पडली की, निसर्ग आपलं काम नीट करत होता. माणसानं एका कोपऱ्यातून त्यात अडथळा आणला. आता दुसऱ्या कोपऱ्यातही अडथळा आणू म्हटलं, तर म्हणतात, परमात्मा आडवा येतो.

परमात्मा अजिबात आडवा येत नाही. पण महात्मा नेहमी देवाच्या नावानं आयुष्यातल्या जरुरीच्या गोष्टींतसुद्धा आडवे येतात. त्यांचं बळ आहेच. त्यांचं बळ आहे. आंधळ्या माणसाला साहजिक असलेलं असं आणि जेव्हा ते आंधळं बळ, आंधळ्या माणसाच्या त्याच्याच मनोवृत्तीला सहकार्य देतं तेव्हा तर खूपच आधार मिळतो. तेव्हा तो म्हणतो, अगदी बरोबर आहे, मुलं थांबवणारे आपण कोण?

मला एक छोटीशी गोष्ट आठवते. ती सांगतो आणि माझं बोलणं पुरं करतो. बंगालीमध्ये एक कादंबरी आहे. त्या कादंबरीत एक कुटुंब बद्रिकेदारच्या यात्रेला गेलेलं असतं. बंगाली गृहिणी आणि तिचं कुटुंब. बंगाली गृहिणी भाविक आहे. रस्त्यात भेटलेला एक संन्यासीही त्यांच्याबरोबरच जातो आहे. बंगाली गृहिणी जेवण बनवते आणि प्रथम संन्याशाला वाढते, मग नवऱ्याला. साहजिकच आहे पाहुणा आहे आणि त्यात संन्यासी. जे जे काही चांगलं आहे ते प्रथम संन्याशाला, रस्त्याचा मामला आहे. संन्यासी इतकं खातो की, बाकीच्यांना उरलेलं सुरलेलंच मिळतं. नवरा अगदी त्रासला आहे.

खरं म्हणजे पती आणि पत्नीमध्ये जर संन्यासी उभा राहिला, तर पती नेहमीच त्रासलेला असतो. काय होतं आहे हे त्याला कळतच नाही आणि बायकोच्या भीतीमुळे विचारूही शकत नाही की, हे काय चाललं आहे? सगळी मंदिरं पतींमुळे चालत आहेत – पत्नींमार्फत. पतीच सगळ्या साधू-संतांना पोसत असतात – पत्नीच्या मार्फत. पत्नी तिथं जात असेल तर तिथल्या सगळ्यांना पोसलं जात असणार.

तर तो संन्यासी सगळं खाऊन टाकत असतो. मग मागून आणखी कोणी यात्रेकरू येतो. त्यानं संदेश आणले आहेत – बंगाली मिठाई. पतीला खूप धास्ती वाटते आहे कारण त्याला संदेश फार आवडतात. त्याला वाटतं, काय शिल्लक राहणार – संन्यासी सगळे खाऊन टाकेल. दुसऱ्या दिवशी तो फारच घाबरलेला आहे. संदेश ठेवलेले होते, संन्याशानं सगळे फस्त केले. तो म्हणतो, आज रोटी राहू दे. त्यानं सगळे संदेश खाऊन टाकले आहेत. आता पतीची अशी पंचाईत झाली की, एकही संदेश उरला नाही. तेव्हा तो संन्याशाला म्हणतो, ''तुम्ही आमचा विचार केला नाहीत तर हरकत नाही, पण स्वत:चा तरी विचार करा.'' तो संन्याशी म्हणाला, ''तू नास्तिक आहेस. अरे ज्यानं पोट दिलं आहे तो विचार करीलच.

आम्ही ईश्वराच्या कामात ढवळाढवळ नाही करत.'' संन्यासी सांगतो आहे, ज्यानं पोट दिलं तोच विचार करील. आम्ही मध्ये अडचण आणणारे कोण?

संदेश खाणार संन्यासी, आड नाही येणार, देवावर सोडून देणार सगळं; ही माणसाची बेइमानी फार जुनी आहे. याबाबतीत फार महाग पडेल. लोकसंख्येच्या बाबतीत फार महाग पडेल. मुलं थांबवावीच लागतील – मनुष्यजातीला वाचवायचं असेल तर – हे अगदी स्पष्टपणे समजून घेतलंच पाहिजे. नाहीतर तुमच्या वाढत्या मुलांबरोबरच साऱ्या मनुष्यजातीचाच अंत होऊ शकेल.

या मी थोड्याशाच गोष्टी सांगितल्या. हा प्रश्न फार मोठा आहे आणि त्याला खूप पैलूही आहेत. यावर विचार करा. माझं म्हणणं मान्य करण्याची काही आवश्यकता नाही. मी ना कुणी गुरू आहे, ना कुणी महात्मा आहे किंवा परमेश्वराकडून असं प्रशस्तिपत्रकही घेऊन आलेलो नाही की, जे काही बोलतो ते बरोबरच आहे. एखाद्या सामान्य माणसानं आपलं म्हणणं सांगावं तसा मी आहे. एक नवशिका माणूस – जो फक्त सांगू शकतो, आग्रह नाही करू शकत. मी हे नाही म्हणू शकत की हे सत्य आहे, मी एवढंच म्हणू शकतो की, मला हे असं दिसतं आहे.

मी या गोष्टी आपल्याला सांगितल्या आहेत, आपण त्यावर विचार करा. एखादी गोष्ट नीट विचार करून तुमच्या मनात पक्की बसली तर ती तुमची होऊन जाईल. मग ती माझी राहणार नाही. माझी त्याबद्दल काही जबाबदारी राहणार नाही. ती गोष्ट तुमची आणि जबाबदारीही तुमची आणि एखादी गोष्ट बरोबर वाटली नाही, तर क्षणाचाही मोह करू नका. तिला सरळ फेकून द्या. मोह वाढला तर नको त्या गोष्टींची गर्दी वाढत जाते डोक्यावर; त्या कचऱ्याला एकदम फेकून द्यायचं आहे. माझी जी गोष्ट चुकीची वाटेल तिला एक मिनिटभरही मनात ठेवू नका. पण फेकून देण्याआधी विचार करून पाहा आणि विचार केल्यानंतर काही चांगलं दिसलं तर ते तुमचं.

माझं बोलणं इतक्या शांतपणानं आणि प्रेमानं ऐकून घेतलंत याबद्दल आभारी आहे आणि शेवटी सर्वांच्या अंतरात वसणाऱ्या प्रभूला प्रणाम करतो. माझ्या प्रणामाचा स्वीकार करावा.

■

ओशो – एक परिचय

आपल्यासारख्या भेदाभेद करणाऱ्या माणसांसाठी 'अर्थपूर्ण जाणीव' किंवा 'समजूत' म्हणू या हवं तर, पण तो अर्थबोध करून देण्याचं ओशोंचं मोठं योगदान आहे. ओशोंमध्ये एक गूढवादी तसंच एक वैज्ञानिकही आहे. त्यामुळे एक क्रांतिकारी म्हणता येईल, असं चैतन्य त्यांच्या अस्तित्वात आहे. म्हणूनच जीवनाचा नवीन मार्ग शोधण्याच्या निव्वळ गरजेसाठी 'सजग माणूसकी'ची गरज आहे, हे त्यांनी वारंवार जाणवून दिलंय. तीच त्यांची तीव्र इच्छा आहे.

या सुंदर आणि अलौकिक अशा पृथ्वीतलावर आपण आपल्या रोजच्या जगण्यात गतकाळानुसार सतत भीतीच्या छायेखाली वावरत असतोच.

प्रत्येकानं स्वत: बदलत राहणं, मग आपण सर्वांनी बदलत राहणं हा त्यांचा प्रमुख मुद्दा आहे. 'आपण सर्वांनी' म्हणजेच आपला समाज, आपली संस्कृती, आपल्या श्रद्धा एकूणच आपलं सर्व जग हे बदलणं आलं. त्या सर्व बदलाचं प्रवेशद्वार म्हणजे – ध्यान! मेडिटेशन!

आधुनिक जीवनपद्धतीतली अस्वस्थता जेव्हा हळूहळू शांत होत जाईल, तेव्हा प्रत्यक्ष कृती आपोआपच शांततेनं फक्त ऐकून घेण्याच्या मन:स्थितीत विरघळून जाईल. खऱ्याखुऱ्या 'मेडिटेशन'च्या आरंभाची ही एक गुरुकिल्लीच असणार आहे. या दुसऱ्या पायरीसाठी आधार म्हणून ओशोंनी नीट ऐकून घेण्याच्या प्राचीन कौशल्याचं सूक्ष्म पद्धतशीर भाषणांमध्ये रूपांतर केलं आहे. इथं 'शब्द' म्हणजे संगीत बनतं. ऐकणारा जे काही ऐकतो, त्यातून जागरूकतेची अनुभूती घेतो. या

सगळ्या नाजूक घडामोडींमध्ये शांतता जसजशी वाढू लागते, तसतसं पटकन मनापर्यंत पोहोचेल अशा गोष्टी ऐकण्याची गरज असते. ती गरज एखाद्या जादूप्रमाणे पूर्ण होते. नेहमीप्रमाणे मनाचे इतर अडथळे दूर होतात आणि सुंदर जादूमय घडामोडी घडू लागतात.'

लंडनच्या 'संडे टाइम्स'नं विसाव्या शतकातल्या जग बदलून टाकणाऱ्या एक हजार व्यक्तींमध्ये त्यांची गणना केलेली आहे. टॉम रॉबिन्स या अमेरिकन लेखकानं तर त्यांना 'जिझस ख्राईस्ट' नंतरचं सर्वांत 'खतरनाक' व्यक्तिमत्त्व असं बिरुद त्यांना बहाल केलंय. भारताचं भाग्य बदलवणाऱ्या गांधी, नेहरू आणि बुद्ध यांच्या बरोबरीनं भारतातील 'संडे-मिडडे'नं त्यांचा गौरव केला आहे.

आपल्या कार्याविषयी ते म्हणतात,'नवीन आधुनिक मनुष्याच्या जन्मासाठी मी 'भूमी' तयार करतो आहे.' या नवीन मनुष्याला ते 'झोरबा द बुद्ध' म्हणतात. झोरबा अशा की, ज्यामध्ये पृथ्वीवरची सर्व सुखं उपभोगण्याची क्षमता असेल, तसंच बुद्धांची शांत, सौम्य अशी प्रवृत्ती असेल. ओशोंच्या सर्वांगीण विचारांमध्ये जीवन-दर्शनाचा एक झुळझुळता प्रवाह आहे. त्यामध्ये पूर्वेकडची कालातीत असलेली प्रज्ञा आणि पश्चिमेकडचं विज्ञान, तसंच तंत्रज्ञानाच्या सर्वोच्च शक्यतांचा समावेश आहे.

आंतरिक परिवर्तनाच्या शास्त्रात 'ओशो' म्हणजे क्रांतिकारी उपदेशासाठी उत्तम पर्याय आहेत. तसंच ध्यानाच्या विविध पद्धतीचे प्रसारक आहेत. आत्ताच्या आधुनिक वेगवान जीवनशैलीला अनुसरून या पद्धती त्यांनी निर्माण केल्या आहेत.

सक्रिय ध्यानपद्धती अशापद्धतीनं तयार केलीय की, त्यामध्ये शरीर आणि मन या दोन्हीमध्ये एकत्रितपणे ताणतणावांचा निचरा होऊ शकेल आणि रोजच्या जीवनात सहज स्थिर मनोवृत्ती प्राप्त होऊ शकेल आणि गाढ शांतीचा अनुभव येईल.

ओशो हे कोणत्याच अवकाशात मावणारे नाहीत. माणसाच्या व्यक्तिगत शोधापासून ते समाजातल्या सर्व सामाजिक तसंच राजकीय प्रश्नांवर प्रकाश टाकणारी अशी त्यांची प्रवचनं आहेत. ओशोंनी स्वतःही पुस्तकं लिहिलेली नाहीत. जागतिक स्तरावर सर्व श्रोत्यांसमोर दिलेल्या प्रवचनांच्या ऑडिओ व्हिडीओच्या वार्तांकनांचं संकलन म्हणजे त्यांची पुस्तकं आहेत. ते म्हणतात ''मी जे काही सांगतो ते केवळ तुमच्यासाठीच नसून भविष्यातल्या पिढींसाठी सांगत असतो.

ओशोंची दोन आत्मकथात्मक पुस्तकं याप्रमाणे.

१) 'ऑटोबायोग्राफी ऑफ ए स्पिरिच्युअली इनकरेक्ट मिस्टीक', सेंट मार्टिस प्रेस, यूएसए.

२) 'ग्लिम्प्सेस ऑफ ए गोल्डन चाइल्डहूड', ओशो मीडिया इंटरनॅशनल, पुणे, भारत.

◆

ओशो इंटरनॅशनल मेडिटेशन रिझॉर्ट

शंभरपेक्षाही जास्त अशा निरनिराळ्या देशांमधून हजारो पर्यटक दरवर्षी या रिसॉर्टला भेट देतात. इथला अनुपम असा परिसर उत्साहानं परिपूर्ण, शांत-निवांत असा असून काहीतरी सर्जनात्मक असं नवीन जीवन जगण्याविषयी प्रेरणा देणारा आहे. संपूर्ण वर्षभर चोवीस तास चालणारे निरनिराळे उपक्रम इथे आहेत. अर्थात काहीही न करता नुसतं शांत बसणं, हाही त्यातलाच एक भाग!

इथल्या सर्व कार्यक्रमांच्या रचनेत ओशोंच्या 'झोरबा द बुद्ध'ची आंतरदृष्टी समाविष्ट आहे. यामध्ये एका नवीन मनुष्याचा नवीन ढंग आहे. जो माणूस रोजचं दैनंदिन जीवन सर्जनात्मक पद्धतीनं जगूनसुद्धा मौन तसंच ध्यानामध्ये मग्न होण्याची क्षमता राखतो.

ठिकाण : मुंबईपासून शंभर मैलावर दक्षिणपूर्वेला असलेल्या संपन्न अशा आधुनिक पुणे शहरात सुट्टी घालवण्याचं एक सुरेख असं स्थान म्हणजे, 'ओशो इंटरनॅशनल मेडिटेशन रिसॉर्ट!'' घनदाट झाडीमध्ये लपलेलं हे रिसॉर्ट सर्वपेक्षा वेगळं असून अठ्ठावीस एकराच्या बगिचामध्ये पसरलेलं आहे.

इथली कार्यक्रमपद्धती :

ध्यान : दिवसभर चालणाऱ्या ध्यान कार्यक्रमांमध्ये सक्रिय तसंच निष्क्रिय, परंपरागत तसंच क्रांतिकारक, खासकरून 'ओशो डायनॅमिक मेडिटेशन'पद्धतीनुसार, प्रत्येक व्यक्तीनुसार अनेक ध्यानपद्धती उपलब्ध आहेत. या सर्व ध्यानपद्धती जगातल्या सर्वांत भव्य अशा 'ओशो ऑडिटोरियम' ध्यान सभामंडपात पार पाडल्या जातात.

विविधता : इथल्या विविध व्यक्तिगत सेशन्समध्ये, शिबिरात सर्जनशील अशा कलांपासून ते संपूर्ण स्वास्थ्यापर्यंत, तसंच व्यक्तिगत परिवर्तन, व्यक्तिगत संबंध, जीवनातील अग्रक्रम, कार्यध्यान, गुह्यविज्ञान, खेळ, मनोरंजन या सर्व गोष्टीत अगदी 'झेन पद्धती'चा सुद्धा समावेश आहे. इथल्या (मल्टिव्हर्सिटी) विविध गोष्टींच्या यशाचं रहस्य म्हणजे इथले सर्वप्रकार पूर्णपणे ध्यानाशी जोडलेले आहेत. त्यामुळे इथल्या माणसांमध्ये हा विचार घट्टपणे रुजवला जातो की, 'मनुष्य म्हणजे फक्त शरीराशी निगडीत नसून त्यापलीकडेही खूप आहे.'

बाशो स्पा : हिरव्यागार झाडांच्या सान्निध्यात, मोकळ्या हवेत असलेला भव्य असा, पाण्यात मनसोक्त तरंगण्याचा आनंद देणारा जलतरण तलाव म्हणजे मोठं आकर्षण आहे. वैशिष्ट्यपूर्ण तयार केलेली मोठी झकूझी, सौना, जीम, टेनिसकोर्ट या सर्वांचा समावेश इथे केलेला आहे.

भोजन : निरनिराळ्या पद्धतींनी बनवलं जाणारं इथलं स्वादिष्ट भोजन पूर्णपणे शाकाहारी असून ते पाश्चात्त्य तसंच आशियाई ढंगामध्ये उपलब्ध आहे. मेडिटेशन रिसॉर्टसाठी विशेषत्वानं लागवड केलेल्या सेंद्रिय भाज्याच इथं वापरल्या जातात. ब्रेड आणि केक रिसॉर्टच्या स्वत:च्याच बेकरीत बनवले जातात.

संध्याकाळचे कार्यक्रम : या कार्यक्रमांची यादी तर खूप मोठी आहे. पण सर्वांत पहिल्या स्थानावर आहे नृत्य! इतर कार्यक्रमात चांदण्यारात्रीतलं ध्यान, विविध मनोरंजक कार्यक्रम, संगीताचे कार्यक्रम तसंच रोजच्या जीवनासाठी ध्यान हे सम्मिलित आहे.

याव्यतिरीक्त प्लाझा कॅफेमध्ये मित्र-परिवारा बरोबर गाठीभेटी तसंच रात्रीच्या शांतवेळी या परिकथेसारख्या वाटणाऱ्या वातावरणात भटकण्याचा आनंदही घेऊ शकतो.

सोयी : रोजच्या उपयोगाच्या वस्तू आपण रिसॉर्टच्या दुकानांमधून खरेदी करू शकता. मल्टिमीडिया सभागृहात ओशोंची सर्व 'मीडिया' सामुग्री मिळू शकते. बँक ट्रॅव्हल एजन्सी तसंच सायबरकॅफेची सोयही इथे आहे. खरेदीची आवड असणाऱ्यांना पुण्यामध्ये भरपूर गोष्टी उपलब्ध आहेत. अगदी पारंपरिक भारतीय वस्तुंपासून ते आंतरराष्ट्रीय बँडपर्यंतची सर्व दुकाने आहेत.

राहाण्यासाठी : ओशो गेस्टहाउसमध्ये एखादी छानशी खोली मिळू शकते. खूप दिवस राहायचं असेल, तर 'लिव्हिंग-इन'चं पॅकेज घेऊ शकता. याव्यतिरिक्त आसपास बरीच चांगली हॉटेल्स आणि सर्व्हिस्ड् अपार्टमेंट सुद्धा आहेत.

www.OSHO.com/meditationresort
www.OSHO.com/guesthouse
www.OSHO.com/livingin

अधिक माहितीसाठी

सध्या सोशल नेटवर्किंगद्वारा संपूर्ण माहिती मिळू शकते. हे माध्यम फक्त तरुण वर्गच वापरतो असं नाही. काळ बदलतोय तसंच आम्हीही बदलतोय.

* विविध वेबसाइट – www.OSHO.com

* हिंदीसाठी – www.OSHO.com/hindi

* ओशो लायब्ररीमध्ये आपल्या आवडत्या विषयांसाठी
  www.OSHO.com/library
  www.OSHO.com/library-hindi

* संपूर्ण ओशो ध्यानपद्धती आणि संबंधित संगीतासाठी
  www.OSHO.com/Meditation

* ओशोंचं संपूर्ण हिंदी-इंग्रजी साहित्य आणि इ-बुक्ससाठी
  www.OSHO.com/shop
  www.OSHO.com/shop-hindi
  www.OSHO.com/ebooks

* ऑडिओ प्रवचनांसाठी MP3 व इतर
  www.OSHO.com/hindiAudiobooks

* रिसॉर्टला येण्यासाठी माहितीखातर
  www.OSHO.com/MeditationResort

* ओशो इंटरनॅशनल न्यूजलेटरच्या मोफत सदस्यत्वासाठी
  www.OSHO.com/newsletters
  www.OSHO.com/hindinewsletters

* ओशो टॅराकार्ड ऑनलाइन वाचनासाठी
  www.OSHO.com/tarot

* ओशो हिंदी रेडिओसाठी पाहा.
  www.OSHOtalks.info
  radiohindi.OSHO.com

* इथल्या कार्यक्रमांसाठी, उत्सवांसाठी माहिती घेण्यासाठी
  www.facebook.com/OSHO.International

* विविध उपक्रम, कार्यक्रमांसाठी माहिती
  www.facebook.com/OSHO.International.Meditation.Resort

* ओशो व्हिडीओ चॅनल, कुठेही केव्हाही
  www.youtube.com/OSHO.International

* दिवसाची सुरुवात ओशोंच्या संदेशानं
  www.twitter.com/OSHOtimes

* या साइट्सवर रजिस्ट्रेशन तसंच ब्राउज करण्यासाठी थोडा वेळ काढा. ओशोंबद्दल भरपूर माहिती मिळेल.

* या व्यतिरिक्त आणखीनही निरनिराळ्या रोचक पद्धतीनं आपण शोधू शकता ज्यायोगे 'ओशोंना जगभरात' प्राप्त करता येईल.

ओशो का हिंदी साहित्य

उपनिषद
सर्वसार उपनिषद
कैवल्य उपनिषद
अध्यात्म उपनिषद
कठोपनिषद
ईशावास्य उपनिषद
निर्वाण उपनिषद
आत्म-पूजा उपनिषद
केनोपनिषद

महावीर
महावीर-वाणी (दो भागों में)
जिन-सूत्र (दो भागों में)
महावीर या महाविनाश
महावीर : मेरी दृष्टि में
ज्यों की त्यों धरि दीन्हीं चदरिया

कृष्ण
गीता-दर्शन
(आठ भागों में अठारह अध्याय)
कृष्ण-स्मृति

बुद्ध
एस धम्मो सनंतनो (बारह भागों में)

अष्टावक्र
अष्टावक्र महागीता (नौ भागों में)

लाओत्से
ताओ उपनिषद (छह भागों में)

च्वांगत्सु
संसार और मार्ग
सत्य असत्य

मीरा
मैंने राम रतन धन पायो
झुक आई बदरिया सावन की

जगजीवन
नाम सुमिर मन बावरे
अरी, मैं तो नाम के रंग छकी

कबीर
सुनो भई साधो
कस्तूरी कुंडल बसै
कहै कबीर दीवाना
मेरा मुझमे कुछ नही
गुंगे केरी सरकारा
क़है कबीर मैं पूरा पाया
होनी होय सो होय

शांडिल्य
अथातो भक्ति जिज्ञासा (दो भागों में)

दादू
सबै सयाने एक मत
पिव पिव लागी प्यास

पलटू
अजह्यचेत गंवार
सपना यह संसार
काहे होत अधीर

दरिया
कानों सुनी सो झूठ सब
अमी झरत बिगसत कंवल

सुंदरदास
हरि बोलौ हरि बोल
ज्योति से ज्योति जले

धरमदास
जस पनिहार धरे सिर गागर
का सोवै दिन रैन

मलूकदास
कन थोरे कांकर घने
रामदुवारे जो मरे

बाउल संत
प्रेम योग
आनंद योग

अन्य रहस्यदर्शी
भक्ति-सूत्र (नारद)
शिव-सूत्र (शिव)
भजगोविन्दम् मूढ़मते (आदिशंकराचार्य)
एक ओंकार सतनाम (नानक)
जगत तरैया भोर की (दयाबाई)
बिन घन परत फुहार (सहजोबाई)
नहीं सांझ नहीं भोर (चरणदास)
संतो, मगन भया मन मेरा (रज्जब)
कहै वाजिद पुकार (वाजिद)
मरौ हे जोगी मरौ (गोरख)
सहज-योग (सरहपा-तिलोपा)
बिरहिनी मंदिर दियना बार (यारी)

प्रेम-रंग-रस ओढ़ चदरिया (दूलन)
दरिया कहै सब्द निरबाना (दरियादास बिहारवाले)
हंसा तो मोती चुगैं (लाल)
गुरु-परताप साध की संगति (भीखा)
मन ही पूजा मन ही धूप (रैदास)
झरत दसहुं दिस मोती (गुलाल)
अकथ कहानी प्रेम की (फरीद)

झेन, सूफी और उपनिषद की कहानियां
बिन बाती बिन तेल
सहज समाधि भली
दीया तले अंधेरा
मनुष्य होने की कला
सदगुरु समर्पण
उस पथ के पथिक
अंतर्यात्रा के पथ पर

विचार-पत्र
क्रांति-बीज
पथ के प्रदीप

पत्र-संकलन
अंतर्वीणा
प्रेम की झील में अनुग्रह के फूल
ढाई आखर प्रेम का
पद घुंघरू बांध
प्रेम के फूल
प्रेम के स्वर
पाथेय

बोध-कथा
मिट्टी के दीये

ध्यान, साधना
ध्यान विज्ञान
ध्यानयोग : प्रथम और अंतिम मुक्ति
मैं कौन हूं
चित चकमक लागे नाहिं
समाधिके द्वार पर
तृषा गई एक बूंद से
तृषा गई एक बूंद से
जीवन सत्यकी खोज
माटी कहै कुम्हार सूं
माटी कहै कुम्हार सूं
जीवन रस गंगा
अमृत की दिशा
अमृत की दिशा
समाधि के तीन चरण

साधना-शिविर
साधना-पथ
साधना-पथ
अंतर्यात्रा
प्रभूकी पगडंडियां
साक्षी की साधना
साक्षी की साधना
साक्षी का बोध
मैं मृत्यु सिखाता हूं
जिन खोजा तिन पाइयां
समाधि के सप्त द्वार (ब्लावट्स्की)
साधना-सूत्र (मेबिल कॉलिन्स)
ध्यान-सूत्र
जीवन ही है प्रभु
असंभव क्रांति
ध्यान दर्शन
ध्यान के कमल

शून्य की नाव
शून्य के पार
सत्य की खोज
संभावनाओं की आहट
समाधि कमल
जो घर बारे आपना
प्रेम दर्शन
गिरह हमारा सुन्न में
अपने माहिं टटोल
जीवन संगीत
रोम-रोम रस पीजिए

योग
पतंजलि : योग-सूत्र (पांच भागों में)
योग : नये आयाम

तंत्र
संभोग से समाधि की ओर
संभोग से समाधि की ओर
युवक और यौन
क्रांती सूत्र
तंत्र-सूत्र (पांच भागों में)

राष्ट्रीय और सामाजिक समस्याएं
फिर अमरित की बूंद पड़ी
एक एक कदम
देख कबीरा रोया
देख कबीरा रोया
अस्वीकृति में उठा हाथ
भारत के जलते प्रश्न
समाजवाद से सावधान
समाजवाद अर्थात आत्मघात
स्वर्ण पाखी था जो कभी
नये समाज की खोज

नये समाज की खोज
नये भारत का जन्म
भारत का भविष्य

अंतरंग वार्ताएं
संबोधि के क्षण
प्रेम नदी के तीरा
सहज मिले अविनाशी
उपासना के क्षण
अनंत की पुकार

प्रश्नोत्तर
नहिं राम बिन ठांव
प्रेम-पंथ ऐसो कठिन
उत्सव आमार जाति, आनंद आमार गोत्र
मृत्योर्मा अमृतं गमय
प्रीतम छवि नैनन बसी
रहिमन धागा प्रेम का
उड़ियो पंख पसार
सुमिरन मेरा हरि करैं
पिय को खोजन मैं चली
साहेब मिल साहेब भये
जो बोलैं तो हरिकथा
बहुरि न ऐसा दांव
ज्यूं था त्यूं ठहराया
ज्यूं मछली बिन नीर
दीपक बारा नाम का
अनहद में बिसराम
लगन महूरत झूठ सब
सहज आसिकी नाहिं
पीवत रामरस लगी खुमारी
रामनाम जान्यो नहीं
सांच सांच सो सांच
आपुई गई हिराय
बहुतेरे हैं घाट
कोंपलें फिर फूट आईं
क्या सोवै तू बावरी
कहा कहूं उस देस की
पंथ प्रेम को अटपटो
फिर पत्तों की पांजेब बजी
मैं धार्मिकता सिखाता हूं, धर्म नहीं
ओशो उपनिषद
एक नई मनुष्यता का जन्म
भविष्य की आधारशिलाएं

विविध
अमृत-कण
अमृत वाणी
कुछ ज्योर्तिमय क्षण
नये संकेत
चेति सकै तो चेति
हसिबा, खेलिबा, धरिबा ध्यानम्
धर्म साधना के सूत्र
मैं कहता आंखन देखी
जीवन क्रांति के सूत्र
जीवन रहस्य
करुणा और क्रांति
विज्ञान, धर्म और कला
प्रभु मंदिर के द्वार पर
तमसो मा ज्योतिर्गमय
प्रेम है द्वार प्रभु का
अंतर की खोज
अमृत वर्षा
अमृत द्वार
एक नया द्वार
प्रेम गंगा
समुंद समाना बुंद में

सत्य की प्यास
शून्य समाधि
व्यस्त जीवन में ईश्वर की खोज
अज्ञात की ओर
धर्म और आनंद
जीवन-दर्शन
जीवन की खोज
क्या ईश्वर मर गया है
क्या मनुष्य एक यंत्र है
नानक दुखिया सब संसार
नये मुनष्य का धर्म
धर्म की यात्रा
स्वयं की सत्ता
सुख और शांति
नारी और क्रांति
सम्यक शिक्षा
शिक्षा में क्रांति
गहरे पानी पैठ
ज्योतिष विज्ञान
नव संन्यास क्या
सत्य का अन्वेषण
सत्य का दर्शन
घाट भुलाना बाट बिनु
पथ की खाोज
जीवन अलोक
जीवन की कला
जीवन क्रांती की दिशा
जीवन गीत
मन का दर्पण
आंखों देखी सांच
आनंद की खोज
स्वर्णिम बचपन

ओशोंच्या साहित्यासंबंधी माहितीसाठी तसेच मागणीकरिता संपर्क :

ओशो मिडिया इंटरनॅशनल
१७ कोरेगाव पार्क, पुणे ४११००१ (महाराष्ट्र-भारत)
फोन नं. +९१ (२०) ६६०१९९८१
Email : distribution@osho.net

ओशोंच्या ऑडियो व्हिडियो प्रवचनांसंबंधी माहितीसाठी तसेच मागणीकरिता संपर्क :

ओशो मल्टिमीडिया ॲन्ड रिसॉर्ट्स प्रा. लि.
१७, कोरेगाव पार्क, पुणे ४११००१ (महाराष्ट्र-भारत)
फोन नं. +९१ (२०) ६६०१९९८१
Email : distribution@osho.net

श्रोत्यांसमोर प्रत्यक्ष दिलेल्या तत्कालीन प्रवचनांचा समावेश असणारी ही ओशोंची पुस्तकं आहेत. ओशोंची सर्व प्रवचनं, पुस्तकरूपात तसंच ऑडिओ रेकॉर्डिंगच्यारूपात उपलब्ध आहेत. ही रेकॉर्डिंग्ज तसंच पुस्तकं यांच्यासाठी **www.OSHO.com/library**या संकेतस्थळावर संपर्क साधता येईल.

www.ingramcontent.com/pod-product-compliance
Lightning Source LLC
Chambersburg PA
CBHW051150260626
47170CB00005B/2038